Phùng Lâm & Philippe Ngo

80 Ngày Học Tarot Cho Người Mới Bắt Đầu
(80 Days With Tarot)

NHÂN ẢNH
2021

"hành trình chàng khờ cũng là hành trình tâm linh của loài người, tôi nói về loài người viết thường chứ không phải viết hoa."
- Philippe Ngo -

LỜI BẠT

Trong những năm gần đây, Tarot đã trở thành một phần đời sống của giới trẻ Việt Nam. Cảnh tượng một bạn trẻ ăn mặc sành điệu, ngồi trong quán cafe với bộ Tarot trong tay phần nào gợi khung cảnh quen thuộc trong các bộ phim Trung Cổ với người đàn bà Digan bí hiểm ngồi trong quán bar giữa khung cảnh hỗn loạn trải bài tiên đoán vận mệnh cho một kẻ đang hoang mang lựa chọn nào đó. Một thời gian dài, Tarot đã bị coi là ma quỷ và ghẻ lạnh, nhưng con người không cưỡng lại được những cánh cổng mà Tarot đã mở ra cho cuộc đời của mỗi thân phận.

Tôi đến với Tarot vì tò mò. Tôi không đi tìm chỉ dẫn cho cuộc đời của mình, vì tôi không tin rằng một xập giấy có thể mang đến cho mình những câu trả lời. Tôi bị cuốn hút bởi các biểu tượng và các triết lý đã được ước lệ và tượng trưng hóa ẩn giấu bên trong những biểu tượng ấy. Tôi rất thích cách Hamvas Béla, một triết gia Hungary vĩ đại, đã lý giải về Tarot, không phải công cụ để bói toán, mà là sự chỉ dẫn cho con đường nhập định, để giúp con người nhận thức bản thân trên hành trình khám phá các câu hỏi mang tính chất định mệnh rằng: "Chúng ta là ai? Chúng ta từ đâu đến? Chúng ta sẽ đi về đâu?".

Mỗi khi chúng ta hoang mang đứng trước lựa chọn và cần một sự chỉ dẫn nào đó cho cuộc đời mình, chúng ta thường luôn phải đối diện với hai ngả rẽ: hoặc đi theo lương tri bên trong mình để đến với điều đúng đắn, hoặc đi theo những tham lam thấp kém do bên ngoài lôi kéo. Không nên kỳ vọng Tarot sẽ đưa ra lời khuyên cho bạn rằng bạn nên đi theo con đường nào. Nhưng thông qua việc giải mã các biểu tượng trong Tarot, ta có thể hoạch định lại các vấn đề mình gặp phải và thông suốt hơn về bản thân. Nói một cách khác, đối thoại với Tarot, cũng là đối thoại với chính mình.

Nếu bạn sử dụng Tarot để tìm giải pháp cho cuộc đời "cơm áo gạo tiền" của mình, tức là bạn đã huân tập những dạng năng lượng xấu, và chịu sự chi phối bởi các luồng năng lượng ấy. Bạn trở thành một phần của quỷ dữ, bị quỷ dữ lợi dụng và điều khiển. Đừng hiểu về quỷ dữ như một thế lực hữu hình được nhắc đến truyền thuyết. Quỷ dữ ở đây nên được hiểu rộng ra đó là những thế lực tồn tại và phát triển dựa trên các ham muốn thấp kém của con người. Bạn bị lôi kéo bởi những thế lực ấy bởi vì bạn kém hiểu biết, kém hiểu biết về bản thân mình và thậm chí kém hiểu biết chính về bộ Tarot mà bạn sở hữu.

Để hiểu biết về bản thân mình không phải điều dễ dàng, đó là con đường của các bậc hiền triết, các bậc chứng ngộ, và không ai có thể hướng dẫn cho bạn để khiến bạn hiểu hơn về bản thân ngoài chính bạn. Nhưng bạn có thể hiểu về Tarot, như một cách kiếm tìm các chia khóa để mở cánh cửa vào chính cõi sâu mơ hồ, huyền bí ẩn chứa bên trong bạn. Và Hiểu Biết chính là con đường đúng đắn cho bạn, giúp bạn thoát khỏi sự lôi kéo của quỷ dữ. Và đương nhiên, Hiểu Biết không mang lại cho bạn "cơm áo gạo tiền", mà mang lại cho bạn vị thế làm chủ. Bạn muốn mình là người làm chủ, hay làm nô lệ cho "cơm áo gạo tiền"?

Cuốn sách này là một phần của sự Hiểu Biết, như những gợi mở, khuyến khích để các bạn có thể mạnh dạn hơn bước trên con đường của người làm chủ, làm chủ bộ Tarot của mình, làm chủ vận mệnh của mình.

Với những ai không tin rằng, bằng một cách kỳ diệu nào đó Tarot giúp chúng ta đối thoại với bản thân mình, thì có thể xem cuốn sách như một tư liệu tham khảo có giá trị về các huyền môn thời cổ đại, và qua đó hiểu hơn tư tưởng của các bậc hiền triết xa xưa. Đó cũng là một phần của sự Hiểu Biết, và sự Hiểu Biết nào cũng làm giàu cho thế giới của chúng ta....

Hà Thủy Nguyên,
nhà văn, nhà biên kịch, tác giả truyện phim phim "Vòng nguyệt quế" (2008 – đài VTV1); "Blog nàng dâu" (2009 – đài VTV3); "Nếp nhà" (2010 – đài VTV).

NỘI DUNG

LỜI NÓI ĐẦU

Tarot mang theo trong dòng tư tưởng của Phương Tây du nhập vào Nước Việt trong khoảng thời gian không dài. Nhưng đủ để có một chỗ đứng riêng trong nền văn hoá đương thời, trong tâm tưởng của người yêu mến huyền học. Nhưng tất cả, chỉ mới bắt đầu. Con đường trước mắt, còn vạn dặm.

Đáng nhẽ, những bài viết trong cuốn sách này ban đầu là các bài nghiên cứu chuyên sâu về huyền học trong Tarot liên quan đến Biểu Tượng Học, Thần Học, Triết Học. Nhưng, chúng tôi nhận thấy sự thiếu hụt của các tài liệu lý thuyết ứng dụng trong lĩnh vực thực hành. Và vì thế, cuốn sách này đã chuyển mình, chứa trong nó những lời chỉ dẫn cùng với đôi cánh trực giác. Để băng qua những tháp ngà của lý thuyết nghiên cứu, đến bên những người chung một niềm yêu trên con đường Tarot, ở đầu đường đi.

Chí nguyện của chúng tôi, là sự phát triển; sáng tạo của cộng động Tarot Việt trên đôi vai của những người khổng lồ. Lướt qua những tủn mủn; phàm tục, để đặt những viên gạch đầu tiên trên con đường Tarot. Cầm ánh sáng hi vọng trên tay, bước gấp gấp vào miền bí ẩn của số phận. Như thế, trên con đường này, chúng ta cô độc nhưng không lẻ loi.

Cuộc đời vốn dĩ là hữu hạn, nhưng tinh thần và linh hồn là bất tử. Và hi vọng, viên gạch đầu này sẽ khơi nguồn mạch chảy của nền Tarot Việt, chảy tiếp nối trong huyết mạch của những người Việt da vàng đã trót nặng nợ cùng Tarot.

Và cuối cùng, mong bạn đọc cuốn sách này, được ý quên lời..

Phùng Lâm
Thay mặt đồng tác giả Philippe Ngo

Cuốn sách được xây dựng nền tảng từ các cuốn kinh điển về tarot bao gồm The Pictorial Key To Tarot (1911) của Waite, The Tarot (1888) của Mathers, Book T của Golden Dawn, Book of Thoth(1944) của Crowley, The Tarot: A Key to the Wisdom of the Ages (1947) của Case.

- *Waite, viết tắt của Arthur Edward Waite (1857 – 1942), nhà huyền học người Anh, thành viên Hội Tam Điểm Anh (St. Marylebone Lodge No. 1305, London), thành viên hội kín Thập Tự Hồng Hoa (The Societas Rosicruciana in Anglia), hội chủ của hội kín Bình Minh Ánh Kim (Order of the Golden Dawn), tác giả của nhiều cuốn sách kinh điển A New Encyclopaedia of Freemasonry : Their Rites, Literature, and History (1921), Emblematic Freemasonry. (1925). Tác giả cuốn The Pictorial Key To Tarot (1911).*

- *Mathers, viết tắt của Samuel Liddell MacGregor Mathers (1854 - 1918), nhà huyền học người Anh, thành viên Hội Tam Điểm Anh, thành viên hội kín Thập Tự Hồng Hoa (The Societas Rosicruciana in Anglia), sáng lập viên của hội kín Bình Minh Ánh Kim (Order of the Golden Dawn), tác giả của nhiều bản dịch huyền học cổ thuộc loại kinh điển The Book of Abramelin (thế kỷ 14), The Kabbalah Unveiled (1684), Key of Solomon (thế kỷ 14.), The Lesser Key of Solomon (thế kỷ 17), và Grimoire of Armadel (thế kỷ 17). Tác giả cuốn The Tarot (1888).*

- *Crowley, viết tắt của Aleister Crowley, tên thật Edward Alexander Crowley (1875 –1947), nhà huyền học người Anh, thành viên hội kín Thập Tự*

> *Hồng Hoa (The Societas Rosicruciana in Anglia), hội chủ của hội kín Bình Minh Ánh Kim (Order of the Golden Dawn), sáng lập viên của hội kín Đền Thánh Phương Đông (Ordo Templi Orientis hay O.T.O.), sáng lập viên của triết phái Thelema. Tác giả của rất nhiều sách ma thuật và thần bí học, thường biết biết dưới tên nhóm sách Libri & Equinox. Tác giả của cuốn Book Of Thoth (1944).*

- *Case, viết tắt của Paul Foster Case (1884 –1954), nhà huyền học người Mỹ, thành viên của hội kín Bình Minh Ánh Kim (Order of the Golden Dawn), sáng lập viên của hội kín Builders of the Adytum (B.O.T.A), tác giả của nhiều cuốn sách kinh điển The True and Invisible Rosicrucian Order (1927), Correlations of Sound & Color (1931), The Highlights of Tarot (1931), The Book of Tokens (1934) . Tác giả của nhiều cuốn luận giải tarot như The Highlights of Tarot (1931), Tarot Fundamentals (1936), Tarot Interpretations (1936), The Tarot: A Key to the Wisdom of the Ages (1947).*

Những chỉ dẫn trong cuốn sách này được dẫn dắt bởi những chỉ dẫn của những người đi trước, những người thiết lập nên hệ thống mật mã của hội kín bình minh ánh kim. Những tri thức trong cuốn sách này đều được rút trích từ các nền tảng đó.

CHƯƠNG MỘT : CẤU TRÚC TAROT

Ngoại trừ những bộ bài Tarot cổ; đặc biệt thì bộ bài Tarot thông thường có số lá là 78 quân bài. Trong đó, được phân thành hai bộ là 22 lá ẩn chính gọi là Major (Greater) Arcana, gồm hai mươi hai lá được đánh số từ 0 – XXI. 56 lá còn lại gọi là bộ ẩn phụ Minor (Lesser) Arcana, được chia thành hai nhóm gồm 16 lá mặt (Court cards) và 40 lá số (Pips cards). Ba nhóm bài này tạo thành cấu trúc tam giác mà mỗi nhóm giữ một vị trí riêng biệt, tương tác lẫn nhau.

Để có thể học tập; nghiên cứu Tarot thì trước hết cần phải nắm vững cấu trúc của bộ bài, đồng thời có thể nhìn tỏ được sự khác biệt giữa ba nhóm bài được phân loại kể trên.

Trước tiên, cần phải bàn đến 22 lá ẩn chính, những quân bài được xem như linh hồn của cỗ bài Tarot. Chúng đại diện cho những sự kiện; tác nhân ảnh hưởng đến bản thân mỗi người trong đời sống. 22 lá ẩn chính là những quân bài với tên gọi và con số riêng biệt, đó thể là một sự kiện khởi đầu mới như The Fool, hoặc một nhân tố dự phần vào cuộc đời bạn như The Magician, hoặc The Empress. Đó có thể là các đối tượng chiêm tinh như Sun, Moon, Star. Đồng thời có thể là các yếu tố được điểm tên cụ thể như Strength, Justice, Temperence. Hay những sự vật như The Wheel,

The Chariot, The Tower. Bộ ẩn chính là phức hợp của những sự kiện, tác nhân có ảnh hưởng sâu sắc lên bản thân mỗi chúng ta không chỉ trên phương diện vật lý, mà còn ở cả mặt tinh thần.

Chủ thể chịu tác động của các sự kiện, tác nhân của 22 lá chính đó là 16 lá mặt. Đây là những lá về người với những tính khác nhau, các lá Knight với tính lửa đại diện cho nguồn năng lượng nguyên thủy, bản năng, cuồng nhiệt. Các lá Queen với tính nước, mang theo là sự dịu dàng, tinh khiết, yêu thương. Các lá King với tính khí, chứa trong mình là lý trí, khôn ngoan, thực tế, độc lập. Các lá Page mang tính đất, với sự thơ ngây, bướng bỉnh, ngoan cố, chiếm hữu. Mỗi lá mặt là sự kết hợp giữa hai thành tố : danh xưng và bộ ẩn phụ, thí dụ như Queen Of Cups là nước trong nước; là một người phụ nữ tình cảm, dịu dàng, trong sáng, sống để thương yêu mọi người. 16 lá mặt, là mười sáu khuôn mặt trong đời sống. Mỗi người có thể đơn thuần chỉ có một khuôn mặt, song cũng có thể hai đến ba khuôn mặt được biểu hiện trong nhiều lĩnh vực, tình huống trong đời sống. Tính cách của con người biểu hiện qua mười sáu khuôn mặt này là một sự phức hợp mà càng trải nghiệm càng khiến chúng ta không bao giờ hết ngạc nhiên.

Khi chủ thể/ đối tượng trong 16 lá mặt chịu sự tác động của

các sự kiện, tác nhân thì sẽ dẫn đến sự phản ứng của chủ thể dẫn đến tình trạng được diễn tả bằng các lá số. Tùy vào hoàn cảnh, sự tác động của sự kiện và nhân tố sẽ ảnh hưởng lên khía cạnh tinh thần hay phương diện hiện thực của chủ thể. Cùng một sự kiện xảy ra, nhưng chủ thể có tính cách khác nhau sẽ thể hiện ra cách phản ứng không đồng nhất, dẫn đến sự khác biệt về tình trạng được miêu tả. Đi từ lá Ace đến lá số 10 ở mỗi bộ là các tình trạng khác nhau, như các lá Tám Gươm, Chín Gươm thể hiện sự ảnh hưởng trực tiếp về mặt tinh thần. Song các lá Ba Cúp, Bốn Gậy, Năm Gươm lại thể hiện các yếu tố hiện thực, sự tương tác giữa chủ thể và các đối tượng khác trong đời sống thực tại.

Tam giác của 22 lá chính, 16 lá mặt, 40 lá số diễn tả sự khác biệt của ba nhóm đó là sự kiện/ tác nhân – đối tượng – tình trạng. Ba yếu tố này có sự tương tác với nhau theo hướng phức hợp, trong trường hợp này thì yếu tố nổi bật lên; giữ vị trí chủ đạo, song trong hoàn cảnh khác thì cũng yếu tố này lại ít ảnh hưởng hơn chịu sự chi phối của hai yếu tố còn lại.

CẤU TRÚC ẨN CHÍNH (MAJOR ARCANA)

Như đã nêu ở phần đầu, hai mươi hai lá ẩn chính là hai mươi hai loại tác nhân sự kiện ảnh hưởng đến đời sống hiện thực, tinh thần của con người. Đó có thể là những sự kiện thiên định như cái già, nỗi chết, bệnh tật, hoặc là sự trưởng thành về mặt sinh lý cũng như tâm lý của mỗi cá thể trong đời. sống.

Đối mặt với các sự kiện mà bản thân không thể kiểm soát được, thì kho tàng trong bộ ẩn chính mang đến cho chúng ta là sự chấp nhận, chứ không phải trốn chạy vào ảo vọng. Là sự thấu hiểu, để đối diện với những đau khổ thường trực trong đời sống. Những bài học, đi cùng sự tinh luyện từ bên trong, dưới sự tôi luyện bên ngoài, giúp chúng ta phá vỡ xiềng xích khổ đau, để thành con người tự do.

Bộ ẩn chính thường được phân các nhóm như sau :

- Nhóm hình tượng, nhân cách : The Fool, thằng khờ; sự thơ ngây. The Magician, nam tính; kẻ khôn khéo; lý trí. The High Priestess, nữ tính; kẻ nắm giữ tri thức. The Empress, người mẹ; sự che chở; cảm tính. The Emperor, người cha; cái tôi; quyền lực. The Hierophant, người thầy; sự chỉ dạy; tinh thần, tín ngưỡng. The Lovers, người thương; đam mê; hợp nhất; lý tưởng. The Hermit, kẻ thông thái; trí tuệ, người soi đường. The Hanged Man, người thụ pháp; thần giao; sự hiến sinh.

- Nhóm sự vật : The Chariot, cỗ xe; sự chế ngự; đấu tranh

với khó khăn bên ngoài. Wheel Of Fortune, bánh xe; vận mệnh; số phận; sự chi phối, ảnh hưởng từ bên ngoài. The Tower, tòa tháp bị sét đánh; sự kiện đột ngột; phá hủy cái cũ; biến động không mong muốn. The World, hoàn thành chu trình; sự tự do; thông tuệ; không bị ngoại lực chi phối.

- Nhóm thiên văn : The Star, tinh tú; cái tôi; hi vọng; tình bạn; nguyện ước. The Moon, mặt trăng; bản năng; ảo vọng; cảm xúc sâu thẳm; điên loạn. The Sun, mặt trời; siêu tôi; đứa trẻ thần thánh; sự tin tưởng; thành tựu. Ba yếu tố thiên văn đại diện cho cái thiên thể, song chúng đại diện cho các yếu tố tinh thần bên trong của con người. Đó có thể là Moon biểu diễn cho bản năng nguyên thủy; hoang dại, tượng trưng cho Id (cái nó), là Star lột tả sự riêng biệt của từng cá thể, thể hiện cho Ego (cái tôi), và Sun diễn tả những điều siêu việt, tốt đẹp mà con người luôn muốn hướng tới, biểu trưng bởi Superego (siêu tôi). Id, Ego, Superego theo Sigmund Freud là ba trụ cột cấu trúc nên miền tâm thức. Đặc biệt với bộ Tarot De Vieville, ba lá bài này đại diện cho ba nhóm pháp thuật để giúp con người đạt đến mức độ cao hơn trong đời sống. Lá Star, chính là các phương pháp biến đổi tinh thần; tăng cường trí tuệ thông qua các phép thần số học, chiêm tinh… Lá Moon, là các phương pháp biến đổi thể chất thông qua các thuật ma dược, luyện đan… Lá Sun, là các phương pháp biến đổi linh hồn thông qua các phép thần giao; triệu hồi;hoặc các phương pháp tìm hiểu sự sống và cái chết...

- Nhóm tính chất/ sự kiện cụ thể : Death, cái chết; sự chuyển biến; quá trình lột xác; sự kiện có ảnh hưởng lớn đến đời sống tinh thần. Strengh, sức mạnh; sự kiểm soát bản ngã; nghị lực; dũng cảm. Justice, công lý; quy tắc; trật sự; công bằng; trừng phạt; luật lệ. Judgment, phán xét; sự thức tỉnh; bao dung; thiên lương; trách nhiệm; vượt qua thân phận con người. Temperance, sự tiết chế; điều độ; cân bằng tinh thần; dung hòa; chuyển đổi. The Devil, quỷ dữ; ham muốn; bản năng; cám dỗ; ràng buộc; chiếm hữu; nhu cầu.

Các nhóm bài mang tính chất riêng biệt được hệ thống và cấu trúc theo nhiều trường phái. Chính sự nhìn nhận theo cấu trúc sẽ có ảnh hưởng nhất định đến ý nghĩa của các lá bài.

CẤU TRÚC ẨN PHỤ SỐ (MINOR ARCANA – PIP CARDS)

Bốn mươi lá số được chia thành bốn bộ, mỗi bộ gồm từ lá Ace cho tới lá số 10. Bao gồm các bộ gậy cúp kiếm tiền được ghép tương ứng với các nguyên tố lửa nước khí đất. Mặt khác, bốn đầu hình này có sự tương ứng với tứ giới trong huyền học Do Thái Cổ. Cụ thể, Atziluth: nguyên giới/ thế giới bản nguyên, chứa đựng nguồn năng lượng nguyên thủy, thôi thúc cho sự sáng tạo, gắn kết với bộ Wands – tượng trưng cho tư tưởng, ý tưởng, nhiệt huyết. Briah: sinh giới/ thế giới của sự sinh sôi nảy nở và nuôi dưỡng, gắn kết với bộ Cups – nơi nguồn nước nuôi dưỡng, chăm sóc nguồn năng lượng nguyên thủy. Yetzirat: tạo giới/thế giới của sự đa dạng, khi bắt đầu có sự phân chia, tạo hình, phát triển, gắn kết với bộ Swords – nơi ngôn ngữ, ánh sáng, những thiết kế hình thành và chứa đựng thông tin. Assiah: chân giới/ thế giới thực tại, gắn kết với bộ Pentacles – nơi mà các nguồn năng lượng được cố định, trở nên hữu hình hữu thể trong không gian và thời gian.

Có một điểm cần chú ý ở các lá số là chúng ta sẽ chú ý đến hai giai đoạn trong lịch sử Tarot, trước Waite và sau Waite. Ở các thế kỷ trước những bộ bài như Visconti-Sforza Tarocchi, Tarot De Marseilles hay Ettellia Tarot đều có một điểm chung là các lá số đều chỉ thể hiện các biểu tượng, và sự tăng lên của các biểu tượng trong lá bài với con số tương ứng. Mãi cho đến khi bộ Rider – Waite doArthur E. Waite thiết kế và minh họa bởi Pamela Coleman Smith lần đầu tiên được xuất bản. Thì các biểu tượng đầu hình thay vì được sắp xếp như cũ thì được chuyển đổi thể hiện bằng các hoạt cảnh tương tự như ở các lá ẩn chính. Đây là một bước đột phá lớn, dẫu vào thời điểm đó gặp nhiều phản đối từ các nhà huyền học khác. Song chính nhờ sự thay đổi này, mà Tarot bắt đầu phổ biến hơn với công chúng.

Quay trở lại với những lá số, thí dụ nếu ta xem các lá mặt đại diện cho những vai diễn trong một vở kịch, các lá ẩn chính là những sự kiện xảy ra/ hoặc đối tượng tương tác trong vở kịch ấy, khi đó những nhân vật tùy vào tính cách mà sẽ có cách phản ứng khác nhau đưa đến các hoàn cảnh khác nhau. Đó có thể là những đoạn xung đột cao trào, hay những cảnh vui vẻ bình yên, hoặc nỗi u buồn mất mát. Mặt khác, thí dụ ở hoàn cảnh số 2 thì chúng ta có nhiều nguyên nhân dẫn đến hoàn cảnh này. Thí dụ như 1+1=2, 3-1=2, 8/4=2… Vì vậy khi xem xét một hoàn cảnh cụ thể, cần nhìn nhận mọi việc trên nhiều góc nhìn, để tránh bỏ sót thông tin quan trọng. Thí dụ như lá ba gươm là sầu khổ, vậy thì nguyên nhân của nỗi niềm ấy là gì? Nỗi buồn đâu phải ai cũng như ai? Rồi niềm đau ấy sẽ trôi về đâu? Đó là những điều mà chúng ta nên chú tâm trong khi nghiên cứu, luận giải. Bởi, mỗi con người là một thân phận riêng biệt, không hình dung nhân dạng nào giống nhau.

Trong huyền học, tính biểu tượng của con số rất đa tầng đa nghĩa. Pythagoras đã xem những con số như là tiếng nói của vũ trụ, hay vạn vật đều được sắp xếp theo các con số.

Trong huyền môn, ý nghĩa thâm ảo của các con số được những người theo phái Ngộ Đạo(Gnosticism), cũng như những người theo phái Huyền Học Do Thái Cổ(Hermetic Qabalah) phát triển lên. Thí dụ như con số 1 là con số tượng trưng cho sự tồn tại, cho ánh sáng, tượng trưng cho con người đứng thẳng giữa không gian. Là bản nguyên của sự hợp nhất giữa bóng tối và ánh sáng. Thể hiện sự tìm tòi, tự thấu hiểu. Con số 2 thể hiện sự phân cực; tính nhị nguyên- ánh sáng/ bóng tối, sống/ chết; những tri thức tiềm ẩn; nguồn sức mạnh đến từ bên trong.

Hoặc như số 36 là một con số đặc biệt. Nó là con số của sự quy tụ vũ trụ, của sự hòa nhập các nguyên tố cũng như các chu trình tiến hóa. Ba mươi sáu là con số của trời, bảy mươi hai là con số của đất và một trăm lẻ tám là con số của nhân gian. Nếu ta cộng tổng các số lại, thí dụ như 36 = 3 +6 = 9, hoặc là 72= 7+2 = 9, và 108 = 1 + 0 +8 = 9. Không chỉ ở phương Tây, mà cả ở phương Đông thì đây là những con số đẹp, màu nhiệm và đầy sức mạnh. Nhắc đến phương Đông, thì chúng ta có thể bắt gặp được những nét tương đồng trong tư tưởng, triết lý về các con số như ở Lão Tử: "Đạo sinh nhất, nhất sinh nhị, nhị sinh tam, tam sinh vạn vật. Vạn vật phụ âm nhi bão dương, trùng khí dĩ vi hoà". (Đạo sinh 1; 1 sinh 2; 2 sinh 3; 3 sinh vạn vật. Vạn vật cõng âm, ôm dương, điều hoà bằng trùng khí). [Đạo đức kinh, thiên 32]

Tuy nhiên, trong địa hạt của Tarot thì ý nghĩa của các con số được cô đọng lại. Theo Maxwell, thì chúng ta cần lưu ý đến các bộ ba, bộ bảy, cụm đẳng thức 3x7. Những con số sẽ được giản lược, trở về một thể thống nhất như con số 10 sẽ giản lược bằng cách cộng lại với nhau để thành 1. Tương tự với những số khác. Các con số từ 1-9 là bản nguyên, thể hiện những đặc điểm cơ bản nhất của các con số khai triển từ chúng.

Thí dụ, như khi đề cập đến con số 4 trong các lá số. Thì ta có các lá bốn gậy, bốn cúp, bốn gươm, bốn tiền. Dễ thấy nhất, trong bộ bài của Waite là bốn gậy miêu tả hình ảnh bốn cây gậy được sắp xếp thành hai bên, ở trên có giăng vòng hoa có những người đang hân hoan, vui vẻ(2+2). Lá bốn cúp diễn tả một người đang ngồi dưới gốc cây, bên cạnh có một chiếc cúp từ trong mây đưa ra; trước mặt là ba chiếc cúp(3+1). Lá bốn gươm diễn tả hình ảnh nhà mồ, có khắc tượng một hiệp sĩ trên áo quan, trên tường có khắc hình ba thanh gươm, bên dưới áo quan cũng có khắc hình một thanh gươm(3+1). Lá bốn tiền thể hiện một ông vua hai chân đạp lên hai đồng tiền lớn, tay và trên đầu có hai đồng tiền lớn(2+2). Nếu xét với con số 4, thì đều mang tính chất ổn định hoặc trì trệ tùy vào lá bài. Như lá bốn gậy là sự ổn định, hoàn thành một chu trình, thành quả, là giai đoạn nghỉ ngơi trước khi bước tiếp. Hay lá bốn cúp, là sự tiếp thu một cách thụ động từ bên ngoài, đồng thời chiêm nghiệm bên trong để giải quyết những vấn đề của tự thân. Lá bốn gươm, là một giai đoạn trì hoãn, nghỉ ngơi trước khi bắt đầu những trận chiến khốc liệt. Lá bốn tiền là sự ổn định, xây dựng nên những trật tự, quy tắc bất di bất dịch, bám vào cái cũ để phát triển, song chỉ là sự ổn định nhất thời vì nội tại bên trong đang có sự phân rã, hai đồng tiền ở trên bắt đầu có sự phân cực từ 2+2 chuyển dần sang 3+1.

CẤU TRÚC ẨN PHỤ HOÀNG GIA (MINOR ARCANA – COURT CARDS)

Các lá mặt mà tiếng Anh là Court Cards, có nguồn gốc từ các bộ bài sử dụng với mục đích giải trí. Là quân bài có hình người với các tên gọi như King, Queen, Knave/Jack. Trong Tarot, ở mỗi bộ ẩn phụ đều có bốn lá Court Cards với tên gọi tùy thuộc vào từng hệ thống riêng biệt như King Of Wands, Knight Of Wands. Queen Of Wands, Page Of Wands ứng với bộ The Rider-Waite Tarot, còn với bộ Thoth Tarot thì lại là Knight Of Wands, Queen Of Wands, Prince Of Wands, Princess Of Wands.

Mỗi lá mặt đại diện cho một kiểu tính cách, một loại đối

tượng. Mà 16 lá mặt là 16 kiểu tính cách, 16 loại đối tượng. Dưới sự tác động của các sự kiện xảy đến thì chủ thể chịu sự tác động sẽ thể hiện ra tính cách của bản thân. Hoặc tương tác với đối tượng có kiểu tính cách mà lá bài đại diện. Thí dụ như khi đối diện với những biến cố lớn trong cuộc sống như thất tình, phá sản, mất người thân thì Knight Of Pentacles sẽ có biểu hiện khác với Queen Of Cups. Một bên đau buồn nuốt ngược vào trong; lệ không rơi ngoài tim, còn bên còn lại thì thể hiện cảm xúc đau thương ra một cách mạnh mẽ nhất có thể. Tuy nhiên, thí dụ trên chỉ mang tính tương đối trên lý thuyết vì mỗi người không ai giống ai, có thể có kiểu tính cách giống nhau, nhưng tùy vào sự trải nghiệm mà mỗi người hình thành nên nhân cách riêng biệt.

Có hai nhóm yếu tố ảnh hưởng lên ý nghĩa của các lá mặt, đó là bốn yếu tố đầu hình như Wand, Cup, Sword, Pentacle và bốn yếu tố danh xưng Knight, Queen, King, Page.

Trong Tarot có nhiều hệ thống để kết hợp các yếu tố đầu hình với các nguyên tố. Song ta xét đến hệ thống phổ biến và nổi bật hơn hết là hệ thống Gậy ứng với nguyên tố lửa, Cúp ứng với nguyên tố nước, Gươm ứng với nguyên tố khí, Tiền ứng với nguyên tố đất(Wand – Fire, Cup – Water, Sword- Air, Pentacle- Earth). Hệ thống này có nền tảng từ

Book T của Mathers, thuộc hội Bình Minh Ánh Kim.

Tiếp theo, khi xem xét các nguyên tố ứng với danh xưng của các lá mặt. Trong Book T của Mathers quy định Kị Sĩ ứng với lửa, Hoàng Hậu ứng với nước, Vua ứng với khí, còn Tiểu Đồng ứng với đất. Bên cạnh đó, Papus trong cuốn Tarot Of Bohemians lại quy định Vua ứng với lửa, Hoàng Hậu ứng với nước, Kị Sĩ ứng với khí, Tiểu Đồng ứng với Đất. Ở đây, chúng ta xét theo hệ thống của Mathers.

Khi ghép hai thành tố gồm danh xưng với đầu hình lại cùng nhau thì ta có được yếu tố nội hàm và yếu tố ngoại hàm, tức là phần thể hiện ra bên ngoài và phần ẩn bên trong. Thí dụ như Kị Sĩ Gậy là lửa trong lửa(Fire Of Fire), Hậu Gậy là nước trong lửa(Water Of Fire)… Tương tự cho các lá mặt khác. Song dù là lửa trong lửa, hay nước trong lửa thì yếu tố chủ đạo cần chú ý khi luận giải vẫn là yếu tố lửa.

• Xét về yếu tố ngoại hàm: sự khác biệt của bốn đầu hình. Gậy đại diện cho lửa, tượng trưng cho tư tưởng, nhiệt huyết, đam mê, xung đột, trực giác. Cúp đại diện cho nước ,tượng trưng cho cảm xúc, tình cảm, tâm linh, yêu thương. Gươm đại diện cho khí, tượng trưng cho giao tiếp, thông tin, lý trí, hủy diệt, vinh quang, công bằng. Tiền đại diện cho đất, tượng trưng cho cơ thể, vật chất, hành động, tiền bạc, giác quan.

• Xét đến yếu tố nội hàm: sự khác biệt của bốn danh pháp. Kị Sĩ mang trong mình nguồn năng lượng dồi dào, đi cùng với sự cuồng nhiệt, dám nghĩ dám làm, liều lĩnh, song dễ lên xuống thất thường, thiếu kiên định. Hoàng Hậu chứa bên trong là tình cảm yêu thương dạt dào, sự dịu dàng, dễ chịu sự chi phối của cảm xúc. Còn với Vua là sự quyết đoán, thông minh, lý trí, khả năng thuyết phục, tham vọng, nghiêm khắc. Cuối cùng ở Tiểu Đồng là bản năng, tiếp nhận mọi thứ bằng giác quan của mình, non nớt, nguồn năng lượng yếu; thiếu tập trung, bướng bỉnh.

Để làm rõ hơn, chúng ta có thể xem xét ý nghĩa của lá Queen Of Wands. Xét trên yếu tố lửa là chủ đạo, thì ngọn lửa của Queen Of Wands không phải là một ngọn lửa mạnh do chịu sự tác động của yếu tố nước. Tính cách của Queen Of Wands thể hiện ra trong đời sống là sự nhiệt tình, thẳng thắn, nghiêm túc tận tụy với công việc, có nhiều ý tưởng sáng tạo, lạc quan, sôi nổi, tự tin. Trong tình cảm, đây lại là con người nồng cháy, quyến rũ. Song Queen Of Wands lại là người dễ chịu sự chi phối của cảm xúc, thiếu khả năng kiềm chế, có xu hướng tổn thương người khác trong khi nóng giận, thiếu kiên định.

Mathers đã luận giải về Queen Of Wands là người có khả năng thích nghi tốt, giải quyết các vấn đề một cách trực tiếp; nguyên tắc, có khả năng truyền cảm hứng, nhiệt tình; rộng lượng khi mọi thứ đang diễn ra theo chiều hướng thuận lợi. Ở mặt khác, những điểm tiêu cực trong Queen Of Wands là sự cố chấp, thù hận, độc đoán, dễ dàng gây hấn; xung đột với đối tượng khác khi ở trạng thái không kiềm chế được cảm xúc. Bên cạnh đó, Crowley cũng luận giải có nhiều nét tương đồng như: khả năng thích nghi tốt, sở hữu năng lực cuốn hút mạnh mẽ, dáng vẻ điềm tĩnh, cao thượng/ hào phóng nhưng thiếu kiên nhẫn trước sự chống đối, bên cạnh đó ở mặt tiêu cực thì đây lại là người ngu ngốc, ngoan cố, hay thù hằn, độc đoán, dễ nổi giận vô cớ. Khác biệt, là Crowley lại cho rằng Queen Of Wands có nguồn năng lượng bền bỉ. Còn ở Waite, thì Queen Of Wands có những đặc điểm như: thân thiện, thuần khiết, khả ái, đáng kính trọng. Có nhiều đam mê về tài chính, nhạy bén trong kinh doanh. Nhưng ở hướng khác lại là sự phản nghịch, ghen ghét, ích kỷ, thiếu trung thực, dễ thay đổi.

Theo Lon Milo DuQuette thì các lá Page đại diện cho khoản không gian, còn các lá Knight, Queen, King lại đại diện cho khoản thời gian. Ông lý giải vấn đề này theo phần tính chất nguyên tố của danh pháp mà các lá mặt đại diện. Ví dụ như các lá Page mang tính chất của đất nên có mối quan hệ mật thiết với các lá Ace, cũng như đại diện cho một khoản không gian nhất định.

Trong Book T, Mathers cũng có viết về các lá Page, mà cụ thể là Page Of Cups và Page Of Swords cùng đại diện cho vùng thiên đường bao quanh Kether. Còn Page Of Pentacles thì đại diện cho vùng thiên đường chung quanh điểm cực bắc của vòng hoàng đạo. Và Page Of Wands đại diện cho một phần thiên đường bao quanh cực bắc. Cụ thể hơn, Page Of Wands đại diện cho khoản không gian của các cung: Cự Giải/Sư Tử/ Xử Nữ. Page Of Cups đại diện cho khoản không gian của các cung: Thiên Bình/Bọ Cạp/ Nhân Mã. Tương tự với hai lá Page còn lại. Sự sắp xếp này, có ảnh hưởng nhất định lên ý nghĩa của lá mặt tương ứng. Thí dụ như Page Of Wands đại diện cho khoản không của các cung Nước/Lửa/Đất, khuyết thiếu cung Khí. Từ đó ta có thể luận giải tính chất/ tính cách của lá mặt này theo hướng khuyết thiếu nguyên tố.

CHƯƠNG 2 : BỘ ẨN CHÍNH (MAJOR ARCANA)

0 – The Fool

"There's no fool like an old fool" - Ngạn ngữ Anh

Hình ảnh tiêu biểu của lá bài thường là hình một chàng trai trẻ đang lang thang trên đường, bên tay là một cành hoa hồng, tay còn lại mang tay nảy. Dáng đi thong thả đùa bỡn, không mục đích. Lá bài này thường ám chỉ một trạng thái lưng chừng không quyết đoán, hoặc trạng thái đổi chiều một cách vô định dù có lúc là không ý thức. Nó bao gồm trạng thái khởi điểm vô ý thức, không định hướng, đầy sơ suất và nguy hiểm. Nó cũng bao gồm trạng thái

đi đến cực điểm của đam mê, đôi lúc trở thành cuồng loạn.

Về công việc, nếu đang bắt đầu xây dựng công ty hay dự án mới, lá bài tương ứng với tình trạng mất định hướng và đầy rủi ro kinh doanh. Nếu dự án đã triển khai thì lá bài mô tả tình trạng bão hòa hay bất lực với cách điều hành, hoặc diễn tả một kiểu điều hành độc đoán và áp lực. Nhận được lá bài này, bạn nên xem lại cách điều hành dự án hay công ty của mình, xem lại định hướng cho công ty, tránh định hướng dàn trải nhưng không có mũi nhọn cụ thể.

Về tiền bạc, lá bài thể hiện một hoàn cảnh tiêu xài phung phí không chừng mực, hoặc tiêu phí theo cảm tính mà không có sự chủ động về mục đích. Lá bài giảm sự tiêu cực khi bạn thực hiện theo đam mê và quyết định tiêu phí cho sự đam mê đó. Trường hợp này, lá bài ám chỉ sự tiêu phí quá đáng dành cho đam mê, nhưng mặc khác, sự đam mê đó lên đến cực điểm và như vậy, chưa chắc đã là không tốt. Còn thông thường, bạn nên coi lại định mức chi tiêu và mục tiêu chi tiêu của bản thân.

Về bè bạn, đồng nghiệp, lá bài ám chỉ một nhóm bạn hoặc bản thân bạn quá thờ ơ với người xung quanh. Tình trạng thờ ơ này diễn ra vô thức nhưng gây ảnh hưởng đến các mối quan hệ trong môi trường xung quanh. Lá bài cũng cảnh báo những rủi ro phản bội của tình bạn, và những sự phản bội khác kèm theo như tiền bạc, địa vị … Lá bài cũng cảnh báo về sự ân sủng quá mực của bạn với người khác, có thể tạo nên nhiều vấn đề ganh ty hay tủi thân cho những người xung quanh. Sẽ khôn ngoan hơn nếu bạn chịu nhìn lại các mối quan hệ và điều chỉnh sự quan tâm đúng mực cho những người xứng đáng.

Về gia đình, người thân thì lá bài cảnh báo sự thờ ơ đối với gia đình và ngược lại. Điều này có thể cho chính cách xử sự của bạn. Nó cũng cảnh báo những hành động sơ xuất có thể gây tổn hại đến tình cảm gia đình. Bạn cần phải nhìn lại hoàn cảnh đó và thu xếp mọi thứ vào chỗ của nó. Những lời xin lỗi hoàn toàn có thể phá đi những bất lợi của lá bài này. Cẩn thận hơn về ngôn từ cũng như hành động vì lá bài này còn bao gồm sự bất cẩn trong hành vi con người.

Về tình yêu, vợ chồng thì lá bài cảnh báo nguy cơ một trong hai người đang theo đuổi một mục đích khác như công việc hay đam mê mà bỏ bê mối quan hệ tình cảm. Lá bài cũng hiển thị, tệ hơn nữa là những rủi ro phản bội. Nếu bạn đang có mục đích to lớn và bỏ quá nhiều thời gian vào điều đó thì bạn đang đánh mất cơ hội hạnh phúc trong tình yêu. Hãy xem lại thời gian biểu của bản thân và suy xét xem mình có phải đã dành quá ít thời gian cho người yêu hay không. Điều chỉnh lại, bạn có thể giảm tối đa nguy cơ liên quan đến sự phản bội do lá bài mang lại.

Về sức khỏe, lá bài cảnh báo mọi sự tác động của các thành phần gây kích thích, cũng như các hoạt động mạo hiểm quá đà. Bối cảnh lá bài cho thấy bạn sẽ bị quấy rối bởi rất nhiều đam mê khiến bạn mất đi sự tỉnh táo của mình. Hạn chế tham gia quá sâu và hăng hái vào các trò vui có nguy cơ sẽ giúp bạn vượt qua lá bài một cách thuận lợi. Cẩn thận thật sự với những trò chơi mạo hiểm trong giai đoạn này.

Về nhiệm vụ, thượng cấp thì bạn đang gặp những hoàn cảnh đầu mút. Hoặc là bạn có một hoặc nhiệm vụ rất đơn giản và một thượng cấp thờ ơi, không kiểm tra đôn đốc. Hãy nhớ là nhiệm vụ nhỏ vẫn có thể gây tác hại lớn và bạn nên chú tâm vào nhiệm vụ của mình cho dù thượng cấp tỏ ra thờ ơ với nhiệm vụ của bạn. Sự kiêu căng cũng được đề cập đến trong lá bài này. Chúng ta hay xem thường các nhiệm vụ đơn giản, tỏ ra kiêu căng vì đã nắm được phương thức thực hiện. Nhưng hãy chú ý rằng mọi thứ còn ở phía trước và bạn phải thực hiện tốt nhiệm vụ này. Một hoàn cảnh khác mà lá bài nói đến là bạn đang rơi vào trạng thái hăng hái quá mức. Bạn có thể đang bị căng thẳng. Nếu bạn thật sự gặp điều đó thì nên giảm tải lại các công việc hay những vấn đề theo đuổi một cách hợp lý hơn.

Về mất mát, tai nạn thì lá bài cảnh báo rõ ràng về một tình trạng bấp bênh và sơ suất. Lá bài cũng ám chỉ đến các tật say sượu hay mất ý thức do kích thích. Sự bất cẩn gắng liền với hình ảnh lá bài. Điều mà bạn có thể làm khi gặp lá này là hạn chế mọi hoạt động kích thích (do thuốc hay các đam mê) vì nó dễ dẫn đến các rủi ro và mất mát. Cẩn thận khi tham gia vào các thú vui mà bạn đã từng hiểu rõ vì bản chất lá này cảnh báo sự kiêu căng sẽ là tác nhân nguy hiểm cho bạn.

Tóm tắt từ khóa: Điên rồi, loạn não, lãng phí, nhiễm độc, mê sảng, điên cuồng, phản bội, sơ suất, vắng mặt, phân phối dàn trải, bất cẩn, thờ ơ, vô hiệu, kiêu căng.

1 - The Magician

"Tôi biết, tất nhiên, là cây và cỏ có rễ, thân, vỏ, cành và lá đều tiến về phía ánh sáng. Nhưng tôi muốn nhắc rằng các nhà ma thuật thực sự sẽ toả sáng ngay cả ở bên trong."- Edward Steichen

Hình ảnh chủ đạo của lá bài này là một người trong vai trò nhà ma thuật, tay cầm các dụng cụ ma thuật đang biểu diễn hoặc thực hiện các trò phù phép. Tay và trên bàn thường cầm bốn vật dụng gậy, kiếm, tiền, ly đại diện cho bốn mặt của con người: quyền lực, sức mạnh, tiền bạc, tình cảm. Có đôi khi hình ảnh vô định cũng xuất hiện trên đầu của nhân vật, hoặc tay nhân vật cầm một

gậy phép giơ cao. Nhân vật đứng thẳng hoặc trong tư thế sẵn sàng, mặt tự tin và đầy ý chí. Đôi khi trong hình ảnh một tay đưa lên, một tay đưa xuống nhằm thể hiện truyền ngôn "as above, as below" trong truyền thuyết cổ.

Về công việc, lá bài ám chỉ một công việc được chuẩn bị tốt, và được dẫn đắt bởi một người có kỹ năng. Sự tự tin trong lá bài này xuất hiện chừng mực. Lá bài cho biết một công việc thành công và ổn định. Đối với trường hợp khởi nghiệp hay mở đầu dự án thì đây là tín hiệu tốt. Lá bài cũng nhắc đến cạm bẫy như một khó khăn cần phải vượt qua, vì vậy, cần phải cẩn thận với những chiêu bài dụ dỗ nếu có đối với các dự án.

Về tiền bạc, lá bài là sự sung túc hiếm có trong tarot. Các vấn đề gặp phải về tiền bạc sẽ dễ dàng giải quyết và trôi qua êm đẹp. Tuy nhiên, lá bài cảnh cáo sự mất mát nếu trong trường hợp cho vay mượn. Cạm bẫy đối với những dụ dỗ lợi nhuận có thể sẽ diễn ra thường xuyên hơn. Lời khuyên cho vấn đề là tạm dừng các khoảng vay mượn sẽ giúp bạn có sự ổn định trong tiền bạc và chi tiêu. Bạn cũng cần cẩn thận rơi mất tiền bạc trong cuộc du hành của mình.

Về bè bạn, đồng nghiệp, lá bài cho biết những mối quan hệ cộng sự và bè bạn thật hữu ích. Những động lực hỗ trợ này dâng cao và đầy đủ. Ở lá bài này, bạn sẽ không hề lo lắng gì về các trợ lực tiền bạc, danh vọng hay tình cảm. Một cảnh báo nhỏ trong lá bài là bạn có thể sẽ phân vân khi lựa chọn các nguồn lực, và trường hợp này, bất cứ lựa chọn nào của bạn cũng sẽ dẫn đến thành công. Đừng ngại ngùng thổ lộ với bạn bè khi gặp các vấn đề khó khăn, họ sẽ giúp đỡ bạn nhiệt tình.

Về gia đình, lá bài cho thấy một hoàn cảnh được chăm sóc tốt. Sự tự tin và tầm lãnh đạo được thể hiện rõ trong gia đình. Bạn cảm nhận được sự đóng góp của bản thân cho gia đình. Chú ý rằng sự tự tin của bạn hiện tại rất có chừng mực, vì vậy hãy cố gắng giữ thái độ chừng mực đó lâu dài. Lá bài thể hiện rất tốt trong vấn đề gia đình và bạn sẽ chẳng có gì lo về người thân trong nhà trong giai đoạn này.

Về tình yêu, vợ chồng, lá bài là sự báo hiệu tốt về các mối quan hệ tình yêu, đặc biệt là các dự định tương lai. Nếu có dự định xây nhà, đầu tư, hay có con đều sẽ thuận lợi nếu thực hiện vì có nhiều sự hỗ trợ từ bên ngoài. Sự tự chủ về tiền bạc, sự ổn định về công việc, và sự hỗ trợ tốt từ bạn bè là những nhân tố chính giúp cho các vấn đề tình yêu được thăng hoa. Nếu bạn cảm nhận được sự ổn định này thì một vài dự định cá nhân hay hôn nhân nên được thực hiện.

Về sức khỏe, lá bài ngược lại là một cảnh báo về sức khỏe. Sự căng thẳng có thể đến bất cứ lúc nào, và bạn nên chuẩn bị cho điều đó. Bệnh tật có thể kèm theo đau đớn, tình huống xấu nhất cũng có thể diễn ra. Vấn đề thể lực cũng được nói đến trong lá bài. Sự chuẩn bị tâm lý ngay từ đầu giúp cho bạn đỡ căng thẳng và ứng phó tốt với các sự kiện xảy đến. Lá bài cũng chỉ ra rằng bạn nên tận dụng sự hỗ trợ của các nguồn lực để hạn chế các vấn đề sức khỏe. Những chi phí bảo hiểm nên được quan tâm đúng mức để đề phòng bất trắc là một trong những việc có thể làm.

Về nhiệm vụ, thượng cấp, nếu bạn được trao nhiệm vụ từ người khác thì bạn nên đề phòng những thảm họa thiên nhiên hay xã hội tác động tiêu cực lên nhiệm vụ được giao. Lỗi tất nhiên không phải do bạn, nhưng những trở ngại đó sẽ tác động tiêu cực lên sự thăng tiến của bạn. Sự thất bại trong nhiệm vụ có thể khiến bạn mất danh dự và sự tự tin. Lời khuyên là dù có những lỗi lầm hay thất bại, bạn vẫn có đủ nguồn lực để tái lập lại trật tự, và sự mất tự tin nên được thoát ra nhanh chóng.

Về tai nạn, mất mát, lá bài là sự ám chỉ trực tiếp đến các tai họa bất ngờ, những cạm bẫy khó lường trước. Bạn chắc chắn sẽ gặp không ít hoàn cảnh trở tay không kịp và rõ ràng là bạn dễ rơi vào các tình huống lừa lọc. Hãy tỉnh táo và đối phó tốt, bạn có sự tinh tế và kỹ năng để nhận ra các rủi ro đó. Một người hỗ trợ tinh thần có nhiều kinh nghiệm là một sự lựa chọn không tồi để xử lý các vấn đề. Việc tai nạn hay mất mát là không thể tránh khỏi, nhưng bạn hoàn toàn có thể giảm thiểu tác hại của nó.

Từ khóa: Kỹ năng, ngoại giao, địa chỉ, tinh tế, bệnh tật, đau đớn, mất mát, thảm họa, cạm bẫy; sự tự tin, Bác sĩ, thầy phép, bệnh tâm thần, nhục nhã, băn khoăn.

2- The High Priestess

"Tri thức là kết tinh của trí tuệ, văn hóa là ánh sáng của ngọc thạch phát ra. " - Tagore

Hình ảnh chủ đạo của là một người nữ tu đang ngồi tĩnh tại, bản thân người này là kẻ nắm giữ những tri thức huyền bí, vừa là kẻ canh giữ ngôi đền tri thức thiêng liêng. Người nữ tu ngồi giữa hai cây cột đen trắng đại diện cho ánh sáng và bóng tối, phía sau lưng là bức màn có vẽ hình cây sự sống. Trên tay của người nữ tu có cầm một cuộn sách mở hé ra một nửa, tượng trưng cho những tri

thức công truyền lẫn bí truyền. Trên đầu nữ tu là vương miện của nữ thần Isis. Mặt trăng dưới chân nữ tu đại diện cho sự trong sáng, lòng khoan dung, tiềm thức...

Về công việc, lá bài nói đến một công việc tốt được xây dựng trên nền tảng cơ sở tri thức vững chắc, và được hướng dẫn bởi một người có kinh nghiệm hơn. Lá bài cho biết công việc đang có tiến triển tốt. Đối với trường hợp khởi nghiệp, hay bắt đầu dự án mới thì sẽ có người ở địa vị cao hơn giúp đỡ. Đối với trường hợp bạn đang ở vị trí cao, lá bài lại là sự báo hiệu về những nhân tài tiềm ẩn. Lời khuyên đưa ra là hãy chú ý xung quanh, đồng thời sử dụng trực giác của bản thân, tránh bỏ sót nhân tài.

Về tiền bạc, đây là một lá bài tốt. Nếu bạn muốn đầu tư, nhưng đang còn băn khoăn thì lá bài báo hiệu sẽ có người giúp đỡ tư vấn cho bạn. Trường hợp bạn muốn vay mượn thì đây là cơ hội thuận lợi. Song hãy lưu ý kỹ về mặt giấy tờ, hợp đồng...

Về bạn bè đây là một lá bài tốt, bạn sẽ nhận được sự giúp đỡ từ phía bạn mình. Tuy nhiên, nếu bạn đang gặp khúc mắc trong chuyện bạn bè, thì lá bài cho bạn lời khuyên là nên bình tĩnh, khoan dung để có thể thấu hiểu và giải quyết vấn đề mà bạn phải đối mặt. Trong trường hợp đồng nghiệp, thì bạn sẽ nhận được sự giúp đỡ từ mối quan hệ mới, cũng như tiếp tục sự tương tác ăn ý với những mối quan hệ đã có.

Về gia đình, lá bài thể hiện sự quan tâm, chỉ bảo tận tình từ một người vai vế lớn hơn bạn trong gia đình. Nếu bạn đang trong giai đoạn phân vân lựa chọn con đường cho tương lai, hãy chú ý đến truyền thống gia đình vì đây sẽ là lợi thế của bạn, hoặc là xin ý kiến từ những người lớn tuổi, có kiến thức và gần gũi với bạn.

Về tình yêu, đây không phải là một lá bài thuận lợi. Một người, hoặc cả hai vẫn còn nhiều bí ẩn, nhiều tâm tư mà cả hai bên chưa thấu hiểu rõ. Nếu bạn đang trong thời gian tìm hiểu, thì bạn và đối phương vẫn chưa nhìn thấy được hết mặt tốt lẫn xấu của nhau. Nếu mối quan hệ bạn đã có thời gian, thì lá báo báo hiệu về những bí ẩn, có nhiều lúc lại là sự thờ ơ, lãnh cảm. Lời khuyên đưa ra, bạn nên tìm hiểu nguyên nhân của những vấn đề trên thay vì tránh đối mặt với chúng.

Về mặt sức khỏe, hãy quan tâm đến sức khỏe những người phụ nữ trong gia đình bạn, hoặc là của chính bạn (nếu bạn là nữ). Có thể cảm xúc bị kìm nén cũng có thể dẫn đến việc sức khỏe suy giảm. Nếu trong giai đoạn bệnh nặng đang tìm đến thầy thuốc, thì đây là một lá bài tốt. Nếu đang trong giai đoạn chữa trị, thì bệnh bị ảnh hưởng với nhiều yếu tố, chưa xác định rõ.

Từ khóa : Bí ẩn, sự huyền bí, sự tĩnh lặng, sự khoan dung, sự kiên trì, thông thái, tự phụ, trực giác, chuyện bị giấu kín, thờ ơ.

3- The Empress

"Người mẹ hiểu được lời của đứa trẻ không nói" - Ngạn Ngữ Do Thái

Lá bài diễn tả một người phụ nữ xinh đẹp với mái tóc vàng rực rỡ. Bà ta đại diện cho nữ tính, sự cao quý, sự sáng tạo. Xung quanh bà là dòng suối uốn quanh, rừng cây tươi tốt, cánh đồng vàng đang vào mùa thu hoạch. Đại diện lần lượt cho cảm xúc, bí ẩn, sự sinh sôi nảy nở. Bên dưới vương tọa mà bà đang ngồi, có biểu tượng cho nữ giới trong sinh học, đồng thời cũng là biểu tượng của sao kim trong chiêm tinh học.

Trong công việc, đây là một lá bài tốt. Nếu bạn đang muốn khởi nghiệp, thì đây là thời cơ thuận lợi. Còn nếu bạn đang trong giai đoạn giải quyết công việc, thì kết quả đạt được xứng đáng với những gì bạn bỏ ra. Đồng thời, lá bài cũng là tín hiệu khả quan nếu bạn muốn mở rộng việc làm ăn.

Đừng bỏ lỡ cơ hội. Trong một số quan niệm, lá bài có thể báo hiệu là bạn sẽ được sự giúp đỡ từ một người phụ nữ cao quý.

Về tiền bạc, lá bài báo hiệu đây là thời điểm tốt để bạn đầu tư vào điều mà bạn yêu thích. Và cũng là thời điểm để gặt hái những thành quả mà bạn đã bỏ công sức ra. Nếu bạn đang tính vay mượn, hoặc định cho ai vay mượn, thì đừng ngần ngại. Ở trường hợp bạn đang có một món tiền lớn nhưng không có kế hoạch rõ ràng, thì lá bài lại là sự cảnh báo bạn có thể phung phí tiền một cách thiếu suy nghĩ.

Đối với bạn bè, lá bài cho bạn từ khóa là " sự quan tâm". Hãy chú ý đến bạn bè của mình, nếu họ gặp khó khăn thì đây là lúc họ cần sự giúp đỡ, lời khuyên từ bạn. Đối với đồng nghiệp, bạn đừng ngần ngại chia sẻ những ý tưởng đầy sáng tạo của mình, vì điều này sẽ mang đến nguồn cảm hứng cho đồng nghiệp của bạn. Nếu bạn đang gặp rắc rối, đừng ngần ngại nhờ vả những người đồng nghiệp sẽ giúp đỡ bạn gỡ rối.

Về gia đình, lá bài cho thấy sự hạnh phúc. Sự quan tâm chăm sóc từ những người phụ nữ trong gia đình. Những khúc mắc va chạm trong gia đình có thể được giải quyết bằng sự khoan dung. Nếu bạn là một người bận rộn, thì lá bài là lời nhắc nhớ bạn nên dành thời gian cho gia đình.

Về tình yêu, đây là thời điểm lý tưởng của tình yêu. Hãy làm điều gì đó lãng mạn với người thương của bạn. Nếu bạn còn đang độc thân, thì lá bài là tín hiệu về một tình yêu nồng nàn, chân thành. Nếu bạn đã có gia đình, đây là thời điểm để bày tỏ những tâm tình mà bản thân chưa có dịp tỏ bày. Lời khuyên mà lá bài đưa ra, hãy dành thời gian cho gia đình.

Về sức khỏe, trường hợp bạn mong muốn có thai thì đây là thời điểm thuận lợi. Còn trường hợp bạn đang trong giai đoạn điều trị, thì lá bài là dấu hiệu khả quan cho sự phục hồi sức khỏe. Nếu bạn cảm thấy cơ thể mệt mỏi, thì lá bạn cho bạn lời khuyên là nên đi nghỉ dưỡng, hòa mình vào thiên nhiên để giải tỏa áp lực từ cuộc sống.

Về tai nạn, mất mát, lá bài không đề cập đến vấn đề này. Tuy nhiên, hãy cẩn thận những kẻ lợi dụng sự tin tưởng của bạn.

Từ khóa: Nữ tính, vẻ đẹp, sự quan tâm, bí ẩn, cảm xúc, sinh sản, thiếu quan tâm, phung phí, sự lười nhác.

4- The Emperor

"Trước khi chúng ta đạt được quyền năng to lớn, chúng ta phải đạt được sự khôn ngoan để dùng tốt nó" - Ralph Waldo Emerson

Lá bài miêu tả một người đàn ông đầy uy quyền đang ngồi trên vương tọa bằng đá. Ở đó có chạm khắc hình dáng của chiếc đầu cừu đực, đại diện cho chòm sao Bạch Dương. Nếu như lá hoàng hậu đại diện cho nữ tính, thì lá hoàng đế đại diện cho nam tính. Dòng sông chảy sau lưng vươn tọa, uốn quanh những rặng núi đá là sự đại diện cho những cảm xúc, tình cảm sâu kín được che dấu.

Còn những rặng núi lại đại diện cho sự kiên trì, quả quyết, đôi khi là cố chấp. Trên tay ông cầm cây vương trượng và quả cầu vàng là những vật đại diện cho quyền uy của chính bản thân hoàng đế trong vương quốc của mình.

Về mặt công việc, đây là một lá bài tốt. Nếu bạn chuẩn bị

khởi nghiệp thì bạn sẽ gặp một người bề trên trải đời, nhiều kinh nghiệm, sẽ hướng dẫn giúp đỡ bạn. Có lúc, lá bài này lại thể hiện chính bản thân của bạn trong công việc, là một người đứng đầu phải chịu trách nhiệm và ra quyết định. Một trường hợp khác, là bạn đang làm việc với một người sếp rất tuyệt vời, là người nghiêm khắc nhưng sẽ hướng dẫn bạn tận tình. Trường hợp bạn bắt đầu một dự án mới, thì lá bài là một tín hiệu thuận lợi.

Về tiền bạc, lá bài cho bạn lời khuyên là nên kiểm soát nguồn tài chính của mình. Mọi sự chi tiêu phải được tính toán một cách cẩn thận. Bạn nên tập trung vào một mục tiêu cụ thể không nên tham lam quá nhiều mục tiêu cùng một lúc. Nếu bạn muốn vay mượn, đây chưa phải là thời điểm thích hợp. Đồng thời, lá bài cũng khuyên bạn không nên cho người khác vay mượn vào lúc này, bởi vì việc thu hồi sẽ khó khăn và có xung đột.

Về bạn bè, lá bài ám chỉ đến " cái tôi quá lớn" có thể của bạn, hoặc của bạn bè có thể dẫn đến xung đột tranh cãi. Không chỉ vậy, lá bài còn ám chỉ đến sự ganh tị ngấm ngầm của những kẻ đến với bạn chỉ vì tiền bạc, địa vị. Về đồng nghiệp, bạn đang chứng tỏ bản thân mình trong công việc, nhưng đồng thời cũng gặp phải sự thù địch, cô lập của đồng nghiệp. Sẽ là sự sáng suốt nếu bạn kiên trì chuyên tâm vào công việc của mình, nhưng bạn cũng đừng ngần ngại nếu có xung đột tranh cãi. Đây không là lúc để nhường nhịn.

Về gia đình người thân, lá bài ám chỉ rằng bạn quan tâm đến gia đình nhưng không biết cách bày tỏ và ngược lại. Sự cố chấp, nóng giận, không cảm thông có thể khiến những mâu thuẫn trong gia đình và giữa những người thân trở nên tồi tệ. Lá bài dành cho bạn lời khuyên đó là sự nhường nhịn với những người trên, cũng như bao dung với những lỗi lầm của người dưới sẽ khiến mọi cơn nóng giận nhanh chóng lắng dịu lại. Tuy nhiên, ở đây nhường nhịn và bao dung không phải là im lặng, mà phải là sự tỏ bày đúng thời điểm khi những người trong gia đình đã bình tâm và có thể trải lòng cảm thông cho nhau.

Về tình yêu, nếu bạn vẫn chưa có người yêu, thì lá bài báo hiệu bạn có thể khởi đầu mối quan hệ với một người trải đời, già dặn hơn bạn. Nếu bạn đang trong một mối quan hệ, thì sự cố chấp, kiêu hãnh của bạn hoặc người kia có thể khiến cả hai cùng đau lòng. Một sự cảm thông, lùi bước đúng lúc sẽ khiến cho mối quan hệ của bạn trở nên tốt đẹp hơn. Về vợ chồng, thì lá bài là lời nhắc nhở bạn nên dành nhiều thời gian hơn cho gia đình.

Về sức khỏe, lá bài cảnh báo về những cơn nóng giận sẽ ảnh hưởng xấu đến sức khỏe của bạn. Mặc khác, bạn nên cho phép bản thân có một khoảng thời gian để nghỉ ngơi. Nếu bạn đang trong quá trình chữa bệnh thì đây là một lá bài tốt. Bên cạnh đó, áp lực từ công việc cũng như cuộc sống khiến bạn trở nên mệt mỏi, bạn đắn đo quá nhiều trong việc ra quyết định. Bạn nên hành động một cách dứt khoát hơn.

Về nhiệm vụ, thượng cấp, bạn nên hoàn thành công việc với tất cả sức lực của mình. Có thể, nhiệm vụ bạn đang thực hiện đơn giản, nhưng không phải vì vậy mà bạn có quyền xao nhãng nó. Người thượng cấp mà bạn đang làm việc là người nghiêm khắc, khó tính, song họ cũng là người rất công tâm. Những gì bạn bỏ ra, họ đều nhìn thấy được.

Về tai nạn, mất mát, thì lá bài không đề cập đến chuyện này. Nhưng bạn nên cẩn thận những sự ganh ghét, điều tiếng thị phi liên quan đến những kẻ dưới quyền của mình. Một khía cạnh khác, đôi khi sự tự tin của bạn quá mức cũng có thể khiến những người khác khó chịu và âm thầm gây khó dễ cho bạn. Lá bài còn báo hiệu những cuộc chiến mà bạn phải đương đầu với nó.

Từ khóa : Xung đột, tự tin, kiên trì, cố chấp, cô độc, thành công, nóng giận, tự phụ, kiêu hãnh, nghiêm khắc, trật tự, ổn định.

5 - The Hierophant

"Niềm tin là sức mạnh có thể khiến thế giới tan vỡ xuất hiện trong ánh sáng" - Helen Keller

Lá bài miêu tả một vị đại trưởng lão đang một tay niết ấn,

một tay cầm thần trượng. Hai mắt đầy uy nghiêm đang nhìn về phía trước. Ngài ngồi trong một ngôi đền, trên ngai thiêng, bên dưới có hai tín đồ đang thành khẩn lắng nghe những điều mà ông rao giảng. Trên đầu ngài có vương miện ba tầng, hai chiếc khóa vắt chéo đại diện cho tinh thần và trí tuệ, và ngài là người nắm giữ chìa

khóa để mở ra cánh cửa nối giữa thiên quốc và nhân gian. Cây thần trượng của ngài có ba tầng, đại diện cho cha, con, thánh thần. Lá bài này tương ứng với cung hoàng đạo Kim Ngưu.

Về công việc, đây là một lá bài của sự thử thách. Nếu bạn đang muốn bắt đầu công việc thì lá bài báo hiệu bạn sẽ gặp một người thầy, người hướng dẫn nghiêm khắc và họ sẽ dạy bảo đồng thời thử thách bạn. Nếu bạn muốn thay đổi công việc, thì là bài ám chỉ đến thời cơ để gia nhập vào môi trường làm việc mới. Bạn sẽ học hỏi được nhiều thứ mới mẻ. Nếu bạn bắt đầu một dự án mới, thì đây là lá bài tốt, tuy nhiên, bạn cần phải có sự hỗ trợ từ những người khác.

Về tiền bạc, đây không phải là thời cơ tốt nếu bạn muốn kiếm tiền một cách nhanh chóng. Lá bài hàm ý về sự ổn định, các nguyên tắc, vì vậy bạn cần tuân theo những quy tắc cũ cũng như đầu tư vào những lĩnh vực mang tính ổn định chứ không phải lĩnh vực xa lạ, đầy mạo hiểm. Nếu bạn muốn vay mượn thì nên xin lời khuyên từ những người am hiểu về tài chính. Ở một trường hợp khác, nếu bạn kí kết các giấy tờ, hợp đồng, thì lá bài nhắc nhở bạn cần phải chú ý, cân nhắc kỹ lưỡng trước khi kí.

Về bạn bè, đây là một lá bài tốt, bạn có thể sẽ gặp được những người bạn mới tuyệt vời. Mặt khác, bạn nên cần giữ cân bằng giữa chuyện bạn bè và chuyện gia đình.Về đồng nghiệp, thì có thể bạn sẽ có bất đồng quan điểm trong công việc, và cách giải quyết là bạn nên mạnh dạn bày tỏ suy nghĩ của mình để công việc được hoàn thành một cách tốt nhất.

Về gia đình người thân, thì đây là lá bài đề cập đến truyền thống văn hóa, những người thân trong gia đình đầy nghiêm khắc song họ thực sự quan tâm đến bạn. Ở trường hợp bạn mới kết hôn, thì lá bài ám chỉ sự thử thách bạn cần trải qua để có thể hòa nhập vào gia đình người bạn đời.

Về tình yêu, nếu bạn là người độc thân, lá bài bài cho bạn hành động tìm kiếm chứ thay vì ngồi đợi. Nếu bạn đang yêu, những lời hứa hẹn hoa mỹ sẽ hiếm hoi mà thay vào đó là những hành động quan tâm chăm sóc lẫn nhau. Mối quan hệ có thể tiến đến hôn nhân. Nếu bạn đã có gia đình, thì lá bài nhắc nhở bạn nên lưu tâm đến những vấn đề tâm linh trong gia đình như kị giỗ, chăm sóc mồ mả, vấn đề phong thủy, hương khói cho bàn thờ tổ tiên ... Ở khía cạnh khác, bạn nên dành thời gian cho gia đình, cũng như chăm sóc dạy dỗ con cái.

Về sức khỏe, bạn đừng xem thường nếu có bất kì dấu hiệu của cơ thể. Bạn nên đến bệnh viện để khám. Nếu bạn gặp vấn đề về mặt tâm lý, áp lực công việc, thì những hình thức như thiền, yoga có thể giúp bạn giải tỏa một phần. Một cách khác, là hãy dùng bộ bài tarot để soi rọi tiềm thức của bạn. Nếu bạn hay người thân bạn đang trong quá trình điều trị thì đây là một lá bài tốt. Niềm tin vào tôn giáo cũng góp một phần khá lớn việc điều trị. Một mặt khác, lá bài cảnh báo bạn việc tham gia vào những cộng đồng không lành mạnh, sẽ dẫn đến những chứng bệnh khó trị.

Về nhiệm vụ, thượng cấp thì bạn đang phải đối mặt với một nhiệm vụ mang tính thử thách, và sự thử thách này sẽ được thượng cấp của bạn công khai hoặc không. Bạn cần phải làm hoàn thành nhiệm vụ này một cách tốt nhất trong thời gian ngắn nhất, vì đây có thể là cơ hội ghi điểm với thượng cấp, hoặc nếu may mắn hơn là cơ hội thăng tiến. Nếu bạn đang ở vị trí cao, thì là bài này cho thấy bạn đã quá nghiêm khắc cũng như hơi cứng nhắc, làm cho cấp dưới của bạn không dám đưa ra những ý tưởng mang tính đột phá, táo bạo. Ở trường hợp khác, người thượng cấp của bạn có thể là mẫu người truyền thống, bảo thủ, và bạn không nên tranh cãi với họ. Điều mà bạn nên làm là vừa tham khảo ý kiến của họ vừa hành động để hoàn thành công việc một cách tốt nhất.

Về tai nạn, mất mát thì lá bài không đề cập cụ thể đến vấn đề này. Nhưng bạn hãy cẩn thận những kẻ lợi dụng sự tin tưởng của bạn để lừa đảo. Nếu bạn là người đứng đầu một công ty, hội nhóm, thì nên cẩn thận những kẻ bất mãn ngấm ngầm phá hoại tổ chức của bạn từ bên trong. Lời khuyên dành cho bạn là không nên trực tiếp đương đầu với những kẻ ẩn mình này,thỏa hiệp, lùi bước, để ngấm ngầm tìm ra chính xác là ai.

Từ khóa : Hôn nhân, kỷ luật, niềm tin, tôn giáo, đạo đức, truyền thống, cộng đồng, sự nhẫn nại, sự chịu đựng, hướng dẫn, lòng tốt, ổn định, trí tuệ, tinh thần.

6- The Lover

"Những nụ hồng tình yêu làm đẹp vườn đời" - Lord Byron

Lá bài mô tả một vị thiên thần có cánh ẩn nửa thân trong mây đang kết nối một người phụ nữ và một người đàn ông.

Vị thiên thần đại diện cho sự thăng hoa thánh khiết thiêng liêng, còn người đàn ông và người phụ nữ lại đại diện cho khía cạnh bình phàm, bản năng trong tình yêu. Vị thiên thần nhắm mắt lại, bởi vì những điều tốt đẹp không phải nhìn bằng mắt mà phải dùng tim để cảm nhận. Phía sau lưng người đàn ông là một cái cây giống như những ngọn lửa, nó chính là cây sự sống (Tree of life). Trong khi cây trí tuệ (Tree of knowledge), được rắn quấn quanh đứng sau người phụ nữ, con rắn mang trên mình hàm ý về sự thông thái tiềm ẩn cũng như ẩn ý về sự sa ngã trong câu chuyện của Adam và Eva. Tính thống nhất của hai mặt đối lập nhau được lá bài thể hiện khá rõ, tính nam tính nữ, sự hợp nhất của vị thiên thần. Thánh khiết và bình phàm. Và chòm sao đại diện cho lá bài là chòm Song Tử.

Về mặt công việc, đây là một lá bài tốt. Trường hợp bạn đang đứng giữa hai sự lựa chọn, thì bạn nên phân tích mọi thứ thật kỹ lưỡng và làm theo lựa chọn mà bạn cho là tốt nhất. Nếu bạn muốn khởi nghiệp, thì có thể bạn sẽ được người yêu hoặc một người bề trên yêu thương bạn giúp đỡ. Nếu bạn muốn bắt đầu một vài dự án mới, hãy cẩn thận đừng để tình cảm làm ảnh hưởng đến những tính toán và quyết định của bạn. Một mặt khác, lá bài nhắc nhớ bạn về những ước mơ, đam mê mà đôi khi bạn bỏ quên trong cuộc sống bộn bề. Chúng vẫn hiện hữu như những vì sao trên bầu trời giữa ban ngày. Đừng đánh mất niềm đam mê của mình.

Về mặt tiền bạc, bạn có một món tiền được người trên đưa đến. Mặt khác, lá bài báo hiệu những công sức bạn đã bỏ ra từ trước đến nay sẽ được đền đáp xứng đáng. Nếu bạn muốn vay mượn, thì nên tìm đến những người có mối quan hệ tốt với bạn, họ sẽ giúp đỡ hoặc tư vấn cho bạn. Không nên cho người khác vay mượn, vì có thể dẫn đến những rạn nứt tình cảm. Lá bài cũng cảnh báo bạn việc mất cân bằng tài chính do chi tiêu một cách cảm tính. Ở trường hợp bạn đang suy nghĩ về vấn đề tài chính, vay vốn, thì bạn nên chậm rãi suy tính cẩn thận, lá bài lại lần nữa nhắc bạn không nên để tình cảm ảnh hưởng đến quyết định của bản thân.

Về mặt bạn bè, lá bài ám chỉ bạn có thể có thêm bạn mới, hoặc gia nhập vào một nhóm bạn mới. Tuy nhiên, bạn đừng nên liên đến vấn đề tiền bạc, vì bạn và họ vẫn chưa hiểu rõ lẫn nhau. Ở hướng khác, bạn có được sự trợ giúp từ những người bạn cũ từ việc cho bạn những cảm hứng sáng tạo, cho đến việc tư vấn tình cảm, giúp đỡ tiền bạc . Về đồng nghiệp, bạn có mối quan hệ tốt với các đồng nghiệp. Tuy nhiên, bạn vẫn nên cẩn thận, đừng nghe những gì họ nói mà hãy nhìn những gì họ làm. Đồng thời, không nên vì chuyện tình cảm mà nể nang lẫn nhau khiến công việc bị trì hoãn.

Về gia đình, đây là một lá bài tốt. Nếu gia đình bạn đang có chuyện tranh cãi, phiền muộn, thì lá bài báo hiệu những việc này sẽ nhanh chóng qua đi do sự điều hòa của một người lớn tuổi có uy tín trong gia đình. Nếu bạn đang xa gia đình, thì lá bài nhắc bạn nên dành thời gian về cho gia đình, có thể bằng những món quà nhỏ, hay những lời thăm hỏi qua điện thoại. Đôi khi, lá bài còn ám chỉ bạn sắp làm chủ một gia đình nhỏ. Theo một số quan niệm khác, lá bài còn báo hiệu có người đi xa trở về, sự đoàn tụ xum họp gia đình.

Về tình yêu, đây là một lá bài tốt. Nếu bạn còn độc thân, thì đừng ngồi yên chờ đợi mà hãy đi tìm kiếm, vì bạn sắp gặp được một nửa của đời mình. Nếu bạn đã ở trong một mối quan hệ, thì đây là thời gian khá quan trọng, có thể bạn sẽ được ra mắt gia đình người yêu. Nếu bạn đang có tranh cãi thì một vài hành động lãng mạn đáng yêu sẽ khiến người ấy nguôi ngoai và hâm nóng tình yêu. Lá bài cũng dành cho bạn lời khuyên, là việc bày tỏ những cảm xúc, tâm tư sâu kín trong lòng mình sẽ khiến cả hai hiểu rõ nhau hơn. Tình yêu sẽ trở nên thăng hoa. Ở trường hợp khác, nếu vợ chồng bạn đang có trục trặc thì sự chia sẻ cảm thông cho nhau là đều cần thiết. Vợ chồng bạn nên dành cho nhau những khoản thời gian riêng, không có bộn bề lo toan hay công việc, chỉ có hai người.

Về sức khỏe, nếu bạn đang cảm thấy bản thân có vấn đề về sức khỏe, thì nên dành thời gian để được bác sĩ tư vấn. Không nên tự tiện uống thuốc, điều này có thể khiến bạn gặp rắc rối. Nếu bạn đang trong quá trình điều trị thì đây là lá bài tốt. Có một số quan niệm cho rằng, lá bài đang cố gắng cảnh báo bạn có thể gặp rắc rối với những căn bệnh liên quan đến tình ái. Hãy cẩn thận với những đam mê không an toàn.

Về nhiệm vụ, thượng cấp, lá bài ám chỉ bạn đang được sự

quan tâm từ cấp trên và được giao phó những nhiệm vụ phù hợp với bản thân. Tuy nhiên, bạn không nên vì thế mà tự mãn, cách tốt nhất để duy trì sự quan tâm này là bạn luôn hoàn thành công việc tốt nhất trong thời gian ngắn. Nếu bạn đang ở một vị trí cao, thì lá bài nhắc nhở bạn không nên bị tình cảm ảnh hưởng mà quá thiên vị một người bên dưới, đều này dễ khiến người được bạn ưu ái trên nên tự phụ, đồng thời tạo lời tiếng không hay trong môi trường làm việc.

Về mất mát tai nạn, thì lá bài không đề cập đến những vấn đề này. Tuy nhiên, có một vài ý kiến cho rằng, đôi lúc lá bài ám chỉ đến sự xuất hiện của người thứ ba trong mối quan hệ, dẫn đến những điều tiếng thị phi làm tình cảm rạn nứt. Bạn có thể bị đau khổ, phiền muộn vô cùng. Nhưng bạn nên nhớ, quan trọng nhất là ở người yêu bạn, vì vậy bạn nên hàn gắn, củng cố tình cảm, quan tâm đến người đó hơn.

Từ khóa : Sự quyến rũ, tình yêu, sự hòa hợp, cảm hứng, vẻ đẹp, tình dục, trí tuệ, thất vọng, hời hợt, thăng hoa, sự bất hòa, thiếu vững chắc, thiếu quả quyết.

7 - The Chariot

"Người không muốn tới đích thì dù có khởi sự tốt cũng uổng công" - Ngạn ngữ Mỹ

Lá bài miêu tả một người đàn ông trưởng thành đứng trong một cỗ xe bằng đá được kéo bởi hai con nhân sư. Người đàn ông như đứng xoay mặt lại với thành phố sau lưng, hình ảnh này thể hiện sức mạnh ý chí đối với những rào cản luật lệ lỗi thời trong xã hội. Anh ta không phải là kẻ nổi loạn, mà là người không bị những thói thường ảnh hưởng. Hai con nhân sư, sinh vật thần thoại đại diện cho

phần bản năng cũng như phần tính người, được anh ta kiểm soát không phải bằng dây cương mà bằng cây trượng đầy quyền phép của sức mạnh ý chí. Đây là một lá bài tượng trưng cho sự trưởng thành, cái tôi bên trong lột xác trở nên cứng rắn và lấp lánh như kim cương.

Về công việc, đây là một lá bài tốt. Nếu bạn bắt đầu khởi

nghiệp, thì lá bài ám chỉ, ban đầu bạn sẽ gặp khó khăn nhưng sẽ được một người ở vị trí cao hơn giúp đỡ bạn, sự giúp đỡ này như một chiếc bánh của cỗ xe và sự nỗ lực của bạn là chiếc bánh còn lại, nếu thiếu một trong hai thì cỗ xe khó có thể tiến lên. Nếu bạn đang làm việc, thì điều quan trọng là đừng để những điều nhỏ nhặt ảnh hưởng đến quyết định của bạn. Có thể, bạn sẽ gặp phải một vài kẻ chống đối, hoặc những kẻ gây rối ẩn mình. Đừng để những điều này làm bạn mất tinh thần, lá bài khuyên bạn nên chú tâm vào công việc của mình, đừng lãng phí vì họ không phải là người đánh giá công việc của bạn. Thành công là sự trả thù ngọt ngào nhất. Nếu bạn bắt đầu một dự án mới, thì lá bài báo hiệu công việc sẽ khá bộn bề, song tất cả vẫn trong tầm kiểm soát của bạn.

Về vấn đề tiền bạc, đây là một lá bài tốt. Những rắc rối tài chính sẽ được giải quyết một cách suông sẻ. Tuy nhiên, bạn cần kiểm soát và cân bằng nguồn tài chính của bản thân tránh những việc chi tiêu quá đà. Nếu bạn muốn vay mượn để bắt đầu một công việc kinh doanh riêng thì đây là thời điểm tốt. Nếu bạn bè của bạn ngỏ ý muốn mượn tiền thì bạn nên khống chế số tiền cho mượn ở một mức nào đó, đủ mức mà người kia có khả năng chi trả. Một mặt khác, lá bài còn khuyến khích bạn thay vì mua sắm ăn uống thì bạn nên tích lũy để tự thưởng cho bản thân một chuyến du lịch ra nước ngoài hay đi đến những nơi thiên nhiên hoang dã, để cân bằng lại chính bản thân mình trong vòng xoay vô tận của cuộc sống.

Về bạn bè, lá bài cảnh báo bạn về cái tôi quá lớn. Nó có thể dẫn đến những vấn đề không đáng có trong chuyện bạn bè. Bạn quan tâm bạn bè nhưng đôi khi, việc cố chấp cũng như không biết cách bày tỏ cũng khiến cho bạn của mình bị tổn thương.Lời khuyên dành cho bạn, là không nên tranh cãi khi nóng giận và đừng tiết kiệm lời xin lỗi nếu bản thân mình không đúng. Về vấn đề đồng nghiệp, sẽ có nhiều thứ nằm ngoài tầm kiểm soát của bạn. Và bạn không cần đến những chuyện vặt vạch đó. Nếu đồng nghiệp bạn có sai sót, thì bạn nên lựa lời để góp ý. Phê bình quá thẳng thắn dễ khiến người khác đau lòng mà lại ít có hiệu quả. Tuy nhiên, nếu việc góp ý này không mang lại kết quả, thì bạn nên để cấp trên ra mặt.

Về vấn đề gia đình, nếu bạn đang gặp khó khăn thì những người thân trong gia đình sẽ giúp đỡ cũng như cho bạn lời khuyên. Lá bài còn ám chỉ về sự dịch chuyển, đi xa có thể của bạn hoặc người thân trong gia đình. Ở trường hợp bạn là người sống tách biệt, xa rời với gia đình, thì lá bài cũng nhắc bạn một điều, là bạn có nhiều nơi để đi trên thế gian, nhưng chỉ có một nơi gọi là gia đình để về. Dẫu khi bạn về với vinh hoa hoặc chỉ là kẻ tay trắng, gia đình vẫn che nắng mưa cho bạn. Có thể gia đình bạn không hiểu bạn, nhưng gia đình luôn yêu thương bạn.

Về vấn đề tình yêu, nếu bạn vẫn còn cô đơn thì lá bài ám chỉ đến mối quan hệ sẽ nhanh chóng đến với bạn. Nếu bạn mới bắt đầu bước vào mối quan hệ, thì lá bài cho thấy bạn đang đi quá nhanh. Trường hợp bạn đang trong mối quan hệ, thì lá bài cho thấy sự cố chấp, thiếu cảm thông có thể làm mối quan hệ trở nên khá căng thẳng. Giải pháp cho trường hợp này là bạn nên lùi bước, quyến rũ người yêu bằng những điều lãng mạn. Nếu bạn đã có gia đình, thì là bài này là một lá tốt. Mọi thứ đang trong tầm kiểm soát của bạn, những khó khăn sẽ qua đi. Tuy nhiên, nếu bạn đã có con, thì lá bài còn ám chỉ là đôi lúc bạn quá áp đặt lên con mình, khiến đứa trẻ cảm thấy mệt mỏi, bất an. Bạn nên cân bằng giữa những yêu cầu mà mình đưa ra với thời gian vui chơi của đứa trẻ.

Về vấn đề sức khỏe, lá bài ám chỉ bạn nên ra ngoài trời và hít thở không khí trong lành. Chạy bộ vào sáng sớm thay vì ngủ nướng sẽ tốt hơn cho sức khỏe của bạn. Nếu bạn đang điều trị thì đây là một lá bài tốt, bạn sẽ sớm phục hồi. Ở khía cạnh khác, lá bài khuyên bạn nên thay đổi các thói quen không tốt như sử dụng các chất gây nghiện, hoạt động về đêm quá nhiều. Nếu bạn đang làm việc hết sức căng thẳng, thì nên cho bản thân được quyền nghỉ ngơi để lấy lại tinh thần.

Về vấn đề tai nạn, mất mát. Lá bài nhắc nhở bạn nên cẩn thận về những vấn đề tàu xe, bạn có thể gặp những rủi ro tai nạn do không kiểm soát được tốc độ, hay sử dụng rượu bia. Nếu bạn muốn đi du lịch đến những nơi hoang sơ vắng người, bạn không nên đi một mình mà cần đi theo đoàn, đồng thời phải chuẩn bị kỹ lưỡng những thứ để sơ cứu, thuốc men, phương tiện liên lạc với mọi người, trước những trường hợp rủi ro xấu nhất có xảy ra. Nếu bạn muốn tham gia vào một trò thể thao mạo hiểm mới mẻ, bạn nên cân nhắc vấn đề sức khỏe cũng như sức chịu đựng của bản thân.

Từ khóa : Kiểm soát, cái tôi, cân bằng, hy vọng, sức khỏe, xung đột, mất kiểm soát, thiếu cân bằng, bảo thủ, phá hoại.

8 - Strength

"Sức mạnh không được thể hiện bởi đánh mạnh hay đánh nhiều, mà là đánh trúng" - Balzac

Lá bài mô tả một người phụ nữ đang nhắm mắt cầm chắc miệng con sư tử có vẻ hung dữ. Lưỡi con sư tử vàng thè ra ngoài. Trên đầu người phụ nữ áo trắng này có biểu tượng vô cực đã từng xuất hiện trong lá magician. Nếu lá bài trước đó, the chariot là sức mạnh hướng ra bên ngoài, thì lá bài này lại lá bài hướng vào bên, tìm kiếm sự tự thấu hiểu chính bản thân mình. Người phụ nữ đại diện cho phần người, tính

thiện trong con người, còn con sư tử vàng lại đại diện cho bản năng, tính ác. Kẻ thù lớn nhất của con người chính là bản thân chúng ta. Đây là cuộc chiến êm dịu nhưng vô cùng khó khăn.

Về công việc, nếu bạn đang tìm kiếm công việc, thì những gì bạn bỏ ra sắp đến ngày gặp hái. Nếu bạn đang gặp khó khăn, thì đây là lúc bạn phải kiên trì, bởi vì bạn chỉ có thể dựa vào chính bản thân mình. Nếu bạn muốn bắt đầu công việc mới, thì bạn nên xác định rõ giá trị của bản thân mình, hãy yêu cầu một mức lương tương ứng. Nếu công sức cũng như tài năng bạn bỏ ra không được nhìn nhận một cách đúng đắn thì có lẽ bạn nên nghĩ đến việc thay đổi. Nếu bạn bắt đầu một dự án mới, thì bạn nên nhìn nhận vấn đề bản gặp phải ở nhiều khía cạnh để có được hướng đi đúng đắn.

Về tiền bạc, đây là cơ hội tốt nếu bạn muốn đầu tư tiền bạc, bạn nên để nguồn tiền của mình được lưu thông, chỉ nên giữ lại một ít. Nếu bạn đang trong giai đoạn khánh kiệt, thì giai đoạn này sẽ qua nhanh. Ở trường hợp khác, lá bài cảnh báo bạn không nên vì món lợi trước mắt mà tham lam những nguồn tiền phi pháp, những món đồ không rõ nguồn gốc. Nếu bạn muốn vay mượn hay có ý định cho bạn bè vay mượn, thì đây không phải là thời điểm thích hợp. Nếu bạn muốn vay mượn thì lá bài khuyên bạn nên dành thời gian thêm để xem xét về kế hoạch chi dùng nguồn tiền này. Nếu bạn muốn cho bạn bè mượn, thì lá bài ám chỉ bạn sẽ gặp rắc rối khi muốn thu hồi lại số tiền này.

Về bạn bè, lá bài ám chỉ có thể bạn sẽ gặp rắc rối với bạn bè. Bất đồng quan điểm, sự cô lập, gây áp lực tinh thần. Hoặc có thể bạn bị bạn bè lôi kéo làm những việc mà mình không thích. Lời khuyên cho bạn, đây không phải là lúc nên nhường nhịn, bạn nên thẳng thắn nói ra suy nghĩ của mình. Đồng thời cần phải can đảm để từ chối những việc mình không yêu thích. Về vấn đề đồng nghiệp, đôi lúc bạn gặp khó khăn nhưng những người đồng nghiệp lờ đi khiến công việc của bạn bị trì hoãn. Thay vì nhờ vả, bạn hay nhớ một người trên đứng ra yêu cầu người đó hỗ trợ cho bạn. Tuy nhiên, bạn không nên giữ thái độ thù địch với họ mà nên dùng tình cảm để biến sự thù địch của họ thành sự quý mến mình.

Về gia đình, người thân. Nếu bạn gặp vấn đề trong công việc, đang cần lời khuyên hay ý tưởng thì hỏi ý kiến những người có kinh nghiệm trong gia đình là một hướng tốt. Lá bài khuyên bạn thay vì dành thời gian cho những thú vui riêng, thì bạn nên cân bằng lại, dành thời gian cho gia đình và người thân. Và đây không phải là thời điểm mà bạn bày tỏ quan điểm của mình khi lắng nghe những người lớn hơn bạn trong gia đình nói chuyện. Bởi vì điều này có thể dẫn đến những xung đột cãi vả không đáng có, do sự khác nhau về thời đại sống.

Về tình yêu, nếu bạn vẫn chưa có người yêu, thì tình trạng này sẽ còn tiếp tục. Lá bài khuyên bạn nên thay đổi lối suy nghĩ, đầu tóc, phong cách thời trang , đều này có thế giúp bạn thay đổi tình trạng độc thân này. Nếu bạn đang trong một mối quan hệ, thì bạn phải nhớ rằng những điều tốt đẹp không thể nhìn được bằng mắt mà phải dùng tấm lòng để cảm nhận. Đừng để những điều tiếng thị phi ảnh hưởng đến mối quan hệ. Nếu bạn đã có gia đình, thì đây là một tình yêu lớn lao. Lá bài cho thấy bạn luôn luôn nghĩ cho gia đình, tuy nhiều lúc bạn cảm thấy hơi mệt mỏi trong cuộc sống nhưng gia đình vẫn là nguồn lực động viên bạn.

Về sức khỏe, đây là một lá bài tốt. Tuy nhiên, bạn cũng nên có một vài bài tập thể dục nhỏ nếu bạn là người quá bận rộn, vì điều này sẽ khiến bạn khỏe mạnh hơn. Nếu bạn đang trong quá trình điều trị bệnh tật, thì lá bài ám chỉ sự phục hồi tốt. Một mặt khác, lá bài nhắc bạn rằng cần phải đấu tranh để chống lại những thói quen thường ngày không tốt cho sức khỏe. Vì chính những thói quen này đang dần dần tàn phá sức khỏe của bạn.

Về nhiệm vụ, thượng cấp, có lẽ bạn sẽ phải đối mặt với một nhiệm vụ khá là khó khăn. Tuy nhiên, nếu bạn nỗ lực hết sức thì vẫn có thể vượt qua nó. Mặt khác, bạn cũng nên tham khảo ý kiến thượng cấp của mình, để có hướng giải quyết nhiệm vụ này một cách tốt nhất. Đây sẽ là một thử thách lớn, vì vậy lá bài khuyên bạn hãy cố gắng, kiên trì, bởi vì những gì bạn bỏ ra sẽ được đền đáp xứng đáng.

Về tai nạn mất mát, lá bài không đề cập rõ đến vấn đề này. Tuy nhiên, nếu bạn có nuôi thú cưng thì nên để mắt tới chúng. Có thể, chúng sẽ có vấn đề về sức khỏe, cũng như bị thất lạc. Ở trường hợp khác, bạn nên cẩn thận với những điều tiếng thị phi, hoặc sự phản bội lòng tin khiến bạn mất tinh thần, buồn phiền. Bạn cảm thấy không còn ai đáng tin tưởng, nhưng chính bản thân bạn có thể tự vực mình dậy, là bước ra khỏi vùng cảm xúc tồi tệ này.

Từ khóa: Sức mạnh, kiên trì, tình yêu to lớn, tinh thần, tiềm thức, bản năng, thành công, danh dự, nhục nhã, phiền muộn, mất kiểm soát, ham muốn.

9 - The Hermit

"Sự kín đáo là thành tố của mọi điều tốt đẹp; thậm chí cả đức hạnh, thậm chí cả cái đẹp cũng bí ẩn" - Thomas Carlyle

Lá bài miêu tả hình ảnh cụ già một tay cầm trượng, một tay cầm đèn. Hai mắt cụ già đang nhắm lại. Đây là lá bài mang tên " ẩn sĩ", tượng trưng cho sự thấu suốt những điều bên ngoài, và chuẩn bị cho hành trình khám phá phần bên trong sâu thẳm của con người. Ngọn đèn mà vị ẩn sĩ đứng trên ngọn núi tuyết thắp lên tượng trưng cho trí tuệ, bên trong ngọn đèn có hình ảnh ngôi sao sáu

cánh, là ấn triện của vua Solomon. Cây trượng tượng trưng cho những gì còn sót lại của con đường tìm kiếm chân lý, sự phúc lạc bên trong. Lá bài gợi lên hình ảnh của những tu sĩ phái Trực Ngộ cổ xưa. Có nhiều quan niệm cho rằng, vị ẩn sĩ này đã tự hi sinh đôi mắt của mình, để có thể nhìn thấy những điều mà mắt thường không thể thấy. Và trong bóng tối, vị ẩn sĩ đã tự thắp lên đèn lòng của mình. Để soi sáng bản thân, cũng như những người lạc lối khác.

Về công việc, lá bài nhắc nhở bạn đây là giai đoạn khá nhạy cảm mà bạn cần phải bình tĩnh suy nghĩ để đưa ra những quyết định chính xác. Nếu công việc của bạn đang thuận lợi thì bạn nên chuẩn bị một đường lùi cho mình, vì thời gian sắp tới có thể sẽ có một vài rắc rối xảy ra. Tuy nhiên, khi công việc của bạn đang còn khó khăn thì lá bài báo hiệu bạn sắp tiến gần đến thành công. Trường hợp bạn chuẩn bị bắt một công việc, hay dự án mới thì bản thân bạn cần cho mình thêm thời gian để có thể xem xét tính toán hết những khó khăn và thuận lợi trong những bước đi tiếp theo.

Về tiền bạc, đây không phải là thời điểm thích hợp để đầu tư tiền bạc vào những lĩnh vực mới, hay vay mượn thêm từ bên ngoài. Trường hợp bạn đang phải phụ thuộc tài chính vào người khác, thì bạn cần phải xem xét lại việc chi tiêu của mình bởi vì khoản thời gian tới người chu cấp cho bạn có thể sẽ xem xét cắt giảm phần nào đó vì cách sử dụng tiền không đúng của bạn. Nếu bạn muốn cho người khác mượn tiền, thì lá bài cảnh báo bạn nên xem xét một cách kỹ lưỡng hơn, đồng thời không nên để tình cảm chi phối quyết định của mình.

Về bạn bè, lá bài cho thấy bản thân bạn rất cô đơn trong lòng. Cho dù bạn có thể có nhiều bạn bè. Nhưng cái bạn cần là một người tri kỷ có thể thấu hiểu bạn. Lá bài khuyên bạn nên mở lòng ra, để người khác có thể thấu hiểu bạn. Hãy tập tin tưởng người khác, dù khi tin tưởng là chấp nhận sự lừa dối. Bạn có thể bị tổn thương, nhưng sẽ có nhiều người khác sẽ nguyện ý tin tưởng bạn. Trong trường hợp đồng nghiệp, bạn nên cố gắng giao tiếp để tạo ra các mối quan hệ để có thể phát triển trong công việc, dù bạn có không thích họ đến đâu, thì họ cũng là người làm cùng bạn. Hãy cứ ngay thẳng và xử sự với mọi người đúng mực.

Về gia đình người thân, thì sự quan tâm bảo bọc quá mức của gia đình khiến cho bạn cảm thấy mệt mỏi. Bạn rút vào thế giới của riêng mình. Lời khuyên dành cho bạn, là hãy dũng cảm để phá vỡ lớp áo bảo bọc của gia đình, hãy bước ra thế giới bên ngoài để nhìn thấy những điều tươi đẹp. Ở trường hợp khác, lá bài cho thấy sự giúp đỡ, hướng dẫn của những người lớn tuổi có tri thức uyên bác trong gia đình dành cho bạn, về học hành hoặc công việc, hay cách ứng xử trong đời sống.

Về tình yêu, bạn khao khát sự dịu dàng, nhạy cảm, lãng mãn nhưng bạn không hề thể hiện những điều mong muốn ra bên ngoài. Bạn muốn người kia phải đoán biết được ý nghĩ của mình. Và nhiều lúc điều này đẩy bạn vào tình huống dở khóc dở cười. Bạn phải bày tỏ để người kia biết bạn cần gì. Hoặc trong trường hợp ngược lại, thì bạn cần phải tâm lý để đoán biết nhu cầu của người kia. Về tình cảm vợ chồng, đây là thời điểm bạn cần phải hâm nóng lại tình cảm của cả hai, nên dành thời gian cho những lãng mạn ngọt ngào chứ không phải là những nhàm chán lặp lại hằng ngày.

Về sức khỏe, đây là thời gian bạn nên giữ cho cơ thể tránh bị thay đổi nhiệt độ đột ngột. Nếu bạn có dịch chuyển đi lại đến những nơi khác, cần cẩn thận sự thay đổi thời tiết sẽ khiến bạn ngã bệnh. Thêm nữa, lá bài nhắc nhở bạn nên dành thời gian để nghỉ ngơi phục hồi sức khỏe. Trong trường hợp bạn hay người thân bạn đang phải điều trị bệnh trong thời gian dài, thì yếu tố tinh thần là một điều khá quan trọng trong việc giúp cơ thể có những chuyển biến tốt.

Về nhiệm vụ, đây là thời điểm bạn không được để cảm xúc lấn át lý trí của bạn. Lá bài diễn tả về thời điểm bạn đang phải hoàn thành một nhiệm vụ tưởng chừng như dễ dàng nhưng sự thực lại khá khó khăn. Bạn cần phải bình tĩnh, nếu nóng vội sẽ hỏng việc. Trường hợp bạn ở vị trí thượng cấp, bạn nên cẩn trọng trong việc hướng dẫn đào tạo những người dưới bạn. Hãy trao cho họ quyền lực, và chầm chậm quan sát họ là người như thế nào. Và bạn phải chắc rằng mọi thứ vẫn ở trong sự kiểm soát của bạn.

Về tai nạn, mất mát, lá bài không đề cập đến những vấn đề này, nhưng bạn nên cẩn thận vì theo một số quan niệm, sự toan tính quá kỹ lưỡng khiến bạn luôn luôn e dè, lo sợ mọi thứ, điều này khiến bạn trở nên đa nghi, thường bỏ lỡ những cơ hội thăng tiến, hay phát triển sự nghiệp của bạn. Suy nghĩ kỹ lưỡng là điều tốt, nhưng bất kỳ điều gì cũng có hai mặt tích cực và tiêu cực. Quan trọng là bạn phải nắm bắt được những lúc cần phải liều lĩnh, quyết định dứt khoát. Vì cơ hội quý giá, chỉ bước ngang qua đời ta một lần.

Từ Khóa: Sự cẩn trọng, khôn ngoan, đa nghi, sự khai sáng từ bên trong, sự rụt rè, tự cô lập, thận trọng quá mức, điềm báo không rõ ràng.

10 - The Wheel Of Fortune

"Bánh xe số phận không bao giờ ngừng lại cho đến điểm cao nhất của nó, cũng là điểm nguy hiểm nhất" - Maria Edgeworth

Lá bài được miêu tả với khá nhiều biểu tượng, đầu tiên là

một thiên thần, một con sư tử, một con bò, một con đại bàng, tất cả đều có cánh sau lưng là đại diện cho bốn vị thánh viết bốn cuốn Phúc Âm trong Thiên Chúa Giáo. Cuốn sách trên tay của bốn vị là sách của trí tuệ. Trên bánh xe số phận, có con rắn, là Set - ác thần hủy diệt vũ trụ trong thần thoại Ai Cập đang theo bánh xe đi xuống,

người đầu chó, là Anubis - thần bảo hộ cho người chết đang theo bánh xe đi lên. Nằm ở vị trí trên cùng là con nhân sư (có người cho rằng đại diện cho thần Horus - thần hồi sinh), là kẻ canh giữ những bí mật của sự sống. Bên trong bánh xe, có hình ảnh của những kí tự tiếng Do Thái là IHVH

(Yod, Heh, Vau, Heh), vốn là tên gọi Chúa Trời. Xen kẽ giữa các ký tự này là TORA (đọc ngược chiều kim đồng hồ) hay là TARO (đọc theo chiều kim đồng hồ) có thể chuyển thành TAROT khi đọc nối với kí tự đầu tiên.

Về công việc, đây là một lá bài tốt. Nếu bạn đang muốn khởi nghiệp thì số phận đang giúp bạn một tay, mọi nỗ lực cố gắng của bạn đều thuận lợi. Nếu bạn đang làm việc, và có ý định thay đổi công việc thì đây là thời điểm của bạn. Hoặc là trường hợp bạn đang có việc trục trặc, đừng lo lắng, mọi chuyện sẽ nhanh chóng trôi qua một cách suông sẻ. Trường hợp bạn bắt đầu dự án mới, thì may mắn đang đứng về phía bạn. Song lá bài cũng nhắc nhở bạn, không nên vì quá thuận lợi mà bỏ sót những thứ quan trọng.

Về tiền bạc, nếu bạn đang trong giai đoạn khánh kiệt, " tiền khô cháy túi", thì bạn đừng nản lòng, vì mọi sự sắp thay đổi theo chiều hướng tốt hơn. Nhưng nếu bạn đang trong giai đoạn tài chính dư dả thì nên cẩn thận một vài rủi ro khiến bạn hao tài tốn của. Nếu bạn muốn vay mượn, thì đây là thời điểm thích hợp cho bạn. Nhưng nếu bạn muốn cho ai đó mượn tiền thì không phải là lúc thích hợp, bởi vì chuyện này sẽ mang đến rắc rối khiến bạn vô cùng khó chịu. Nếu bạn đang chuẩn bị cho sự kiện nào đó thì bạn nên tính toán tiền bạc dư ra một khoản, không nên tính quá vừa đủ. Bởi vì sẽ có những chi phí phát sinh khiến bạn không kịp huy động tài chính nếu bạn chỉ tính đủ nguồn tiền.

Về bạn bè, lá bài ám chỉ rằng bạn có thể sắp có thể một vài người bạn mới, hoặc tham gia vào một nhóm hay một cộng đồng. Niềm vui mà họ mang lại cho bạn khá nhiều, nhưng nên cẩn trọng với những vấn đề liên quan đến tiền bạc. Ở trường hợp khác, bạn có thể khám phá ra những mặt tăm tối của bạn mình, hay những chuyện mà người này che dấu bạn. Điều này có thể khiến cho bạn cảm thấy bị sốc, thấy tồi tồi tệ. Lá bài dành cho bạn lời khuyên , là bạn nên cân nhắc lựa chọn giữa con người của bạn mình, và tình cảm họ dành cho bạn. Suy nghĩ kỹ lưỡng, sau đó mới quyết định vẫn giữ nguyên tình bạn hay là rời xa nhau.

Về gia đình, người thân, thì đây là một lá bài về sự xáo trộn. Có thể gia đình hay người thân của bạn bị những tác nhân bên ngoài tác động, khiến cho nội bộ gia đình mâu thuẫn với nhau. Lời khuyên là bạn nên giúp cho mọi người nhìn thấy rõ vấn đề mới có thể hòa giải mâu thuẫn. Trường hợp gia đình của bạn mâu thuẫn thì lá bài báo hiệu sự thay đổi tình trạng này theo chiều hướng tốt. Mặt khác, có quan niệm cho rằng lá bài ám chỉ sự may mắn sắp đến với gia đình, người thân của bạn.

Về tình yêu, nếu bạn vẫn chưa có người yêu thì đây là thời điểm tốt để tìm hiểu và bắt đầu một mối quan hệ mới. Nếu bạn đã có người yêu, thì bạn nên nhớ rằng tình yêu là chuyện của hai người vì vậy bạn đừng để những yếu tố bên ngoài ảnh hưởng khiến tình yêu của bạn bị rạn nứt. Mặt khác, lá bài còn khuyên bạn nên thử thay đổi với những chuyện mới mẻ, điều này sẽ giúp tình yêu của bạn trở nên tuyệt vời. Về vợ chồng, thì lá bài này cho thấy có nhiều nhân tố bên ngoài tác động theo hai hướng tốt lẫn xấu. Theo chiều hướng xấu, chuyện này sẽ khiến vợ chồng cảm thấy nhàm chán, mệt mỏi, có nhiều tâm sự không bày tỏ được cùng với nhau. Lời khuyên là bạn nên chia sẻ quan tâm hơn đến bạn đời của mình. Tình yêu không là sự hy sinh thầm lặng mà là sự chia sẻ cùng nhau.

Về sức khỏe, lá bài cảnh báo bạn việc ngại thay đổi các thói quen không tốt sẽ ảnh hưởng xấu đến sức khỏe của bạn. Nếu bạn làm việc quá căng thẳng thì bạn nên tự dành cho bản thân mình những giây phút nghỉ ngơi, nếu bạn làm việc không ngừng nghỉ thì cơ thể của bạn sẽ có vấn đề không tốt. Thiền hoặc Yoga sẽ có lợi cho bạn. Nếu bạn đang trong giai đoạn điều trị, thì lá bài báo hiệu bạn sẽ có chuyển biến tốt. Trường hợp người thân của bạn mắc bệnh, thì bạn nên lưu ý đến những tác nhân bên ngoài có thể khiến bệnh tình phát triển theo chiều hướng không tốt.

Về vấn đề nhiệm vụ, thượng cấp, lá bài ám chỉ bạn đang thực hiện một nhiệm vụ, công việc có tính chất quyết định tương lai của bạn. Bạn sẽ gặp được nhiều sự giúp đỡ từ bên ngoài. Về thượng cấp, có thể bạn đang làm việc với một người tài năng nhưng không kiên định. Lời khuyên dành cho bạn, là bạn nên nhẫn nại, kiên trì để thuyết phục người thượng cấp của bạn, nếu vấn đề đó là khả thi và có lợi cho công việc chung.

Về tai nạn, mất mát, lá bài không đề cập rõ đến vấn đề này. Tuy nhiên, bạn có thể gặp trục trặc trong những chuyến đi của mình. Bạn nên cẩn thận về giấy tờ, tiền bạc. Hoặc là những chuyện thị phị khiến bạn cảm thấy bực bội trong lòng mà không thể tìm ra ai đang âm thầm phá hoại hình tượng của bạn.

Từ khóa : Số phận, may mắn, thành công, phát triển, chuyển đổi, phong phú, thiếu kiên định, xui xẻo, vô dụng, vận mệnh.

11 - Justice

"Hãy làm cho sự chánh trực chảy xuống như nước, và sự công bình như sông lớn cuồn cuộn".- Kinh Thánh A-Mốt 5:24

Lá bài miêu tả một người phụ nữ nghiêm nghị đang cầm trên tay một chiếc cân và thanh gươm. Phía sau lưng bà là hai cây cột có tấm màn che. Bà đại diện cho nữ thần công lý trong truyền thuyết, đồng thời chòm sao tương ứng với lá bài là chòm Thiên Bình. Nếu như nữ thần công lý bịt mắt thì sau lưng người phụ nữ này có tấm màn che, có nghĩa là quyết định của con người này là một quyết

định công tâm, không bị yếu tố ngoại cảnh làm ảnh hưởng. Chiếc cân là hình tượng chòm Thiên Bình cũng đồng thời đại diện cho sự công bằng. Thanh gươm đại diện cho lực lượng, sức mạnh để bảo vệ chính nghĩa, đồng thời trừng phạt tội ác.

Về công việc, nếu bạn đang muốn xin việc, hay khởi nghiệp thì bạn nên đi bằng chính thực lực của mình. Mặt khác, bạn nên chú ý đến giấy tờ, hồ sơ của mình. Nếu bạn đang có công việc, thì bạn nên lưu ý đến những giấy tờ liên quan đến mặt pháp lý, trường hợp ký kết hợp đồng bạn cần phải cẩn thận suy xét kỹ lưỡng trước khi đặt bút ký. Nếu bạn đang chuẩn bị cho dự án mới, thì bạn nên lưu ý các vấn đề liên quan đến mặt pháp lý.

Về tiền bạc, đây là một lá bài tốt. Những công sức bạn bỏ ra sẽ được đền đáp một cách xứng đáng. Nếu bạn có liên quan đến những chuyện tiền bạc không hợp pháp thì bạn sẽ có rắc rối về mặt pháp lý. Trường hợp bạn muốn vay mượn thì đây là thời điểm tốt, tuy nhiên bạn cần xem xét kỹ về mặt điều kiện, lãi suất. Nếu bạn muốn cho người khác vay mượn, thì bạn nên cân nhắc nguồn tiền của mình trước khi quyết định. Theo một số quan niệm khác, lá bài còn ám chỉ đến một món tiền bất ngờ có thể đến với bạn, có thể từ việc kế thừa tài sản, được người trên đưa xuống.

Về bạn bè, bạn nên đối xử công bằng với những người bạn mình. Bất cứ sự thiên vị đối xử nào cũng có thể khiến một người bạn thân của bạn bị tổn thương. Trong mối quan hệ bạn bè, bạn nên cân bằng giữa lý trí và tình cảm, đều này sẽ tốt hơn. Về đồng nghiệp, nếu họ có khó khăn bạn nên giúp họ một tay trong khả năng cho phép, lòng tốt của bạn sẽ được ghi nhớ. Ở trường hợp, bạn có rắc rối với đồng nghiệp, thì bạn nên bình tĩnh không nên đôi co, có thể trong chuyện rắc rối này có nhiều khía cạnh bạn chưa rõ ràng để có thể xử lý một cách công bằng.

Về gia đình, người thân, những vấn đề như tài sản thừa kế, hay đứng tên giấy tờ nên được bàn bạc kỹ lưỡng để mọi người trong gia đình đều cảm thấy công bằng tránh việc tranh cãi, xung đột diễn ra. Nếu có người thân muốn vay mượn thì bạn nên khuyên người đó nên cẩn thận về các vấn đề giấy tờ pháp lý, cách tốt nhất là nên xin sự tư vấn từ một người có chuyên môn về tài chính. Ở khía cạnh khác, bạn nên đối xử một cách công bằng với tất cả mọi người trong gia đình, sự thiên vị đôi lúc dù chỉ là rất nhỏ cũng có thể làm xảy ra mâu thuẫn lớn.

Về tình yêu, nếu bạn vẫn còn là người độc thân thì đây là thời điểm để bạn suy xét cho việc tìm kiếm một tình yêu, đây là thời điểm thuận lợi. Trong trường hợp đã có một mối quan hệ bền vững, thì đây lại là thời điểm tốt để bạn tính toán để chuyện hôn nhân gia đình sau này. Ở khía cạnh vợ chồng, thì lá bài dành cho bạn lời khuyên là bạn nên cân bằng giữa công việc và gia đình. Nếu chuyện tình cảm của bạn đang gặp tranh cãi mâu thuẫn thì bạn nên bình tĩnh để giải quyết gốc rễ vấn đề, sự nóng giận có thể khiến sự việc đi xa hơn. Việc tranh thắng thua giữa bạn và người đó là vô ích, vì ai thắng thì tình cảm đều bị tổn thương.

Về sức khỏe, áp lực công việc cũng như gia đình đôi khi làm bạn cảm thấy ngột ngạt mệt mỏi. Đây là lúc bạn nên đi đâu đó xa xôi, để tự cân bằng bản thân mình. Nếu bạn cảm thấy cơ thể có vấn đề thì bạn không nên tự ý uống thuốc, mà lá bài cho bạn lời khuyên là nên đến bác sĩ để được tư vấn. Nếu bạn đang trong quá trình điều trị bệnh thì mọi việc đang tiến triển theo chiều hướng tốt, bạn cần phải kiên trì, không được mất niềm tin.

Về nhiệm vụ, thượng cấp, thì bạn có thể đang phải giải quyết cùng một lúc hai hoặc ba nhiệm vụ, bạn nên ưu tiên những nhiệm vụ này theo mức độ cần thiết và quan trọng để có thể hoàn thành tốt. Việc giải quyết các nhiệm vụ này cùng một lúc khiến bạn mất cân bằng và bị rối loạn. Về thượng cấp, thì có thể bạn đang làm việc với một người thượng cấp nghiêm khắc nhưng rất công bằng, những công sức bạn bỏ ra sẽ được người này ghi nhận. Nếu bạn là người ở vị trí trên, thì bạn không nên quá thiên vị hay ưu ái một người nào đó quá rõ rệt, điều này sẽ làm cho người này trở nên kiêu ngạo tự phụ.

Về tai nạn, mất mát, lá bài này ám chỉ bạn có thể có những rắc rối liên quan đến việc giấy tờ pháp lý, kiện tụng, tranh chấp cãi vã. Có thể rắc rối này đến từ những hợp đồng cũ mà bạn đã ký, hoặc liên quan đến tài sản thừa kế. Và ở thời điểm hiện tại, bạn cũng nên cẩn thận về vấn đề giấy tờ, vì có thể nó sẽ dẫn đến rắc rối tỏng tương lai cho bạn. Ở trường hợp khác, lá bài còn ám chỉ bạn có thể bị kẹt giữa những cuộc tranh cãi mà bạn không hề liên quan, đồng thời còn phải chịu những điều miệng tiếng thị phi.

Từ khóa : Công bằng, lý trí, sự cân bằng. Hòa giải, dàn xếp.Trì hoãn, kiện tụng, hầu tòa, hôn nhân, mất cân bằng, thiếu dứt khoát.

12 - The Hanged Man

"Có những thứ chưa chắc đã đúng ngay cả khi có người hiến sinh vì nó" - Oscar Wilde

Lá bài thường miêu tả một người đàn ông bị treo ngược trên giá. Hình ảnh này gợi nhớ đến hình tượng thần Odin treo ngược mình trên cây thế giới (Yggdrasil) để đốn ngộ. Cây thế giới bén rễ trong âm phủ (tiềm thức), mọc xuyên qua cõi (ý thức) và vươn đến thiên đàng (siêu thức). Sắc mặt của người đàn ông bị treo ngược không hề có vẻ xấu xa, tà ác mà nó thể hiện sự bình tĩnh, tự tại.

Vầng sáng đằng sau đầu của người này thể hiện cho ngọn lửa trí tuệ chiếu sáng những vùng tăm tối của tâm hồn.

Về công việc, nếu bạn vẫn trong thời gian tìm việc hay muốn khởi nghiệp, thì lá bài khuyên bạn nên bình tĩnh, bởi bạn cần thêm thời gian để suy xét con đường mình đi cũng như trau dồi thêm một số kỹ năng cần thiết. Nếu bạn đã có công việc, thì mọi thứ lúc này không có gì thay đổi lớn. Trường hợp bạn muốn thay đổi công việc, thì bạn cần thời gian để cân nhắc trước sự chuyển đổi này. Còn như bạn đang bắt đầu dự án mới thì trong lúc thu nhận thông tin bạn cần phải kiên nhẫn để chọn lọc, để tìm ra được thông tin giúp bạn ra quyết định phù hợp.

Về tiền bạc, đây là một lá bài của sự nhận thức, bạn nên hiểu rằng bản thân phải là chủ nhân của tiền bạc, chứ không phải là kẻ bị chúng điều khiển. Nếu bạn tự nhấn mình chìm dưới cơn lũ tiền bạc này thì chính bạn đang hủy hoại bạn. Chữ tiền đi liền chữ bạc, ví như bạn quá quan trọng tiền bạc thì phần nhiều những kẻ đến với bạn cũng vì chữ tiền, mà khi tiền hết thì lập tức trở mặt bạc tình. Nếu bạn là một người chưa có nhiều tiền trong tay, thì bạn nên cân đối nguồn tiền để chi tiêu tiết kiệm. Là tiết kiệm không phải hà tiện. Hơn nữa, tiền là thứ cần thiết nhưng để sống với nhau cần một chữ tình, bạn đừng vì lợi ích trước mắt mà đánh mất tình cảm những người khác dành cho bạn. Nếu bạn là một người giàu có, bạn nên nguồn tiền của mình được lưu động, việc tài trợ cho các chương trình từ thiện, hoặc các tổ chức yêu động vật sẽ mang lại cho bạn nhiều điều tốt.

Về bạn bè, có thể bạn bè sẽ khiến bạn rơi vào tình trạng

khó xử, khó quyết định một vấn đền nào đấy. Lời khuyên cho bạn là nên bình tĩnh, chưa nên tỏ rõ thái độ hoặc im lặng. Hãy dùng con tim để thấu hiểu vấn đề. Bạn sẽ tìm thấy cách thoát ra khỏi tình trạng này. Về đồng nghiệp, bạn nên tập trung vào công việc của mình, những ý kiến trái chiều từ đồng nghiệp có thể khiến bạn cảm thấy hoang mang, bối rối. Bạn phải nhớ họ chỉ là những người đưa ra ý kiến, còn bạn mới là người chịu trách nhiệm đồng thời tự tay hoàn thành công việc. Bạn cần phải cân nhắc kỹ lưỡng.

Về gia đình, người thân, lá bài ám chỉ bạn có thể mắc kẹt vào những cuộc tranh cãi của những người thân trong gia đình, hoặc có thể chính bản thân bạn tranh cãi với người thân trong gia đình. Tuy nhiên, đây không phải là thời điểm để bạn tranh cãi hay bộc lộ chính kiến của mình. Bởi vì điều này có thể dẫn đến những vết thương lòng khó hàn gắn. Bạn nên hy sinh cái tôi của mình, lùi bước, im lặng để lắng nghe những bức xúc của người thân mình. Trường hợp sự cãi nhau giữa những người thân với nhau, thì im lặng cũng là một cách tỏ thái độ, những cảm xúc kìm nén nên được giải tỏa. Và sau đó, bạn cần mở lời để làm cầu nối giữa những người thân.

Về tình yêu, nếu bạn chưa có người yêu, thì bạn không nên làm bản thân cảm thấy nặng nề, mà bạn nên chăm chút cho bản thân cả bên ngoài lẫn bên trong, thời điểm thích hợp, sẽ có người thích hợp đi ngang qua đời bạn. Nếu bạn đã có người yêu, thì lá bài khuyên bạn nên buông bỏ những cảm xúc vụn vặt, những suy tưởng xa vời, để nhẹ lòng. Đồng thời, bạn cũng nên thường xuyên tâm sự, nói chuyện với người yêu mình để mối liên kết giữa cả hai trở nên khăng khít hơn. Về vợ chồng, bạn nên cùng người bạn đời của mình thu xếp để gác lại những bộn bề của cuộc sống, để cả hai dắt dìu nhau ra quán café ngồi, cùng nghe lại một bản nhạc quen thời yêu nhau, cùng ăn ở những hàng quán quen đầy ắp kỷ niệm của cả hai. Chỉ chừng đó thôi, đã có thể giúp bạn lấy lại tinh thần để bước vào lại cuộc sống đầy lo toan.

Về sức khỏe, bạn nên thay đổi suy nghĩ mình sẽ khỏe mạnh mãi mãi, đây là thời điểm mà bạn cần quan tâm chăm sóc đến sức khỏe của bản thân. Ăn những thức ăn tốt cho sức khỏe, thay đổi những thói quen xấu. Bạn nên bắt đầu đi khám sức khỏe định kỳ. Nếu bạn đang trong quá trình điều trị bệnh, thì điều bạn cần là giữ vững tinh thần lạc quan vì đây là một yếu tố quan trọng trong quá trình điều trị. Trường hợp bạn đang có rắc rối và định đến bác sĩ, thì bạn không nên lo lắng mất tinh thần, nếu ví thân thể như con thuyền, thì tinh thần là người lèo lái con thuyền này. Mà bệnh tật như cơn sóng đến, người lái thuyền mới thấy sóng đã mất tay lái thì sẽ khiến con thuyền gặp chao đảo. Chính tinh thần vững vàng, lạc quan là liều thuốc tốt nhất cho bạn.

Về nhiệm vụ, thượng cấp, bạn có thể phải đối mặt với một nhiệm vụ khó khăn, khiến bạn khó mà quyết định được. Và dường như bạn phải một mình quyết định mà không hề có một sự giúp đỡ nào từ thượng cấp. Lá bài cho bạn lời khuyên là bạn nên xin những lời tư vấn từ những người đi trước mà bạn quen, hoặc người có kinh nghiệm trong gia đình. Điều này sẽ cho bạn thêm quyết tâm để giải quyết vấn đề. Nếu bạn là một người thượng cấp, thì lá bài nhắc nhớ bạn nên thường xuyên quan tâm và hỗ trợ để cấp dưới của bạn có thể hoàn thành công việc một cách tốt nhất.

Về tai nạn, mất mát, lá bài cảnh báo bạn về những tai nạn té ngã, cũng như các các tai nạn liên quan đến bia rượu không làm chủ được bản thân. Nếu bạn có dự định đi xa thì thời gian khởi hành có thể bị trì hoãn, trục trặc. Theo một số quan niệm, thì lá bài còn ám chỉ đến những tai nạn liên quan đến sông nước. Một mặt khác, bạn có thể bị bạn bè lợi dụng về vấn đề tiền bạc, tình cảm khiến cho bạn bị tổn thương.

Từ khóa : Tri thức, hi sinh, hiến dâng, trực giác, tiên tri, tự thân, ích kỷ, bè phái, trì hoãn, tổn thất.

13 - Death

"Trong khi tôi nghĩ là tôi học về sự sống, thực ra là tôi đang học về cái chết" - Leonardo da Vinci

Lá bài thường được miêu tả với một bộ xương mặc giáp

đang ngồi trên con ngựa trắng, bên dưới là xác của vị vua, trước mặt là vị giáo hoàng chắp tay nhìn thẳng, bên cạnh là một người trinh nữ đang quỳ cùng với một đứa trẻ đang chắp tay dâng hoa. Ánh bình minh đang lóe dần lên ở phía xa, bên kia là dòng sông chảy uốn quanh. Lá bài thể hiện sự công bình của cái chết, chẳng ai tránh thoát được, nhưng mỗi người là có một các đối mặt khác nhau. Màu đen của bộ giáp đại diện cho bóng đêm, biểu trưng cho khởi nguồn và kết thúc của sự sống. Cái chết cưỡi con ngựa trắng, màu trắng đại diện cho sự trong sạch cũng như hư vô. Đây là lá bài thường đại diện cho những sự chuyển đổi.

Về công việc, nếu bạn vẫn đang còn tìm kiếm công việc phù hợp cho bản thân, thì lá bài ám chỉ đến sự thay đổi, có thể vì áp lực kinh tế nên bạn phải chấp nhận một công việc nào đó mà bạn không hề mong muốn. Nếu bạn đang có một công việc ổn định nhưng bạn lại không nhìn thấy được sự thăng tiến của mình. Thì đây là thời điểm thích hợp để bạn bắt đầu tìm kiếm sự thay đổi cho công việc của mình. Nếu bạn muốn bắt đầu dự án mới thì bạn nên lên kế hoạch để phòng những thay đổi mà bản thân không thể kiểm soát được.

Về tiền bạc, nếu bạn đang trong tình trạng khánh kiệt, thì việc này sẽ nhanh chóng có sự chuyển biến theo chiều hướng tốt. Nếu nguồn tài chính của bạn đang dồi dào, thì lá bài ám chỉ bạn cần có sự chuẩn bị cũng như chấp nhận hi sinh để đối phó với những thay đổi về mặt tài chính sắp tới. Tuy nhiên, bạn cũng nên xin sự tư vấn của những người có chuyên môn, cũng như nhờ vả những người có nguồn tài chính hùng hậu. Một số chuyển đổi không mong muốn là bất khả kháng, quan trọng là cách bạn quyết định và đối mặt với nó. Nếu bạn đang muốn vay mượn hoặc muốn cho ai đó vay mượn thì bây giờ vẫn chưa phải là thời điểm thích hợp.

Về bạn bè, lá bài hàm ý bạn sẽ có sự chuyển đổi về bạn bè

khá sâu sắc. Theo hướng đầu tiên, bạn nhìn thấy một cách toàn vẹn các khía cạnh của con người bạn mình, từ đó thêm hiểu để tình bạn bước qua một giai đoạn mới. Hướng tiếp theo, bạn nhìn thấy rõ những điều không tốt mà họ làm với bạn, và bạn quyết định chấm dứt mối quan hệ này. Về mặt đồng nghiệp, bạn sẽ gặp phải một sự thay đổi lớn, khiến bạn cảm thấy khó mà hòa hợp với đồng nghiệp, tuy nhiên, bạn cần phải cân bằng giữa lý trí và tình cảm để có thể ứng xử khôn khéo.

Về gia đình, người thân, đây là lá bài hàm ý về sự chuyển đổi. Trường hợp bạn là người thiếu thốn tình thương từ gia đình, thì những gì thiếu thốn của bạn sắp được bù đắp. Còn nếu bạn là người được gia đình quan tâm chăm sóc, thì sự bảo bọc này làm bạn cảm thấy ngột ngạt như ở trong lồng, và bạn muốn tự mình bước ra ngoài kia bằng chính đôi chân mình. Tuy nhiên, bạn nên xé rào một cách tinh tế, bởi vì nếu bạn không nói ra những mơ ước của mình, và chứng tỏ nó thì làm sao để gia đình hiểu và ủng hộ bạn.

Về tình yêu, nếu bạn vẫn còn độc thân, thì đây là thời gian để bạn thay đổi và chăm chút cho bản thân, đồng thời đây cũng có thể là thời gian mà người ấy của bạn xuất hiện. Nếu bạn có một mối quan hệ đã từng hạnh phúc, song bây giờ lại nằm trong trạng thái thiếu quan tâm, chán nản, trì trệ. Nhưng bạn không biết cách nên làm như thế nào, cứ muốn giữ lấy những kỷ niệm đẹp của ngày hôm qua. Thì đây là thời điểm để thay đổi tình trạng đó, bạn nên suy nghĩ về nguyên nhân gốc rễ của vấn đề này. Đồng thời, bạn cần phải trao đổi thẳng thắn với người yêu mình, để cả hai cùng quyết định cho mối quan hệ này, bởi vì tình yêu không phải là chuyện của một người. Về vợ chồng, sự bình đẳng trong mối quan hệ gia đình là một điều tốt, nhưng để cái tôi mình lên quá cao có thể phá vỡ hạnh phúc gia đình. Bởi vì khi có gia đình, bạn không chỉ sống cho bản thân mình mà còn sống vì những người khác. Một mặt khác, nếu bạn mắc lỗi lầm thì nên tìm điểm thích hợp để nói ra, bởi không sớm thì muộn người bạn của bạn cũng biết được những chuyện sai lầm này. Hãy khéo léo và tinh tế. Bạn cũng chỉ là con người với xương máu thịt da, bạn cũng có thể mắc lỗi. Nhưng bạn cũng có thể tìm cách để sửa chữa lỗi lầm đó, bằng tình yêu.

Về sức khỏe, bạn không nên lờ đi bất cứ dấu hiệu không ổn mà cơ thể đang cố gắng báo hiệu cho bạn. Nếu làm thế, tình hình sức khỏe của bạn sẽ có chuyển biến theo chiều hướng không tốt. Nếu bạn đang trong quá trình điều trị, thì yếu tố tinh thần, tôn giáo có thể giúp bạn theo chiều hướng tốt. Lá bài mặt dù mang một cái tên không mấy gây thiện cảm nhưng nó không bao giờ báo hiệu những sự xui rủi. Theo một số quan niệm khác, thì lá bài còn ám chỉ việc đắm mình trong tình ái có thể khiến sức khỏe của bạn gặp rắc rối.

Về nhiệm vụ, lá bài ám chỉ có thể bạn đang đứng trước một nhiệm vụ lớn có thể làm cuộc đời bạn lật sang một trang mới. Tuy nhiên, bạn nên suy xét cẩn thận trước khi hành động, cũng như giữ sự cân bằng bình tĩnh trong mọi trường hợp. Về thượng cấp, thì những tình cảm, công sức bạn bỏ vào trong công việc sẽ được người trên ghi nhận đồng thời đền đáp cho bạn một cách xứng đáng. Nếu bạn ở vị trí một vị thượng cấp, thì trong những thay đổi tổ chức, nhân sự bạn cần phải chú ý tránh bỏ sót người tài, người trung tâm với mình.

Về tai nạn, mất mát, rất hiếm khi lá bài báo hiệu một cái chết thực sự, hay những chuyển xui rủi. Lá bài báo hiệu về sự chuyển đổi lên xuống một cách đều đặn trong vòng quay số phận. Tuy nhiên, theo quan niệm các nhà huyền học phương tây, thì khi lá Death đi kèm với các lá như mười gươm, bốn gươm, Tower thì nó lại ám chỉ về cuộc đời con người như cánh đồng đã đến mùa thu hoạch. Cái chết đến trong dịu dàng, bởi vì con người xét về lâu dài, ai cũng phải chết.

Từ khóa : Kết thúc, thay đổi, phá hủy, chuyển đổi bất ngờ, thấu hiểu bản thân, niềm tin, yên ngủ, cố chấp, thất vọng.

14 - Temperance

"Điều độ là sự gìn giữ những thứ tốt và đáng giá trong một đống rác rưởi tanh hôi" - Frances E. Willard

Lá bài thường được miêu tả với hình ảnh một thiên thần đang nhắm mắt, có hai cánh, trên tay cầm hai chiếc cốc. Trên đầu người là biểu tượng của mặt trời, hàm cho sự soi sáng. Đôi cánh đại diện cho tri thức, hai chiếc cốc đại diện cho vô thức và ý thức, dòng nước chảy từ thấp lên cao, tượng trưng cho khả năng kiểm soát một cách tinh diệu. Một chân thiên thần đứng trên mặt đất, một chân

để vào dưới mặt nước. Mặt đất đại diện cho thế giới thực tại còn nước lại đại diện cho tiềm thức bí ẩn. Con đường phía sau lưng thiên thần hàm ý là cho sự trở lại ở thế giới thực tại sau khi dấn thân để hiểu rõ địa hạt của tiềm thức bí ẩn để tưởng tỏ chính bản thân mình.

Về công việc, lá bài ám chỉ bạn đang gặp một sự thử thách

lớn, và điều bạn cần làm lúc này là bình tĩnh để suy xét đồng thời kiểm soát mọi thứ để đối phó những rắc rối bất khả kháng. Trong công việc, bạn đặt ra mục tiêu quá cao nhưng bạn chưa sẵn sàng hoặc điều kiện chưa cho phép, bạn nên đặt ra những mục tiêu phù hợp với khả năng của mình thay vì chạy theo những điều quá xa vời. Trong trường hợp bạn muốn khởi nghiệp hay muốn xin việc, thì thường mọi thứ sẽ có gian nan trắc trở, nhưng lá bài khuyên bạn nên kiên trì, cố gắng, bởi những điều bạn cho ra sẽ được đền đáp xứng đáng.

Về tiền bạc, lá bài nhắc nhở bạn về việc cân bằng nguồn tài chính của mình, nên suy xét kỹ lưỡng trước khi quyết định chi tiêu hay đầu tư vào một lĩnh vực mới. Nếu bạn đang cân nhắc có nên đề xuất tăng lương hay không, thì đây là thời điểm tốt, những công sức bạn đã bỏ ra sẽ được nhìn nhận đánh giá. Bạn nên mạnh dạn đề xuất mức lương xứng đáng với giá trị của bản thân.Tuy nhiên, đây không phải là thời điểm tốt để bạn vay mượn, hoặc để cho người khác vay mượn. Bởi vì bạn có thể bị thâm hụt nguồn tài chính của mình, cũng như khó thu hồi món tiền đã cho người khác vay.

Về bạn bè, bạn nên cẩn thận về những điều thị phi về vấn đề bạn bè, chuyện này có thể khiến bạn bị tổn thương.

Nhưng bạn lại muốn trốn tránh nó với cách thức " mất trí nhớ một cách cố ý", bạn tránh đối mặt với điều này. Tuy nhiên, lá bài nhắc bạn rằng, trốn tránh chỉ là cách ứng biến tạm thời, và bản thân của cần phải đối mặt với vấn đề này, sớm hay muộn. Với đồng nghiệp, bạn không nên nhẹ dạ cả tin tất cả những điều mà mình nghe được, bạn cần phải lựa chọn, suy nghĩ về mục đích của người khác. Nếu bạn hấp tấp vội vàng thì có thể dẫn đến rắc rối lớn.

Về gia đình người thân, nếu bạn vẫn còn đang phụ thuộc vào gia đình, thì sự quan tâm của gia đình đôi khi làm bạn cảm thấy mệt mỏi, tù túng. Tuy nhiên, bạn nên tránh đối đầu tranh cãi với những người thân trong gia đình của mình, về con đường lát gạch được sắp đặt ở phía trước. Nhưng khi bạn đủ lớn, bạn vẫn có thể cùng với đôi chân trần bước giữa đời chông gai mà không cần một ai nâng đỡ. Nếu bạn là một người bận rộn, thì lá bài lại là lời nhắc nhở bạn nên sắp xếp, cân bằng quỹ thời gian của mình để có những thời điểm dành cho gia đình.

Về tình yêu, nếu bạn vẫn chưa có người yêu, thì bạn không nên bắt đầu mối quan hệ với một người bạn không thật sự yêu thương, chỉ vì bạn sợ cô đơn. Nếu bạn đã có người yêu, thì lá bài khuyên bạn nên cân bằng giữa tình cảm và đời sống, tránh để việc tình cảm là ảnh hưởng không tốt đến học hành, công việc. Nếu bạn đã có gia đình, thì điều bạn cần là sự dũng cảm và bao dung, dũng cảm để có thể bày tỏ những lỗi lầm của mình, bao dung là để tha thứ cho bản thân cũng như để tha thứ cho những lỗi lầm của người bạn đời. Cuộc đời ai cũng phải có đôi lần mắc lỗi, vì vậy bạn phải cân nhắc giữa những lỗi lầm và người mình yêu, điều nào quan trọng hơn. Để có thể buông bỏ, để có thể bao dung một cách đầy yêu thương.

Về sức khỏe, việc cân bằng là chìa khóa để có một sức khỏe tốt. Bạn nên cân bằng giữa công việc và nghỉ ngơi, những áp lực bạn không thể gánh hoài, cũng cần phải bỏ xuống để làm mới bản thân. Nếu bạn đang trong giai đoạn điều trị, thì việc kết hợp với những bài tập nhỏ có thể giúp cơ thể bạn quen dần với việc vận động, kích thích sự tuần hoàn màu, và từ những việc nhỏ ấy bạn có thể tự giúp sức khỏe mình hồi phục dần dần.

Về nhiệm vụ, thượng cấp, bạn cần phải cân bằng giữa cuộc sống riêng và công việc, không nên để tình cảm ảnh hưởng đến công việc, điều này sẽ khiến ấn tượng của thượng cấp với bạn không tốt. Trường hợp bạn là một người bề trên, thì bạn nên tầm soát lại cách cư xử của mình, sự thiên vị mất cân bằng có thể khiến bạn rơi vào tình huống khó xử.

Về mất mát tai nạn, thì lá bài không ám chỉ đến vấn đề này một cách rõ ràng. Tuy nhiên, bạn cũng nên đề phòng bệnh tật liên quan đến thời tiết do nắng mưa, hoặc do mệt mỏi trong những chuyến đi xa. Đồng thời, việc chịu áp lực quá lâu cũng khiến bạn kiệt sức. Đồng thời, bạn nên cân bằng việc chi tiêu của mình với nguồn thu tài chính, nếu bạn chi nhiều hơn số tiền bạn làm ra, thì việc này có thể đưa đến những món nợ không đáng có cũng như các rắc rối liên quan đến chuyện tiền bạc.

Từ khóa : Thích nghi, cân bằng, tiết chế, kiểm soát, suy xét,lối thoát, mất cân bằng, thiếu suy xét, hấp tấp, vội vàng, mất kiểm soát. Những sự việc liên quan đến tôn giáo, tâm linh, tư tưởng.

15 - The Devil

"Cái ác ghê gớm nhất đều bắt nguồn từ chính bên trong chúng ta" - Jean Jacques Rousseau

Lá bài thường được miêu tả với hình ảnh một kẻ đuôi dài đầu sừng chân dê, được lấy hình tượng từ quỷ vương Baphomet, một tay kẻ này đưa lên trời có biểu tượng của sao thổ, một vì sao báo hiệu xui xẻo, một tay cầm đuốt đốt lên ngọn lửa của người nam. Bên dưới bệ đá, là một nam một nữ lõa lồ, trên cổ quấn hai sợi xích dường như có thể tháo ra bất cứ lúc nào. Ngôi sao ngược

trên trán của devil đại diện cho những ma thuật hắc ám, đôi cánh dơi đại diện cho những suy tưởng đen tối. Lá bài số 15 này đại diện cho hố thẳm đen tối của vô thức tập thể, của những dục vọng đang quấn quanh cổ hai con người kia.

Về công việc, nếu đang muốn xin việc, hay khởi nghiệp thì bạn cần chắc chắn rõ ràng mục đích cũng như cách thức mình sẽ thực hiện. Sự cố chấp mù quáng chạy theo lợi ích trước mắt, có thể dẫn bạn đến những sự chán nản, phiền muộn về sau. Nếu bạn đang làm một công việc, nhưng bạn đã hoàn toàn không nhìn thấy gì ở tương lai, thì bạn nên suy xét đến việc thay đổi. Có thể, bạn nghĩ sẽ có nhiều thứ giữ cho mình mắc kẹt vào công việc này, nhưng bạn phải nhớ là mình không bị thứ gì giữ chân, trừ phi bản thân bạn cho phép điều đó xảy ra. Nếu bạn đang có một dự án lớn, thì bạn nên âm thầm chuẩn bị cho nó, để tránh những rắc rối không đáng có.

Về tiền bạc, tiền bạc là cần thiết. Nhưng bạn không thể vì tiền mà bất chấp mọi thứ, như đạo đức, pháp luật, bởi vì sớm muộn những đồng tiền không được làm từ công sức của chính bạn cũng không thể giữ được. Trong công việc, điều cốt lõi vẫn là công sức, trí tuệ mà bạn đặt vào đó, nhưng chiêu trò hoa mỹ sớm muộn cũng bị vạch trần. Lá bài còn ám chỉ đến những rắc rối về mặt tài chính khiến bạn cảm thấy cực kì khó chịu. Bạn cần phải giữ bình tĩnh để ứng phó, đồng thời thứ gì nên dứt bỏ thì cứ bỏ. Nếu bạn muốn vay mượn, thì đừng ngần ngại. Tuy vậy, bạn cần giữ đúng cam kết mình đưa ra.

Về bạn bè, những hành động ngầm của bạn bè có thể khiến bạn đau buồn. Tồi tệ hơn nó có thể dẫn đến những xung đột gay gắt. Lời khuyên là bạn nên cẩn thận giữa vấn đề tiền bạc và bạn bè. Cũng như tránh tranh cãi lời tiếng qua lại. Thay vào đó, bạn nên suy nghĩ có thể tiếp tục giữ mối quan hệ này hay không. Về đồng nghiệp, bạn đừng vội tin tưởng vào những lời nói của họ, mà hãy nhìn cách họ hành động cũng như đối xử với bạn. Đồng thời, nếu bạn không hài lòng về thái độ của họ, thì bạn không được để cho cảm xúc chi phối, bởi vì nếu bạn phản ứng lại sẽ khiến công việc của bạn gặp rắc rối

Về gia đình, bạn cảm thấy mệt mỏi với sự quan tâm quá nhiều từ người thân, gia đình. Bạn muốn được tự do, được làm theo ý mình, nhưng bạn vẫn chưa đủ độc lập để có thể hoàn toàn lo cho bản thân. Lời khuyên là thay vì chịu đựng với sự bất mãn như thế, bạn nên bày tỏ suy nghĩ của mình, hoặc âm thầm tích lũy để thực hiện ý muốn của mình. Nên tranh sự tranh cãi, xung đột trong gia đình vì những bất đồng không thể giải quyết được bằng lời nói. Chỉ khi bạn hành động mới có thể chứng minh được là mình đã trưởng thành, có thể lo lắng cho bản thân. Ngược lại, nếu bạn là người chủ gia đình, thì quan tâm lo lắng của bạn quá nhiều, khiến đôi lúc mọi người cảm thấy mệt mỏi.

Về tình yêu, nếu bạn vẫn tìm kiếm một tình yêu đích thực thì bạn nên thận trọng với những thứ gần giống như tình yêu. Nó có thể cuốn bạn vào những ngày tháng đau khổ buồn chán. Nếu bạn đang yêu, thì trong tình yêu chuyện kinh tế, tình cảm cần phải được cân bằng. Yêu bằng lý trí thì hai người mệt mỏi và tổn thương. Không chỉ vậy, còn cần phải có sự cảm thông. Những toan tính, vụ lợi, ham muốn huyễn hoặc đều là những liều thuốc độc giết chết tình yêu. Về chuyện vợ chồng, lá bài nhắc nhớ bạn, trong cuộc sống chung thì mỗi đều có có một khoản trời riêng trong tim, chúng ta chỉ tôn trọng điều đó thì mọi thứ điều tốt đẹp. Hơn nữa, khi kết hôn thì khá khác với khi yêu, những thói xấu cũng được bộc lộ ra, và bạn nên nhớ, yêu một người là yêu người đó một cách toàn vẹn. Kể cả mặt sáng lẫn phần tối. Với lá bài devil, thì theo một số quan niệm khác, nó còn ám chỉ tình yêu với nhiều cung bậc như : đau khổ, bi lụy, nặng về nhu cầu sinh lý.

Về sức khỏe, đây là thời điểm mà bạn dành thời gian để nghỉ ngơi. Lá bài ám chỉ bạn đã quá lao lực vì công việc quá nhiều. Công việc là quan trọng, nhưng sức khỏe còn quan trọng hơn, mất sức khỏe thì bạn mất cả công việc, tiền bạc, niềm vui. Tập một vài bài thể dục nhỏ mỗi ngày, thiền định hoặc yoga có thể giúp bạn rất nhiều mà không quá tốn thời gian. Nếu bạn đang phải chung sống với căn bệnh mãn tính, thì đừng bệnh tật ảnh hưởng tiêu cực đến tâm tình của bạn. Các yếu tố như tinh thần, sinh hoạt điều độ,...., điều có ảnh hưởng đến cuộc sống của bạn. Bởi vì con người không ai có thể thoát khỏi sinh lão bệnh tử, bệnh tật cũng là một điều tất yếu, nhìn nó với thái độ bình thản, chấp nhận chung sống, sẽ giúp bạn chế ngự cơn bệnh của chính bản thân.

Về nhiệm vụ, thượng cấp, lá bài hàm ý bạn được thượng cấp tin tưởng giao cho nhiều kế hoạch quan trọng liên quan nhiều đến tiền bạc. Tuy nhiên, bạn cần phải hoàn thành những nhiệm vụ này với toàn vẹn tâm sức của mình, những chiêu trò mờ ám sẽ khó mà qua mặt người thượng cấp của bạn, hoặc họ biết nhưng có thể tha thứ một vài lần cho bạn. Lời khuyên cho bạn, là đừng vì cái lợi trước mắt mà đánh mất đi cái lâu dài. Nếu bạn ở vị trí thượng cấp, thì bạn nên đề phòng những người dưới đang lạm dụng sự tín nhiệm của bạn.

Về tai nạn, mất mát, bạn nên cẩn thận đến những tai nạn do bia rượu dẫn đến không làm chủ tốc độ. Đồng thời, bạn có thể bị mất mát một số tiền do đãng trí, hay bị kẻ gian lấy. Cẩn thận lòng tốt giúp đỡ mọi người của bạn có thể bị lợi dụng. Một số quan niệm khác cho rằng lá bài thường liên quan đến các rắc rối về mặt ái tình lẫn vật chất khiến bạn thấy phiền não, đồng thời bế tắc.

Từ khóa : Mù quáng, tham vọng, mãnh liệt, bạo lực, phá vỡ quy tắc, sự bất mãn, xem trọng vật chất, nhỏ nhen, rắc rối báo trước.

16 - The Tower

"Thất bại là sự trì hoãn, nhưng không phải thua cuộc. Đó là đoạn quanh co tạm thời, không phải ngõ cụt." - William Arthur Ward

Lá bài miêu tả một tòa tháp đang bốc cháy, sét trên trời đang đánh xuống. Có hai người từ bên trong tòa tháp tẩu thoát ra ngoài, họ đang rơi xuống , mà bên dưới là vách đá cheo leo. Hình ảnh tòa tháp gợi nhắc đến của Babel, tòa tháp thể hiện tham vọng muốn chạm tới thiên đường. Còn sấm sét từ trên trời giáng xuống ở khía cạnh thứ nhất là sự trừng phạt tẩy rửa những xấu xa

tăm tối trong tòa tháp, ở khía cạnh thứ hai, chính là sự đốn ngộ trong tâm thức, phá hủy tất cả để tái tạo lại tất cả. Hai kẻ tẩu thoát khỏi tòa tháp, rơi ngược người, thể hiện sự bất lực, không còn có thể kiểm soát những gì xảy ra với bản thân.

Về công việc, đây không phải là lá bài tốt. Nếu bạn đang muốn khởi nghiệp thì bạn nên cẩn thận vì những trục trặc, rắc rối có thể xảy ra mà bạn không lường trước được. Nếu đang làm việc, thì đây là khoản thời gian bản thân bạn cần giữ bình tĩnh trước tất cả mọi chuyện. Bởi vì hấp tấp, vội vàng, nóng giận sẽ khiến tình hình của bạn trở nên tồi tệ hơn. Trường hợp bạn muốn bắt đầu một dự án hay công việc mới, thì đây không phải là thời điểm thích hợp, kế hoạch của bạn có thể bị trì hoãn hoặc xấu nhất là bị thất bại do những nhân tố bên ngoài bạn không thể kiểm soát được.

Về tiền bạc, đây sẽ là một khoản thời gian khó khăn đối với bạn. Nếu bạn đang túng thiếu thì trong thời gian tới sẽ có một vài thay đổi theo chiều hướng xấu đi. Bạn nên có sự chuẩn bị trước. Nếu nguồn tài chính của bạn đang dư giả, thì bạn nên cân nhắc với những sự thay đổi lớn như là đầu tư vào một lĩnh vực mới, đồng thời có kế hoạch đối phó với những tình huống xấu có thể xảy ra. Bởi vì đây là một lá bài đại diện cho sự phá hủy khi mà cái cũ đã đạt ngưỡng cao nhất, để cái mới có thể bắt đầu. Nếu bạn đang trong đỉnh cao của sự nghiệp cũng như tiền bạc, thì lá bài cảnh báo bạn cần tính toán một đường lùi, hoặc chuẩn bị tinh thần cho việc thành tựu cũ sẽ bị phá hủy triệt để, bởi vì cái cũ đang dần trở thành nhà tù để mài mòn con người bạn. Trường hợp bạn muốn vay mượn, hoặc cho người khác vay mượn thì đây không phải thời điểm thích hợp, lá bài nhắc nhở bạn nên cân nhắc đến các tình huống rắc rối có thể xảy ra trước khi đưa ra quyết định cuối cùng.

Về bạn bè, lá bài khuyên bạn nên cố gắng bình tĩnh trong những cuộc tranh luận với bạn bè. Vì sự thể hiện cái tôi, cũng như nóng giận có thể dẫn đến cãi vả, khiến mọi chuyện đi xa, đồng thời có thể làm mối quan hệ bị sụp đổ. Về đồng nghiệp, những mâu thuẫn, bất đồng quan điểm giữa bạn và đồng nghiệp nên được giải quyết một cách thẳng thắn, tránh việc bằng mặt không bằng lòng, vì trốn tránh mâu thuẫn chỉ càng làm mọi việc dần trở nên tồi tệ hơn trong tương lai. Nếu bạn sai, bạn nên thẳng thắn nhận lỗi, nếu ngược lại, bạn nên bao dung ở một chừng mực nhất định, vì đồng nghiệp là những người cùng làm việc với bạn. Nếu thái độ bản thân quá cứng nhắc thì sẽ khó hợp tác với người khác.

Về gia đình, người thân, lá bài báo hiệu về những sự cãi vã mâu thuẫn có những yếu tố từ bên ngoài tác động vào. Đây là những sự tranh cãi về tài sản kế thừa, về công việc làm ăn, các dự định về tài chính. Lá bài dành cho bạn lời khuyên, trong cuộc sống chuyện tranh cãi về lợi ích cũng như bất đồng ý kiến là không thể tránh khỏi, song quan trọng là làm như thế nào để có thể xử lý một cách công bằng, để người trong gia đình về sau vẫn còn yêu thương nhau. Cần đề phòng những yếu tố bên ngoài tác động, xúi dục, dèm pha khiến gia đình xào xáo. Bởi vì, tranh cãi là chuyện riêng của gia đình, người ngoài can dự vào thì có thể khiến tình cảm gia đình đổ vỡ.

Về tình yêu, nếu bạn vẫn chưa có người yêu, thì lá bài nhắc nhở bạn cần phải có sự thay đổi bản thân mình một cách triệt để. Từ ngoại hình cho đến cách trò chuyện, lẫn sự tư duy. Việc chấp nhận hủy diệt cái cũ để cho cái mới phát sinh là cần thiết.Nếu bạn đang trong một mối quan hệ, thì đây không phải là lá bài thuận lợi. Trường hợp thứ nhất một cuộc tranh cãi lớn xảy ra, tuy nhiên, vì tình yêu vẫn còn nên bạn và người kia có thể trút vơi những tâm sự khiến mối quan hệ nặng nền. Chuyện tình cảm của bạn bước qua một giai đoạn mới. Trường hợp thứ hai, vẫn là cuộc tranh cãi đó, nhưng vì đã cạn tình nên hai bạn chỉ làm tổn thương nhau đồng thời khiến mối quan hệ gãy đổ. Vì vậy, nếu đã hết yêu thương, bạn nên can đảm đối mặt với nó, đồng thời tránh những lời lẽ nặng nề xúc phạm lẫn nhau. Về vợ chồng, lá bài là lời nhắc nhớ với bạn tình cảm gia đình là sự chia sẻ cảm thông cũng như bao dung. Đừng cắn răng hi sinh, bởi vì bạn sẽ tự tạo áp lực cho chính bản thân mình, hoặc ngược lại.

Về sức khỏe, lá bài cảnh báo bạn nên chú ý nhiều hơn về sức khỏe của mình. Ăn uống sinh hoạt điều độ, có thể giúp bạn nhanh chóng vượt qua những đợt cảm do thời tiết. Bạn nên cẩn thận với những chất gây nghiện, chúng có thể ảnh hưởng xấu đến sức khỏe của mình. Nếu bạn đang trong giai đoạn điều trị bệnh, thì bạn nên cẩn thận vì có thể sẽ có những nhân tố bên ngoài tác động khiến tình hình sức khỏe đi theo chiều hướng không tốt. Bạn nên chú ý đến ăn uống, hoạt động nhẹ, đồng thời giữ tinh thần lạc quan. Những điều này sẽ giúp bạn vượt qua giai đoạn khó khăn này.

Về nhiệm vụ, bạn có thể đang phải đối mặt với một nhiệm vụ quan trọng, có sức ảnh hưởng rất lớn để sự nghiệp của bạn. Vì vậy, bạn cần phải cẩn thận như đi trên băng mỏng, để tránh công sức bỏ ra lâu nay đổ sông đổ bể. Trường hợp bạn ở vị trí cao, lá bài là lời nhắc nhở bạn về lối tư duy của bạn đã đến lúc cần phải làm mới lại. Vì thời thế luôn thay đổi, nếu không tùy thế mà đi sẽ bị đào thải một cách không thương tiếc.

Về tai nạn, mất mát, lá bài cảnh báo về những tai nạn như té ngã ở vị trí cao có thể gây ra những chấn thương nặng. Đồng thời, thiên tai hay các điều kiện thời tiết bất lợi có thể ảnh hưởng xấu đến công việc của bạn. Trong một số quan niệm khác, việc liên quan đến các chất gây nghiện, kích thích có thể dẫn đến các tai nạn, cũng như các rắc rối tình ái. Bạn cũng nên cẩn thận trong các vấn đề liên quan đến tài chính.

Từ khóa : Sụp đổ, tranh cãi, nguy cơ, đau khổ, thiên tai, hủy hoại, lừa dối, bất đồng tiềm tàng, dũng cảm, thay đổi triệt để.

17 - The Star

Hãy hiểu điều mình muốn làm, giữ vững ý nghĩ đó trong đầu, và hàng ngày hãy làm điều cần làm, và mỗi hoàng hôn, bạn sẽ thấy mình tới gần mục tiêu hơn" - Elbert Hubbard

Nếu như Temperance trang nghiêm giữ hai chiếc cốc cùng với nước một cách cân bằng, thì người trinh nữ trong lá bài star cầm hai chiếc bình để cho nước chảy một cách tự do. Cung hoàng đạo đại diện cho lá bài là cung bảo bình, hồ nước lớn tượng trưng cho phần vô thức, năm nhánh nước nhỏ là năm giác quan của con người. Con chim đậu sau lưng nàng là con cò quăm, đại diện cho

thần Thoth, là vị thần của trí tuệ, phép thuật và thường được miêu tả có chiếc đầu cò quăm. Thoth là người ghi chép, biên soạn tài liệu ở thế giới ngầm cũng như ghi lại những phán quyết ở cổng Maat. Thoth đóng một vai trò quan trọng trong nhiều thần thoại của người Ai Cập cổ đại khi nắm giữ vị trí trọng tài giữa thế lực thiện và ác. Những ngôi sao tám cánh sau lưng nàng đại diện cho sức mạnh tinh thần, để có thể chấp nhận những lỗi lầm và vượt những đau thương.

Về công việc, nếu bạn đang muốn khởi nghiệp hoặc bắt đầu công việc, thì bạn không nên nản chí khi gặp những khó khăn ban đầu. Công sức bạn bỏ ra sẽ được đền bù xứng đáng. Có đôi khi, bạn sẽ gặp sự giúp đỡ một cách bất ngờ. Trường hợp bạn cảm thấy chán nản với công việc hiện tại, thì đây là thời điểm sẽ xuất hiện những cơ hội mới. Và bạn nên chuẩn bị một cách thật kỹ lưỡng để nắm lấy cơ hội. Sự phân vân, đắn đo thiếu dứt khoát là sẽ khiến bạn bỏ lỡ cơ hội lớn trong đời mình. Nếu bạn đang bắt đầu một dự án mới, thì ban đầu có thể gặp phải những chuyện không như ý, song điều quan trọng là bạn phải giữ vững tinh thần vì những điều này sẽ nhanh chóng qua đi.

Về tiền bạc, đây là một lá bài tốt. Nếu bạn đang trong giai đoạn khốn khó, thì lá bài báo hiệu về những cơ hội sẽ được đưa đến cho bạn. Lời khuyên dành cho bạn, là nên giữ bình tĩnh để có thể nắm lấy cơ hội này, vì chỉ cần đôi chút sơ xuất, bạn cũng có thể để nó vuột khỏi tầm tay mình. Ở khía cạnh khác, lá bài báo hiệu về thời điểm thuận lợi cho việc đầu tư, mở rộng làm ăn. Tuy nhiên, bạn cần phải có khả năng kiểm soát nguồn tài chính một cách khéo léo, để tránh việc mở rộng khiến khả năng tài chính của bạn bị mất cân bằng. Đây cũng là thời điểm tốt cho việc bắt đầu những dự án mới, hoặc kí kết hợp đồng.

Về vấn đề bạn bè, lá bài ám chỉ về cái tôi quá lớn trong tình bạn. Có thể bạn, hoặc bạn của bạn là người có cái tôi khá lớn, muốn phá vỡ mọi luật lệ xong lại muốn mọi người tuân theo luật lệ của mình. Và điều này có thể dẫn đến những xung đột không đáng có trong tình bạn, khiến cả hai đều cảm thấy thất vọng, tổn thương. Lời khuyên mà lá bài gửi đến bạn, tình bạn là một quá trình xây dựng cũng như chứng minh với nhau cả hai xứng đáng với tình cảm này. Mâu thuẫn là điều không thể tránh khỏi, nhưng quan trọng là tìm ra vấn đề gốc rễ để có thể giải quyết vấn đề. Tình bạn là vì sao trong dòng ngân hà lấp lánh, rất gần trong ta mà cũng rất xa xôi. Chỉ có sự thấu hiểu cảm thương lẫn nhau mới neo được tình bạn ở lại với người và với đời. Về vấn đề đồng nghiệp, tình cảm chân thành sẽ giúp bạn tạo được nhiều thiện cảm với đồng nghiệp. Tuy nhiên, bạn cũng nên có thái độ rõ ràng với những người đồng nghiệp trái tính, vì có nhiều lúc bạn càng nhường nhịn những kẻ này càng lấn tới.

Về vấn đề gia đình, người thân, lá bài ám chỉ đến những tranh cãi thường xuyên xảy ra giữa những người thân. Tuy nhiên, đây là sự tranh luận mang tính chất để xây dựng mọi thứ theo hướng tích cực. Ở khía cạnh khác, lá bài nói đến sự bất đồng giữa bạn và gia đình trong những trường hợp chọn lựa công việc, học hành, sự nghiệp. Bạn quyết ý đi con đường của mình trong khi gia đình lại hướng bạn theo con đường khác. Dẫu gia đình luôn luôn quan tâm bạn, nhưng người quyết định cuộc đời của bạn vẫn phải là bạn. Hãy dũng cảm để đi theo con đường của mình.

Về tình yêu, đây là thời điểm tuyệt vời để bạn bắt đầu một mối quan hệ mới, tất nhiên là trong trường hợp bạn vẫn đi về lẻ bóng. Nếu bạn có khó khăn trong tình cảm thì lá bài khuyên bài nên thật thẳng thắn với người yêu của mình. Để mọi thứ tự do như nước chảy từ cao xuống thấp, bạn và người yêu của bạn phải thành thật với tình cảm của cả hai, để đối diện với khó khăn của hai bạn, vì tình yêu là sự va chạm giữa hai con người riêng biệt để rồi dung hợp lại trở thành một phần toàn vẹn. Về chuyện vợ chồng, những nốt trầm buồn chán trong chuyện tình cảm là không thể tránh khỏi, bởi vì hôn nhân là một lãnh địa khác của tình yêu. Mà nguyên nhân chính là áp lực cuộc sống, áp lực gia đình khiến cho tình cảm của hai bạn dành cho nhau trở nên xơ cứng, nhàm chán, đối mặt với nhau với những lời lẽ đầy mùi cơm áo gạo tiền. Lá bài gửi đến bạn lời khuyên là thỉnh thoảng cả hai nên làm mới lại tình yêu của mình, khiến mọi chuyện trở nên nồng cháy với những hành động lãng mạn, hoặc những cử chỉ chăm sóc lẫn nhau như thời trẻ dại mới biết yêu lần đầu.

Về vấn đề sức khỏe, lá bài nhắc nhở bạn cần thư giãn, thả lỏng người để nghỉ ngơi. Công việc là quan trọng nhưng trên tiền đề sức khỏe của bạn tốt. Áp lực công việc liên tục có thể khiến tinh thần cũng như thể chất của bạn bị suy kiệt. Nghỉ ngơi là điều cần thiết trong lúc này. Ở khía cạnh khác, bạn không nên vì tiết kiệm một khoản tiền nhỏ mà không đi khám sức khỏe thường xuyên, việc khám định kỳ này sẽ giúp bạn phát hiện những căn bệnh mà có thể chữa lành vào những giai đoạn đầu. Trường hợp bạn đang bị bệnh, thì hi vọng là vũ khí tốt nhất để bạn có thể chiến đấu với bệnh tật. Trong thần thoại Hi Lạp, hi vọng là thứ duy nhất còn sót lại dưới đáy hộp của Pandora, và nó cũng là một trong những ý nghĩa quan trọng của lá Star.

Về nhiệm vụ, lá bài nhắc nhở bạn thời gian này nên chuyên tâm vào công việc, dốc hết sức lực. Sự xao nhãng dù rất nhỏ cũng có thể khiến công sức của bạn đổ sông đổ biển. Những khó khăn ban đầu sẽ qua đi, con đường mà bạn đã quyết tâm chọn vẫn ở trước mặt bạn, dù xa vời như một vì sao, nhưng bạn có thể nhìn thấy nó. Mục tiêu của đời mình. Trong trường hợp bạn ở vị trí cao, nên cẩn thận trước những lời nói hoa mỹ của đối tác, hãy nhìn vào những gì họ đang làm. Đừng đặt hi vọng về lợi ích của mình vào tay kẻ khác, hãy tự mình nắm chắc nó.

Về vấn đề tai nạn, thì lá bài không đề cập một cách rõ ràng. Song ở trường hợp mất mát thì lá bài ám chỉ một sự mất mát lớn, bạn có thể vì quá hi vọng nên rơi vào tình trạng bị lừa dối, phản bội, bị bỏ rơi. Vì vậy, bạn nên cẩn thận trước khi đặt niềm tin quá nhiều, bởi vì tin một người chính là cho người ấy có quyền làm tổn thương chúng ta. Ở khía cạnh khác, lá bài cũng ám chỉ đến sự bất lực trong những tình huống tranh cãi, tranh chấp mà bản thân bạn bị kẹt vào trong đó, không có sức ảnh hưởng để giải quyết vấn đề. Lời khuyên dành cho bạn, nên tránh đối đầu mà nên khơi gợi về những thứ tốt đẹp đã có trong quá khứ để xoa dịu nỗi đau trong hiện tại.

Từ khóa : Hi vọng, sự thấu hiểu, nỗ lực, triển vọng, sự mơ mộng, sự thất vọng, mất mát, kiêu ngạo, bất lực.

17 - The Moon

"Tự lừa gạt bản thân sẽ dẫn tới tự hủy diệt bản thân" - Aesop

Từ đông qua tây, hình ảnh mặt trăng là nguồn cảm hứng

cho những câu chuyện thần thoại đến các tác phẩm văn học. Với lá bài mặt trăng trong bộ tarot bạn sẽ thấy hình ảnh một mặt trăng khuyết có mặt người đang nhắm mắt nằm trong một mặt trăng tròn đang treo hờ hững giữa trời đêm. Bên dưới là một con chó và một con sói đang nhìn lên ánh trăng. Đại diện cho những phần nguyên

thủy, bản năng nhất của nòi người. Từ đáy nước, con tôm đang từ từ trồi lên. Nó đại diện cho những nỗi sợ hãi cổ xưa nhất của loài người. Mà chỉ dưới ánh trăng đầy huyễn hoặc chúng ta mới có thể nhìn thấy nó. Con đường mà con tôm đang bò lên là một con đường trải dài từ tiềm thức sâu thẳm đầy mơ hồ cho đến ý thức thực tại rõ ràng, mà hai tòa tháp tượng trưng cho ranh giới giữa ý thức và tiềm thức. Yếu tố chiêm tinh tương ứng với lá bài là cung Song Ngư.

Về công việc, đây không là một lá bài tốt. Trường hợp bạn đang chuẩn bị tìm việc vào đời, thì bạn cần phải xác định rõ bản thân muốn gì và năng lực của bản thân. Sự ảo tưởng huyễn hoặc về chính mình có thể khiến bạn gặp phải những thất vọng sâu sắc. Trường hợp bạn đang làm việc, nếu công việc có trục trặc với sếp hay đồng nghiệp thì đây là lúc bạn cần phải bình tĩnh. Tránh xung đột lúc nóng giận, cần phải nhẹ nhàng trao đổi tích cực để thấu hiểu nhau hơn. Nếu công việc bạn đang ổn định, thì bạn nên có sự chuẩn bị tinh thần trước những trục trặc mà bạn sắp đối mặt. Trường hợp, bạn chuẩn bị bắt tay vào một công việc mới, hãy cẩn thận. Bởi vì lá bài ám chỉ đến những điều ẩn giấu mà bản thân bạn chưa nhìn rõ, hoặc bị " che mắt ". Có đôi lúc, lá bài này ám chỉ đến " ranh giới của một sự thay đổi quan trọng", bạn cần phải giữ tâm trí thật bình tĩnh, bởi vì sự thay đổi này vẫn còn tùy thuộc cách chúng ta ứng phó mà đưa lại kết quả tốt hay xấu.

Về tiền bạc, khác với các lá bài như Devil, Tower, lá bài này ám chỉ sự việc đến chầm chậm dịu dàng, nhưng khi ta kịp nhận ra thì nước đã ngập lút cổ, không thể trốn thoát. Nếu bạn đang phụ thuộc tài chính vào gia đình và đang mong muốn có thêm tiền từ nguồn này. Thì bạn sẽ bị thất vọng khá nhiều. Gia đình cũng không phải là một cái ngân hàng không đáy, vì vậy bạn hãy đối diện với những ảo tưởng rằng mọi thứ đều phải đúng ý mình. Lời khuyên dành cho bạn, hãy can đảm bước đi bằng chính sức mình để kiếm tiền. Trưởng thành là để người khác bớt lo lắng cho bạn. Nếu bạn vẫn còn chưa đủ tuổi trưởng thành, thì nên tập cách sử dụng tiền một cách hợp lý từ bây giờ. Trường hợp bạn đang có dự định kinh doanh, hoặc phát triển công việc, thì đây không phải là khoản thời gian thích hợp. Không nên vay mượn hoặc cho người khác vay mượn trong khoản thời gian này. Và khi đưa ra quyết định, bạn cần phải nhìn vào thực tế ở nhiều góc nhìn khác nhau, hạn chế đừng để người khác tác động lên mình.

Về bạn bè, hãy cẩn thận. Có thể người mà bạn đặt niềm tin vào sẽ là kẻ làm bạn tổn thương nhiều nhất. Bạn có thể biết mặt biết người nhưng không thể thấu hiểu hết con người bên trong. Sự ganh tỵ khuấy động những phần tăm tối bên trong họ, có khi chỉ vì một sự tị hiềm nhỏ mà đổ vỡ cả mối quan hệ lớn. Bạn nên cẩn trọng, đồng thời phải nhớ bạn bè không thể phân ra làm bạn tốt hay bạn xấu, vì một khi người ta đã bán đứng bạn thì không còn tư cách để làm bạn nữa. Về khía cạnh đồng nghiệp, bạn nên giữ im lặng với họ trong khoản thời gian này, hoặc chỉ nói những lời vô thưởng vô phạt, nên tránh bộc lộ hay bày tỏ quan điểm của mình. Cứ chuyên tâm vào công việc của mình, chuyện của người khác không đem lại lợi ích thực sự cho bạn, thậm chí người ta có thể dựa vào đó để bắt lỗi bạn.

Về gia đình, người thân, bạn quan tâm nhiều đến và gia đình và ngược lại. Tuy nhiên, nếu bạn có tranh cãi hay xung đột với người thân thì cách tốt nhất là nên tránh gặp mặt trong lúc đang nóng giận. Ở khía cạnh khác, vì gia đình người thân khiến bạn trở thành con người khác với bản chất của mình, điều này khiến bạn trở nên dễ bồn chồn, mất tập trung, nhiều khi dễ mất bình tĩnh và cảm thấy tù túng khi trong gia đình. Lời khuyên dành cho bạn, hãy giải phóng bản thân mình, chầm chậm, nhẹ nhàng, từng ngày từng ngày, để gia đình dần quen với con người thật của bạn. Những chiếc mặt nạ bên ngoài theo thời gian, bằng cách này hay cách khác phải chết.

Về tình yêu, đây là thời điểm nhạy cảm. Nếu bạn muốn bước vào một mối quan hệ, thì hãy cân nhắc và để trái tim dẫn lối. Đừng vì cô đơn mà yêu sai người, đừng vì thương hại mà khuyến mại tình yêu. Tình yêu chỉ có một, nhưng những thứ tương tự giống nó thì quá nhiều. Đừng huyễn hoặc mình, bởi tình yêu không phải là chuyện một người. Hãy bình tĩnh, giữ cho lòng không bị khuấy đục, khi đó bạn có thể soi vào nơi đáy lòng để nhìn xem người ấy có phải thực sự là một nửa của bạn, hay chỉ là một ánh trăng ngà nơi đáy nước, rất thực mà hóa ra hư ảo. Đừng vội vàng để bắt đầu hay kết thúc một mối quan hệ. Về vấn đề vợ chồng, việc hi vọng quá nhiều trong tâm tưởng sẽ dẫn đến sự thất vọng não nề trong thực tại. Quan trọng là bạn biết cách tự cân bằng lại bản thân của mình, thì giai đoạn này sẽ qua rất nhanh. Ở khía cạnh khác, phải nhắc lại với bạn lần nữa, đây là thời điểm khá nhạy cảm, bất cứ hành động nào cũng có thể khiến bạn rơi vào tình trạng căng thẳng, khó chịu thậm chí là " chiến tranh lạnh". Bạn không nên suy diễn đại loại kiểu " người ấy có còn yêu mình không ?", phải bình tĩnh, đồng thời nên trao đổi thẳng thắn với người ấy. Đây là một giai đoạn phải trải qua để cả hai có thể thấu hiểu về nhau một cách sâu sắc hơn. Cứ yêu nhau hồn nhiên, bình yên sẽ gõ cửa nhà bạn.

Về vấn đề sức khỏe, lá bài khuyên bạn nên có thời gian để thư giãn, khiến cơ thể và tâm trí bình yên. Những áp lực vô hình trong tâm trí có thể làm bạn trở nên dễ kích động, dễ hoang mang, thậm chí đôi lúc làm những việc cực kì điên rồ. Ở trường hợp khác, nếu bạn đi khám ở bệnh viện và nhận được kết quả (tốt hoặc xấu), thì với lá bài này, bạn nên để trực giác của mình dẫn lối, nếu bạn thấy nó đúng thì hãy làm theo, còn nếu cảm thấy nó sai thì bạn nên thử lại kết quả ở nơi khác. Bởi vì kết quả mà bệnh viện đưa cho bạn có thể có sai lầm, bởi vì máy móc còn có khi hỏng hóc, hoặc con người còn có lúc nhầm lẫn. Đừng hoang mang lo lắng. Đặc biệt, lá bài này còn ám chỉ bạn nên chú ý đến những giấc mơ của mình, đó là sự nhắn gửi của tiềm thức đến cho bạn về những vấn đề sức khỏe của cơ thể mà ý thức bạn phớt lờ. Nếu gặp một giấc lặp lại liên tục, hoặc những giấc mơ tương tự nhau về việc bạn có trục trặc sức khỏe, hoặc mơ thấy cái chết và sự tái sinh, bạn nên đến bệnh viện để kiểm tra, đây không phải là việc thừa thãi.

Về chuyện nhiệm vụ, hãy cẩn thận như đi trên băng mỏng. Đừng mơ mộng xa vời về tương lai tốt đẹp, bạn nên tập trung vào công việc của mình ở hiện tại, tránh bị xao nhãng bởi những suy tưởng rối bời, đừng nghĩ về cái bạn muốn mà hãy làm tốt công việc bạn đang làm, dù là việc nhỏ nhặt. Hiếm ai quan tâm đến bạn muốn gì mà là bạn mang lại cho họ điều gì. Trong trường hợp bạn là người đứng đầu, hãy cẩn thận với những lời đề nghị hoa mỹ, hoặc những sự giúp đỡ từ trên trời rớt xuống. Vì có thể chủ nhân của những thứ này đang chuẩn bị một âm mưu nào đó nhằm vào bạn. Lời khuyên cho bạn, mọi chuyện nên được làm rõ ràng bằng giấy trắng mực đen, chúng ta không có lòng hại người nhưng phải có tâm phòng người. Giang hồ hiểm ác, mất mác khó lường.

Về tai nạn, mất mát, lá bài này không đề cập đến những sự việc xảy ra một cách đột ngột mãnh liệt, mà nó diễn tả những sự việc chầm chậm, kéo dài và dai dẳng. Lá bài báo hiệu bạn có thể bị lừa dối trong công việc, hoặc tình cảm. Trường hợp tồi tệ nhất là việc bị lợi dụng tình cảm dẫn đến việc có thai ngoài ý muốn, hay bị mất một món tiền khá lớn. Hãy bình tĩnh để ứng phó với mọi chuyện. Ở khía cạnh khác, bạn có thể gặp rắc rối lớn với những điều tiếng thị phi, vạ miệng liên quan đến chuyện tình cảm.

Từ Khóa : Huyễn hoặc, ảo tưởng, lừa dối, che dấu, lỗi lầm, trực giác, tiềm thức, lời vu khống, sức mạnh huyền bí, sự bất ổn, sự im lặng.

19 - The Sun

"Bi kịch của cuộc đời là chúng ta già đi quá sớm và trở nên sáng suốt quá muộn" - Benjamin Franklin

Nếu những vì sao là hi vọng, ánh trăng là huyễn hoặc thì mặt trời lại đại diện cho ánh sáng của hiện thực, chân lý. Sau khi dấn thân vào bóng tối, tinh thần bắt đầu tỏa sáng. Lá bài miêu tả biểu tượng một mặt trời trên cao, đang tỏa ra những luồng sáng thẳng cong khác nhau, bên dưới là một đứa trẻ thơ đang cưỡi con ngựa mà chẳng yên hay dây cương. Tượng trưng cho ý thức tự

do như một đứa trẻ trên con ngựa là những gì bản năng nhất. Đứa trẻ chẳng hề mặc chi, tượng trưng cho sự rũ bỏ hết quần danh áo lợi để rồi chỉ còn lại một đôi mắt trẻ thơ đẹp ngời nhìn thấu mọi thứ trên đường trần.

Về công việc, đây là một lá bài tốt. Mọi việc của bạn sẽ trở nên thuận lợi và may mắn hơn. Những công sức bạn bỏ ra thì đây là thời điểm mà bạn gặt hái thành công, bội thu. Nếu bạn đang muốn bắt đầu một công việc hay dự án mới, thì đây là cơ hội tốt của bạn, hãy nắm bắt lấy nó. Trong trường hợp bạn đang muốn thay đổi công việc, thì lá bài mang lại những tín hiệu tích cực. Tuy nhiên, may mắn là một nửa và cố gắng của bạn là nửa còn lại. Cho dù mọi thứ đang rất tốt thì bạn cũng không được cho phép mình chủ quan, xao nhãng.

Về tiền bạc, đây là khoản thời gian bạn cảm thấy rất thoải mái vì "làm chơi ăn thật", tiền bạc đến với bạn nhiều hơn bình thường. Nếu bạn đang trong tình trạng khánh kiệt, thì tình trạng này sẽ qua đi rất nhanh. Trường hợp bạn muốn đầu tư vào một lĩnh mới, thì may mắn đang đứng về phía bạn. Nếu bạn muốn vay mượn thì người đang nhờ vả sẽ giúp đỡ bạn. Hoặc như bạn bè đang nhờ vả vay mượn bạn, thì đây là lúc bạn hết dốc lòng giúp đỡ người bạn thân tình của mình. Tuy nhiên, lá bài cũng ám chỉ đến các chi phí bất ngờ mà bạn phải chi trả, cũng như việc sử dụng tiền quá mức. Bạn nên kiểm soát và cân bằng nguồn tiền của mình.

Về bạn bè, bạn hoàn toàn có thể tin tưởng vào những người bạn thân của mình. Những trục trặc, cãi vã với nhau đều có thể giải quyết một cách triệt để bằng sự cảm thông và tình bạn ấm áp trong thời điểm này. Trường hợp cần sự giúp đỡ, đừng ngần ngại ngỏ lời với bạn bè của mình, vì đây là lúc bạn cần họ. Về đồng nghiệp, những tình cảm chân thành của bạn giành cho họ sẽ được ghi nhận và được đáp lại. Và những người đồng nghiệp này sẽ hướng dẫn và hỗ trợ cho bạn trong công việc rất nhiều.

Về gia đình, người thân, lá bài chỉ ra hai trường hợp. Ở trường hợp thứ nhất, gia đình thiếu quan tâm đến bạn hoặc quan tâm không đúng cách, khiến bạn phải nỗ lực để làm mọi thứ từ bé, và tình cảm của bạn với gia đình khá mơ hồ. Lời khuyên cho bạn, đây là thời điểm để nỗ lực thấu hiểu người thân của bạn. Ở trường hợp thứ hai, bạn được gia đình bảo bọc bạn quá mức, khiến bạn có xu hướng lệ thuộc vào gia đình. Lời khuyên được gửi cho bạn, đôi khi tự thân trải nghiệm mọi thứ dù là nhỏ nhặt cũng rất thú vị, hãy thử một lần dấn thân để đi trên con đường của mình. Và bất kể điều gì, hãy luôn hướng về gia đình như hoa hướng dương nhìn về phía mặt trời mỗi sáng mai.

Về tình yêu, nếu bạn vẫn còn tìm kiếm tình yêu, thì đây là khoản thời gian mà người ấy sẽ đi ngang qua đời bạn, hãy chuẩn bị tinh thần. Ở trường hợp, bạn đang trong một mối quan hệ, thì đây là thời gian mà cả hai bạn nên dành nhiều thời gian cho nhau để hâm nóng tình cảm. Nếu bạn gặp rắc rối gì trong lúc này, thì cả hai cần những khoản trời riêng cho mình để suy nghĩ. Không được tuyên bố bất cứ điều gì trong lúc này. Về vợ chồng, lá bài báo hiệu chuyện tình cảm vợ chồng của bạn khá tốt, những bất đồng trước đó của cả hai có thể giải quyết tốt trong thời gian này.

Về vấn đề sức khỏe, đây là lá bài tốt. Tinh thần và thể xác của bạn đều ổn. Thời gian này, bạn nên tận hưởng cuộc sống. Nếu bạn đang phải chịu áp lực căng thẳng, thì việc để cơ thể được thả lỏng bằng yoga hay thiền sẽ khiến bạn cảm thấy tốt hơn. Làm việc liên tục, có thể khiến cơ thể bạn gặp rắc rối. Trường hợp bạn đang trong quá trình điều trị thì lá bài mang lại những dấu hiệu khả quan cho tình trạng sức khỏe của bạn.

Về nhiệm vụ, mọi việc trước mặt của bạn khá thuận lợi. Tuy nhiên, bạn không nên vì thế mà chủ quan, bởi vì sự tự mãn này có thể khiến bạn gặp phải sự cản phá ngầm khiến cho nhiệm vụ bạn đang làm không được hoàn thành một cách tốt nhất. Trường hợp bạn ở vị trí thượng cấp, thì sự quan tâm chú ý đến thuộc cấp sẽ khiến họ toàn tâm toàn ý vào công việc. Bạn cần tin tưởng và biết cách giao phó công việc cho người khác, bởi vì bạn không thể làm hết tất cả mọi thứ.

Về tai nạn, mất mát, vì đây là một lá bài tốt. Nên những

vấn đề về tai nạn, xui rủi, mất mát mà bạn có thể gặp phải sẽ được giảm nhẹ đi khá nhiều. Tuy nhiên, theo một vài quan niệm khác, thì đời sống phóng túng hoặc tình dục quá độ có thể khiến bạn bị đột tử, hoặc mắc bệnh truyền nhiễm trong khoảng thời gian xuất hiện lá bài này. Vì vậy, bạn hoặc người rút được lá bài, cần phải cân nhắc cẩn thận tới trường hợp này để tránh chuyện đáng tiếc.

Từ Khóa: Vinh quang, danh tiếng, hạnh phúc hiện thực. Niềm vui, thắng lợi, cuộc hôn nhân hài hòa. Sự thực, chủ quan, kiêu ngạo, sự mãn nguyện.

20 - Judgement

"Đừng đợi sự phán xét cuối cùng. Ngày nào nó cũng đến."- Albert Camus

Lá bài miêu tả hình ảnh của ngày phán xét cuối cùng, khi mà tiếng kèn của vị thiên thần từ trên tầng mây vang lên, thì loài người, già trẻ trai gái đều từ trong quan tài bật dậy để đón nhận sự phán xét. Vị thiên thần trong lá bài là Gabriel. Trong Hồi giáo và Kitô giáo, Grabriel là người đã tiên tri sự ra đời của Chúa Jesus. Tín đồ Hồi giáo tôn thờ ông như là vị sứ giả tối cao giữa Thiên Chúa và

Đấng Muhammad. Trong Kinh Koran (Qur'an), Gabriel được gọi là đại thiên thần Jibril. Là tổng lãnh thiên thần của sự phục sinh và truyền tin. Ba người khỏa thân bên dưới tượng trưng cho sự hợp nhất các trải nghiệm về tinh thần để sẵn sàng đón nhận sự Thiên Khải. Kí tự Shin trong bảng chữ cái Do Thái được gắn cho lá bài này, biểu trưng cho nguyên tố lửa. Và việc vượt qua lửa là một biểu trưng cho sự siêu việt khỏi thân phận của con người.

Về công việc, đây là một lá bài quan trọng. Trong công việc, bạn đang bị quan sát. Hãy thận trọng trong khoản thời gian này, bởi vì những công sức bạn bỏ ra sẽ được đền đáp xứng đáng. Ngược lại, nếu bạn xao nhãng lơ là, thì sẽ bỏ lỡ cơ hội được lựa chọn bởi thượng cấp. Nếu bạn đang bắt đầu một công việc mới, hoặc một dự án mới thì bạn cần phải chú ý đến mọi thứ, kể cả chi tiết nhỏ nhất. Vì nếu bạn sơ xuất thì mọi công sức bỏ ra sẽ bị phá hủy như con đê bị vỡ vì tổ mối.

Về tiền bạc, nếu bạn đang chờ đợi về một món tiền hay một quyết định về tài chính từ những người thân hay thượng cấp. Thì mọi thứ sẽ đến rất nhanh, tuy nhiên, có thể mọi thứ sẽ không theo ý bạn. Trường hợp bạn chuẩn bị ký kết hợp đồng làm ăn, thì mọi chuyện đang đi theo chiều hướng tích cực và sẽ mang lại tiền bạc cho bạn. Trong trường hợp nguồn tiền bạn kiếm được quá nhanh, hoặc có liên quan đến việc vi phạm pháp luật trong thời gian này, thì có thể bạn sẽ gặp rắc rối lớn thậm chí là trả một cái giá đắt. Hãy cẩn thận.

Về bạn bè, lá bài thể hiện sự quan tâm chân thành trong

tình bạn. Tuy nhiên, nó cũng cho thấy sự cứng đầu, cố chấp trong tình bạn này. Mặt khác, những lời góp ý mong người khác tốt hơn, song được thể hiện bằng lời lẽ sắc bén, cay độc hệt vết chích của bọ cạp, có nhiều lúc sẽ khiến cả hai gặp phải những vết thương ngầm. Nếu không hàn gắn kịp thời, về lâu về dài sẽ làm mối quan hệ đổ vỡ. Về đồng nghiệp, khoản thời gian này bạn nên cẩn thận những điều tiếng thị phi, vạ miệng liên quan đến các mối quan hệ xung quanh. Nhớ rằng lúc này, "im lặng là vàng."

Về gia đình, lá bài nhắc nhở bạn trong thời gian này, nên hạn chế tranh cãi với những người lớn trong gia đình. Bởi vì bạn có thể sẽ vì nóng giận mà bất bình tĩnh và nói những lời khiến người thân bạn tổn thương. Hãy im lặng và lắng nghe, rồi sau đó giải bày vấn đề của mình một cách có trật tự, để thuyết phục. Ở khía cạnh khác, nếu bạn ở vị thế là người lớn trong gia đình, thì cần phải có một sự khoan dung nhất định với những người nhỏ tuổi hơn bạn. Lá bài còn báo hiệu về những lời qua tiếng lại đầy nảy lửa trong họ hàng tông tộc trong khoản thời gian sắp tới.

Về tình yêu, đây là thời điểm của sự thử thách. Nếu bạn chưa có người yêu, thì bạn cần phải chuẩn bị tinh thần cho sự thay đổi của bản thân trong mối quan hệ mà bạn sắp bước vào. Trường hợp, bạn đang yêu, đây là một giai đoạn khó khăn, thử thách cho bạn và người bạn yêu. Điều bạn cần làm là giữ bình tĩnh, để có suy nghĩ cẩn trọng trước khi nói bất cứ điều gì. Bởi vì một lời tổn thương dù nhỏ, cũng có thể khiến mối quan hệ trở nên tiêu cực. Về vợ chồng, đây là khoản thời gian bạn nên tập trung vào những mục tiêu cụ thể để xây dựng gia đình, như tài chính, nhà cửa .v.v.v, hai bạn cần có sự bàn bạc kỹ lưỡng với nhau. Đi chậm mà bền chắc.

Về sức khỏe, lá bài khuyên bạn, nên dành thời gian để nhìn lại cũng như để đối mặt với những tổn thương tâm lý mà bạn đã phải trải qua thời thơ ấu. Vì nó có thể ảnh hưởng đến tính cách của bạn theo chiều hướng tiêu cực. Nếu bạn nên điều trị một căn bệnh mãn tính, thì điều quan trọng là bạn cần phải học cách sống chung với nó như một người bạn, chứ không phải đối đầu. Đây cũng là khoản thời gian, mà sự nóng giận sẽ khiến bạn phải suy nghĩ mệt mỏi, dẫn đến bạn không thể kiểm soát được hành vi của mình.

Về nhiệm vụ, đây không phải là thời gian để bạn băn khoăn lưỡng lự giữa hai con đường. Mà bạn cần phải quyết định một cách nhanh chóng. Bởi nếu chần chừ bạn sẽ bỏ lỡ cơ hội tiến thân rất quan trọng trong đời. Còn ở vị trí thượng cấp, bạn cần phải hành động để mọi người tôn trọng mình chứ không phải là sợ hãi. Thưởng phạt phân minh, hòa ái cùng uy nghiêm, những thứ này đi cùng nhau sẽ giúp bạn thành công cũng như xây dựng được một hình tượng đáng kính nể.

Về tai nạn, mất mát, lá bài bài ám chỉ về những sự dịch chuyển, xuất hành bất lợi trong khoản thời gian này. Lời khuyên cho bạn, nên trì hoãn các dự định này lại. Ở khía cạnh khác, lá bài cảnh báo bạn về những sự việc lừa dối nghiêm trọng mà bạn chưa biết rõ đang diễn ra. Nên cẩn trọng với những lời đề nghị về công việc, tiền bạc, tình cảm từ những người khác. Bởi vì trong những việc này sẽ tồn tại những khía cạnh mà bạn chưa nhìn thấy được hết. Bạn cần trì hoãn đồng thời tranh thủ thời gian để tìm hiểu mọi thứ, để có thể đưa ra quyết định cuối cùng.

Từ khóa : Sự tái sinh, thức tỉnh, kết quả, quyết định cuối cùng, sự thiếu tự tin, nhu nhược, điểm yếu. Khoản tổn thất do kiện tụng.

21 - The World

"Chọn đúng thời gian, sự bền bỉ và mười năm nỗ lực rồi cuối cùng sẽ khiến bạn có vẻ như thành công chỉ trong một đêm." - Biz Stone

Nếu như The Fool đại diện cho nguyên tố Khí, The Hanged Man đại diện cho nguyên tố nước, Judgement đại diện cho nguyên tố Lửa, thì The World đại diện cho nguyên tố Đất, được tạo thành sau cùng từ sự kết hợp của các nguyên tố kia. Các biểu tượng hình ảnh ở bốn góc lá bài The World cũng đã từng xuất hiện trong lá The Wheel of Fortune. Đầu tiên là một thiên thần, một con sư tử,

một con bò, một con đại bàng, tất cả đều có cánh sau lưng là đại diện cho bốn vị thánh viết bốn cuốn Phúc Âm trong Thiên Chúa Giáo. Đồng thời tượng trưng cho bốn cung hoàng đạo Sư tử, Kim ngưu, Bảo Bình, và Bọ Cạp. Hình ảnh người đang phiêu hốt giữa hư không đại diện cho tinh thần đã đốn ngộ, tìm thấy được sự phúc lạc tự bên trong.Hai dải khăn màu đỏ tượng trưng cho luân xa gốc trong biểu tượng Kundalini. Màu xanh của nguyệt quế biểu trưng cây đời xanh tươi. Màu tím của dải lụa là màu của sự tin tưởng, tự tri. Sao Thổ là ngôi sao đại diện cho lá bài này.

Về công việc, nếu bạn vẫn chưa có công việc. Thì trong khoản thời gian sắp tới, dù muốn dù không thì mọi chuyện sẽ có chuyển biến mới, bạn sẽ phải kiếm lấy một công việc cho mình. Hãy nhìn mọi thứ ở hướng tích cực, đừng cố chấp không muốn thay đổi. Trường hợp bạn đang gặp rắc rối với công việc, thì đây là thời điểm bạn nên cân nhắc thay đổi công việc. Nếu bạn chuẩn bị bắt đầu dự án hay công việc mới, thì đây là giai đoạn để bạn chuẩn bị mọi thứ trước khi bước vào một khởi đầu mới.

Về tiền bạc, nếu tình trạng tài chính của bạn đang ở trong giai đoạn khó khăn, thì lá bài báo hiệu giai đoạn này sẽ qua đi rất nhanh. Ở trường hợp ngược lại, thì đây lại là thời điểm bạn cần điều tiết nguồn tiền, cũng như tiết kiệm lại, vì sắp tới sẽ có những chuyển biến bất lợi. Bạn cần phải kiên nhẫn ứng phó với chuyển biến bất lợi này, vì bạn mất bình tĩnh bạn sẽ thua thiệt. Nếu bạn muốn vay mượn người khác, hãy thẳng thắng đề cập mọi chuyện rõ ràng với người đó.

Tuy nhiên, khi mà bạn muốn cho ai đó vay mượn, lại là thiếu sáng suốt vì có thể việc thu hồi sẽ bị trì hoãn khá lâu.

Về bạn bè, lá bài nói đến việc có đôi khi chính bản thân bạn tự cô lập với các mối quan hệ bên ngoài, điều bạn cần làm là tâm sự cùng những người bạn thân lâu năm. Học cách chấp nhận sự khác biệt, cũng như tin tưởng, thì bạn sẽ có được những người bạn đúng nghĩa. Tình bạn cũng tựa như rượu, càng lâu năm càng thơm nồng. Về đồng nghiệp, bạn nên tự bản thân mình cố gắng hoàn thành công việc của mình, đừng đặt hoàn toàn niềm tin vào sự giúp đỡ của đồng nghiệp. Thời gian này, bạn cũng nên im lặng, tránh tham gia những chuyện thị phi ở nơi làm.

Về gia đình, đây là một lá bài của sự phân cực khá rõ rệt. Ở trường hợp đầu tiên, bạn được gia đình quan tâm quá mức khiến bạn cảm thấy ngột ngạt muốn phá rào, nhưng ở trường hợp ngược lại, bạn thiếu thốn sự quan tâm khiến bạn cảm thấy cô độc. Nhưng dù là trường hợp nào, thì tình yêu thương của gia đình giành cho bạn cũng là rất nhiều. Hãy học cách nhìn và nghe bằng trái tim, để thấu hiểu mọi người trong gia đình. Bởi vì mỗi con người là một thế giới. Chỉ khi bạn bước chân vào những thế giới riêng, bạn mới có thể cảm thông và hiểu rõ mọi người. Nhất là những người thân thương của bạn.

Về tình yêu, lá bài báo hiệu cho những sự thay đổi lớn. Nếu bạn đang trong mối quan hệ đầy phức tạp, thì thời gian tới có thể bạn sẽ phải lựa chọn dứt khoát. Còn trường hợp bạn đã ở trong một mối quan hệ lâu dài, thì đây là giai đoạn chuyển biến để bạn bước qua một giai đoạn mới, nhiều khả năng là có hướng đến hôn nhân. Về vợ chồng, bạn nên cẩn thận những nhân tố không xác định bên ngoài tác động khiến vợ chồng xảy ra mâu thuẫn.

Về sức khỏe, nếu bạn đang có rắc rối với sức khỏe thì lá bài báo hiệu tình trạng của bạn sẽ có chuyển biến tốt trong thời gian sắp tới, tuy nhiên ở trường hợp ngược lại, bạn nên cẩn thận vì có thể sắp có một vài tác nhân không xác định làm ảnh hưởng đến sức khỏe của bạn. Theo một vài quan điểm khác, lá bài này còn ám chỉ những căn bệnh tiềm tàng bên trong cơ thể bạn và khoản thời gian tới nó sẽ có sự phát triển theo chiều hướng xấu.

Về nhiệm vụ, lời khuyên dành cho bạn lúc này là nên chuyên tâm vào làm công việc của mình. Vì đây là giai đoạn quan trọng, sẽ có những nhân tố, hoặc những người có ác ý cản trở bạn. Đây là lúc bạn cần phải bình tĩnh để ứng phó. Nếu bạn ở vị trí thượng cấp, thì bạn cần tỉnh táo trước những luồng thông tin trái chiều. Bạn cần phải tiếp nhận chúng, cũng như xử lý chúng một cách cẩn thận nhưng nhanh chóng để có thể ra quyết định một cách kịp thời.

Về tai nạn, mất mát, thì nếu lá bài này đi cùng với các lá bài khác báo hiệu sự sụp đổ, cái chết, thì bạn nên chuẩn bị tinh thần cho những sự ra đi không thể tránh được. Bởi vòng tròn sinh lão bệnh tử là điều tất yếu của tự nhiên. Ở trường hợp khác, bạn nên cẩn thận trong thời gian này với những món nợ nần xa xưa về tình cảm lẫn tiền bạc của bạn hoặc gia đình. Vì đây là khoản thời gian cần phải trả những món nợ này. Thêm vào đó, hãy cẩn thận với những lời lẽ ngon ngọt liên quan đến tiền bạc, tài sản, vì có thể bạn sẽ bị lừa dối.

Từ khóa: Hoàn thành, bản chất, sự thành công ổn định, sự hồi báo, hành trình, sự kiên nhẫn, sự dịch chuyển. Sự trì hoãn, cố định, ngại thay đổi..

CHƯƠNG 3 : ẨN PHỤ (MINOR ARCANA) – BỘ GẬY (WAND SUIT)

22 - Ace Of Wands

"Chí khí mạnh mẽ là ngọn lửa của cuộc sống, là tinh túy của tinh thần" - Ngạn ngữ Anh

Tương ứng với nguyên tố lửa.

Đại diện cho các cung Bạch Dương, Sư Tử, Nhân Mã

Hình ảnh tiêu biểu của lá bài thường là hình ảnh bàn tay nắm chặt một cây gậy, trên đó các nhánh cây đang sinh nổi nảy nở. Bàn tay thường được bao quanh bởi mây. Hình ảnh nền thường là hình ảnh dòng suối hoặc mảng đất màu mỡ, hoặc hình ảnh thể hiện sự trù phú. Tư tưởng chính của lá bài đề cập đến sự sinh nở, sự giàu có sung túc về mặt dân số và thu hoạch, kết quả và sự thừa kế,

dòng dõi và nguồn gốc cũng là những mô tả chính của lá bài.

Về công việc, lá bài cho thấy sức sáng tạo mạnh trong công

việc, một hướng đi mới, một tư tưởng mới hoặc một cải cách được thể hiện rõ. Nếu trong lúc khởi nghiệp, thì lá bài này là một sự đảm bảo thành công cho công việc đó. Lá bài còn thể hiện một nguồn lực tiền bạc dồi dào và một trụ đỡ vững chắc từ chính quyền hay một cấp cao hơn. Lá bài cũng đề cập đến những tư tưởng mới về dịch vụ và sản phẩm, sẽ là vô cùng thuận lợi cho doanh nghiệp khi cho ra thị trường một sản phẩm hay dịch vụ mới.

Về tiền bạc, đây là một lá bài nước đôi. Một mặt lá bài thể hiện sự thừa kế, và các khoảng thừa kế từ gia đình và người thân. Bạn có thể nhận được quà hay tài sản thừa kế của gia đình, thậm chí là tiền tiêu vặt cũng được tăng thêm. Bạn có thể sẽ khá bất ngờ cho nhiều món tiền từ trên trời xuống. Nhớ cảm ơn người thân đã dành những món tiền đó cho bạn. Nếu bạn là người muốn di chúc hay tặng gửi cho con cháu thì đây không phải lá bài may mắn. Người đó có thể tiêu phí số tiền bạn cho mà không hề suy nghĩ gì. Đó là những sự phung phí cho những thứ suy đồi và hư hỏng. Hãy để mắt đến món tiền mà bạn định cho con, hay cháu bạn. Lời khuyên là bạn nên hướng dẫn hoặc tặng chúng những món quà ý nghĩa và bổ ích, hơn là một món tiền vô nghĩa.

Về bè bạn, đồng nghiệp, lá bài cho biết bạn có thể gặp một

số bạn bè cũ hoặc đồng nghiệp cũ và phát hiện ra là họ đang ở chung ngành, nghề hoặc có mối quan hệ sâu với công việc, xã hội của bạn. Bạn cũng sẽ nhận biết được vài mối quan hệ bạn bè hay đồng nghiệp có mối quan hệ xưa cũ về họ hàng thân thích, hoặc thậm chí là cha mẹ của bạn và họ cũng đã từng có mối quan tâm chung. Đây là cơ hội để bạn nâng cao sự liên hệ giữa bạn bè, đồng nghiệp và là cơ hội để thắt chặt quan hệ.

Về gia đình, người thân, lá này ám chỉ trực tiếp đến các mối quan hệ họ hàng hay dòng tộc. Bạn có thể tình cờ nhận ra một số mối quan hệ họ hàng xa nay được thiết lập lại, hoặc được hàn gắn lại. Những đổ vỡ gia đình có thể dễ dàng được bỏ qua hay hàn gắng lại trong thời kỳ này. Nếu bạn đang trong thời kỳ định hướng công việc, thì lá này cho phép bạn suy nghĩ sâu hơn về nghề nghiệp tổ tông nếu có và rõ ràng là bạn sẽ được hỗ trợ tối đa từ gia đình nếu đi theo nghề nghiệp của bố mẹ. Hãy suy nghĩ về các mối quan hệ họ hàng và dòng tộc, hàn gắng nếu có thể, dòng máu chảy trong người bạn luôn gắng liền với gia tộc của bạn.

Về tình yêu, vợ chồng, lá này khẳng định thời điểm mà vợ chồng thống nhất trong một dự định chung về gia đình. Đây là bước ngoặc lớn đối với một cặp vợ chồng mới cưới. Lá này cũng biểu thị một đứa trẻ khôn ngoan nếu được ra đời trong thời điểm này. Nếu bạn quyết định ra mắt người yêu thì đây cũng là một cơ hội tốt. Lá bài này cho thấy người yêu của bạn có nhiều điểm chung với gia đình bạn, và đó là sự thuận lợi để hòa hợp giữa người yêu của bạn và gia đình của bạn, một đảm bảo hạnh phúc trong hôn nhân.

Về sức khỏe, lá bài này không may lại đề cập đến sự suy đồi do hậu quả dòng tộc. Bạn cẩn thận với những bệnh tật vốn có của gia đình, người thân do di truyền. Hãy cẩn thận cả những vấn đề sức khỏe của người thân, khi chính họ có thể vô tình lây bệnh. Lá này thể hiện tình trạng bệnh nhẹ và không nghiêm trọng. Dù vậy, bạn cũng nên đề phòng những vấn đề sức khỏe liên quan đến nghề nghiệp hiện tại của gia đình nếu bạn có chung nghề truyền thống.

Về nhiệm vụ, thượng cấp, lá bài là sự đảm bảo thành công của nhiệm vụ. Bất kỳ khó khăn nào cũng có thể được giải quyết thông qua các mối quan hệ tông tộc. Khi gặp trục trặc, hay xem xét trong gia đình và họ hàng, vì chắn chắn trong số họ có người có thể giúp được bạn. Nếu có sự luân chuyển ở thượng cấp thì đó là điều có lợi cho bạn, lá bài thể hiện rằng thượng cấp của bãn có mối quan hệ mật thiết với dòng họ của bạn (chẳng hạn như mối quan hệ cũ với ông của bạn chẳng hạn). Tìm hiểu kỹ về lý lịch của thượng cấp, có thể cung cấp nhiều điều thú vị cho bạn.

Về mất mát, tai nạn, lá bài ám chỉ trực tiếp đến các mất mát do sự nuông chiều thái quá của gia đình bạn đối với con bạn. Lá bài cũng đề cập đến những tai nạn nghề nghiệp của gia tộc, có thể ảnh hưởng cung đến cả gia đình. Những món thừa kế giao không đúng người cũng là một đầu mối gây mất đoàn kết trong dòng họ, và sẽ gây tổn thất nói chung cho gia sản của mọi người. Hãy để mắt cả đến những canh tranh của người khác gây tác động đến dòng họ, và hãy tính toán kỹ lưỡng để giảm các tổn thất nếu có.

Từ khóa: Sáng tạo, sáng chế, doanh nghiệp, quyền năng; nguyên tắc, đầu nguồn; sinh sôi, gia đình, nguồn gốc, nối dõi, khởi nghiệp, tiền bạc, tài sản, thừa kế, suy đồi, hủy hoại, diệt vong.

23- Two Of Wands

"Để thành công trên đường đời, có 2 yếu tố cần thiết bạn phải học đó là phải biết phớt lờ cái gì và đặt niềm tin nơi đâu" - Clement

Sao Hỏa trong cung Bạch Dương

Hình ảnh tiêu biểu của lá bài thường là một người lãnh chúa quan sát lãnh thổ của bản thân. Các chi tiết biểu thị sự hùng mạnh của đế chế được thể hiện rõ trên tay cầm: bản đồ, trái cầu, gậy quyền lực, phục sức … Gương mặt lộ vẻ thỏa mãn lại vừa đáng sợ. Người lãnh chúa có thể cầm một gậy, hoặc không cầm gậy nào. Tư thế thông thường là đứng, thể sự sự chủ động. Lá bài có

nghĩa nước đôi rõ rệt: một mặt là sự thành công và tự mãn, một mặt là sự sợ hãi và lo lắng. Khi người ta có quá nhiều, người ta vừa cảm thấy tự hào về nó đồng thời với sự lo sợ bị mất đi. Tính nước đôi đó là đặc tính chủ yếu của lá bài này.

Về công việc: Lá bài thể hiện sự thành công tuyệt đối trong công việc. Sự lớn mạnh của công ty hay vị trí của công việc thể hiện quyền lực cao với mức độ độc đoán nghiêm khắc. Công việc đã đi vào ổn định từ lâu và đạt trạng thái vận hành hoàn hảo. Nếu trong quá trình xây dựng công ty, lá bài cho thấy sự ổn định sẽ đến trong thời gian tới. Nhiều người lo sợ ý nghĩa còn lại của lá bài này. Sự độc đoán chuyên quyền ở mức cao là lời cảnh báo cho những ai trong hoàn cảnh đỉnh cao này.

Về tiền bạc: Tiền bạc trong thời kỳ này được xem là thịnh vượng. Bạn sẽ có mức sống dư dả, thoải mái với số tiền kiếm được. Vay mượn có thể xem là hoàn toàn hợp lý và ít rủi ro. Đầu tư cũng là một lợi ích đáng quan tâm. Hầu như đây là một lá bài tương đối tốt về tiền bạc. Tất cả những gì bạn nên làm là tận hưởng hoàn cảnh đó. Không có một trở ngại nào về tiền bạc trong lá bài này.

Về bè bạn, đồng nghiệp: Rủi thay lá bài cho thấy một tình trạng độc đoán ở mức cao. Bạn ít muốn chia sẻ quyền lực cùng bất kỳ ai khác, thậm chí có ý tưởng nghi ngờ các cộng sự. Sự xa lánh diễn ra ở cả hai phía: bạn nghi ngờ những người xung quanh về mưu đồ chiếm đoạt của họ, họ sợ hãi bạn sẽ gây bất lợi nếu tiếp cận quá gần và tạo hiểu lầm. Đôi khi nó ngăn trở bạn có những quyết định đúng đắn trong tương lai. Lá bài cũng cho thấy lòng tin mỏng manh đối với khả năng của đồng sự. Hãy cẩn thận, vì bạn sẽ đơn độc.

Về gia đình, người thân : Lá bài không cung cấp một chỉ tiêu rõ rệt về yếu tố gia đình và người thân. Tuy nhiên, ta có thể suy ra cuộc sống vật chất khá hạnh phúc của gia đình nhờ vào các yếu tố tích cực trong sự nghiệp và tiền bạc. Trừ khi có những lá bài khác tham gia vào sự suy luận này, nếu không, bạn không phải lo lắng gì cả về gia đình và người thân. Lá bài cảnh báo ít nhiều, nếu gia đình gắng kết với bạn ở khía cạnh bè bạn, đồng nghiệp. Chẳng hạn như các tập đoàn gia đình, thành phần góp vốn trong gia đình…, lá bài có yếu tố độc đoán gây ức chế tương tự ở trường hợp bè bạn và đồng nghiệp.

Về tình yêu, vợ chồng : Dù khá gần với hoàn cảnh của gia đình và người thân, lá bài cảnh báo sự cô đơn trong việc chia sẽ các vấn đề vật chất và quyền lợi. Sự sợ hãi bị tước đoạt thành quả có thể gây khó khăn cho tình cảm vợ chồng. Điều kiện và ý nghĩa của vấn đề này phụ thuộc nhiều vào các lá bài xung quanh: sẽ rất rủi ro nếu các lá bài kề bên mang yếu tố phản bội hay lạnh lùng.

Về sức khỏe: Sức khỏe là vấn đề đáng quan tâm trong lá bài này. Bạn sẽ thường xuyên bị trầm cảm, lo lắng và mệt mỏi. Bạn luôn phải chực chờ đấu tranh với sự sợ hãi bị giành mất tài sản. Trong nhiều trường hợp, lá bài ám chỉ một sư hành hạ của bệnh tật, không phải bệnh tật ở nghĩa bóng, mà ở nghĩa đen. Lá bài xấu một cách ngạc nhiên khi nói về bệnh tật. Nhiều người gáng cho nó yếu tố tích cực về sức khỏe khi nhìn hình ảnh vững chãi trong lá bài, rất tiếc, điều đó là sai lầm lớn.

Về nhiệm vụ, thượng cấp : Nhiệm vụ thượng cấp có vẻ thuận lợi với lá bài này. Sự khắc nnghiệt hay lạnh lùng của cấp trên có thể gây ức chế cho bạn, nhưng mọi chuyện sẽ trôi qua êm đẹp. Lá bài nhìn chung không cho phép bạn chia sẽ một cách chân thành với cấp trên, cũng như sự thiết tha với nhiệm vụ. Bạn đơn giản là làm nó một cách chuyên nghiệp không kêu ca gì, nhưng không có sự nhiệt huyết.

Về mất mát, tai nạn : Lá bài không có mất mát nào, nhưng tai nạn thì có thể lắm. Lá bài một mặt đảm bảo mọi vấn đề ở khía cạnh vật chất, nhưng cảnh báo rất nhiều điều nguy hại ở khía cạnh sức khỏe, và vì vậy, mang trong mình rủi ro tai nạn. Những tai nạn này hoàn toàn có thể là ngẫu nhiên, nhưng nếu đi kèm với các lá bài có yếu tố bội phản thì hãy cẩn thận.

Từ khóa: Quyền lực, cân nhắc, sự can đảm, thống trị. Sự hòa hợp giữa luật lệ và công lý. Bất ngờ, tiền tài, giàu có, mãnh liệt. Nỗi buồn lo, bệnh tật, rắc rối, sợ hãi. Sự hỗn loạn, ảnh hưởng lên cá thể khác.

24 - Three Of Wands

"Chinh phục bất cứ một sự khó khăn nào cũng luôn đem lại cho chúng ta một niềm vui sướng thầm lặng, bởi điều đó có nghĩa là ta đã đẩy lùi được đường ranh giới và làm tăng thêm tự do cho bản thân" - Henri Frederic Amiel

Mặt Trời trong cung Bạch Dương

Hình tượng người đàn ông đứng trên đỉnh đồi nhìn ra khung cảnh xa xa chính là sự phát triển đi lên từ lá hai gậy. Người đàn ông đã nắm chắc lấy cây gậy để đi con đường của mình, thể hiện sự quyết chí. Dòng sông và con thuyền đại diện cho sự dịch chuyển, thành công. Những núi đồi trập trùng trước mắt thể hiện cho những khó khăn mà ông ta phải chinh phục để đạt được thành công.

Về công việc, đây là một lá bài tốt cho sự khởi đầu. Khi bạn bắt đầu công việc cho riêng mình, hay đơn thuần là bắt

đầu đi tìm việc, thì lá bài khuyên bạn nên vững tin vào con đường mình đã chọn, bởi vì bạn đã nhìn thấy mục tiêu và việc còn lại là đi đến đó. Nếu bạn đang có công việc ổn định, thì lá bài lại nhắc nhớ bạn nên có những kế hoạch lâu dài hơn cho tương lai, dù mọi thứ của bạn bây giờ đang ổn định. Nhưng bạn cũng cần lên kế hoạch cho bản thân đề phòng mọi trục trặc mà bản thân không thể kiểm soát được.

Về vấn đề tiền bạc, lá bài nhắc bạn không nên tiêu xài tiền bạc một cách lãng phí vào những chuyến ăn chơi, du lịch, thay vào đó bạn nên để dành lại một nửa để tiết kiệm. Trong trường hợp bạn khởi đầu công việc nhưng lại có trục trặc về tài chính. Thì bạn nên sử dụng những mối quan hệ của mình để xoay sở, đây là thời điểm bạn cần đến sự giúp đỡ của người khác. Ở trường hợp khác, lá bài khuyên bạn nên để cho nguồn tài chính của bạn được lưu động, như vậy sẽ mang lại nhiều ích lợi hơn.

Về bạn bè, lá bài cho thấy mối quan hệ của bạn đôi khi thường rơi vào tình trạng im lặng, hoặc không thể hiểu được nhau. Lời khuyên cho bạn, là đừng tự cô lập bản thân bằng cách dựng nên những rào cản, đồng thời bạn cũng nên bước vào thế giới của bạn bè mình, để thấu hiểu họ. Trong trường hợp đồng nghiệp, hãy cẩn thận những sự ganh ghét sau lưng vì những thành công của bạn. Đây là sự ganh tị thường thấy của con người, điều bạn nên làm là hãy lịch sử, hõa nhã. Điều này về lâu dài sẽ khiến hình ảnh bạn tốt lên rất nhiều trong mắt đồng nghiệp.

Về gia đình, bản thân bạn là người có thiên hướng sống hướng ra bên ngoài nhiều hơn là với gia đình. Thậm chí, bạn còn có thể đã độc lập từ rất sớm do bất hòa với gia đình. Đây là thời điểm mà bạn nên tự vượt qua những con sông ngăn cách trong lòng để trở về với gia đình, người thân. Ở trường hợp khác, lá bài báo hiệu sắp có người thân trong gia đình của bạn chuẩn bị đi xa hoặc chuẩn bị khởi đầu một công việc hoàn toàn mới mẻ.

Về vấn đề tình yêu, đây là thời điểm mà bạn không nên giấu diếm bất kỳ điều gì với người mình yêu. Vì có thể nó sẽ bị phát hiện khiến mối quan hệ xảy ra xung đột. Nếu bạn vẫn chưa có người yêu, nhưng đang thầm thương ai, thì lúc này bạn nên dũng cảm thổ lộ với người kia.Trong chuyện vợ chồng, bạn không nên quá khắt khe, khó tính với người bạn đời của mình quá mức. Điều này sẽ khiến họ cảm thấy chán nản mệt mỏi. Bạn nên thả lỏng bản thân bằng cách thiền định hoặc Yoga, điều này sẽ khiến bạn trở nên dễ chịu và thoải mái hơn trong gia đình.

Về vấn đề sức khỏe, lá bài cảnh báo về những hoạt động,

hành động quá mức chịu đựng của cơ thể bạn trong thời điểm này sẽ dẫn đến những trục trặc nghiêm trọng về sức khỏe. Bạn cần phải cân bằng lại để cơ thể của bạn có thể thích ứng dần dần. Theo một số quan điểm khác, thì lá bài cảnh báo bạn về vấn đề tình dục bừa bãi, hay quan hệ tập thể sẽ làm cơ thể bạn suy kiệt, cũng như có thể mắc các bệnh hiểm nghèo lây qua đường tình dục.

Về vấn đề nhiệm vụ, đây là thời điểm mà bạn phải chuẩn bị tinh thần cho những thử thách từ phía cấp trên của bạn. Hơn nữa, nhiệm vụ này bạn cần phải tự chính mình hoàn thành nó. Lúc này, bạn cần tính toán kỹ lưỡng cũng như có nhiều hơn một phương án cho nhiệm vụ của mình. Nếu bạn ở vị trí cấp trên, thì thời gian này bạn cần phải lựa chọn người thích hợp để giao nhiệm vụ. Vì nếu chọn sai người, có thể làm công việc bạn có trục trặc, thậm chí là hư hỏng.

Về mất mát, tai nạn, thì bạn nên cẩn thận hơn, nếu bạn có kế hoạch đi du lịch trong thời gian này. Đây không phải là thời điểm thích hợp. Trong trường hợp bạn dự tính làm ăn với những người khác, thì nên cẩn thận trước những điều tốt đẹp mà họ vẽ ra cho bạn thấy. Nếu bạn bất cẩn, thiếu tính toán thì có thể bị người khác lợi dụng. Mặt khác, công việc của bạn có thể bị trục trặc do thời tiết, khiến mọi thứ bị trì hoãn.

Từ khóa : Phát triển, chọn lựa, nỗ lực, thuận lợi, thương mại. Thành công sau những nỗ lực. Nhận ra cơ hội, khả năng hợp tác trong kinh doanh. Đối tác, trì hoãn, bất lợi, thất vọng, cô lập, thiếu tự tin, vất vả, tự cao.

25 - Four Of Wands

"Lạy chúa, xin đừng bao giờ để con thấy mùa hè không hoa đỏ, lồng không chim, tổ ong trống vắng, gia đình không con" - Victor Hugo

Sao Kim trong cung Bạch Dương

Hình ảnh tiêu biểu của lá bài thường là bốn cây gậy được cắm thẳng trên mặt đất, phía trên treo vòng hoa tạo thành một cái cổng. Hai người phụ nữ nâng bó hoa lên cao, vẫy chào. Phía sau là hình ảnh một lâu đài, hay dinh thự cũ. Lá bài ám chỉ chung về sự thịnh vượng, hạnh phúc và nghỉ ngơi. Sự hài hòa, hợp tác, thu hoạch và nơi trú ẩn an toàn, gia đình, ấm cúng cũng được nhắc đến trong lá bài.

Về công việc: Lá bài cho thấy thành quả của công việc đang ở trước mắt. Bạn sẽ sớm nhận được phần thưởng cho

những gì bạn đã làm. Công ty, dự án hay xí nghiệp của bạn đang trong thời kỳ thịnh vượng nhất. Lá bài cho thấy bạn có thể an toàn ổn định trong thời gian dài. Lời khuyên là hãy bắt đầu nghĩ đến phúc lợi của nhân viên, trích quỹ dự phòng cho công việc. Sự hòa hợp trong công việc là một thành trì vững chắc cho tương lai, hãy trân trọng nó.

Về tiền bạc: Lá bài cho thấy sự dồi dào về tiền bạc. Những khoảng đầu tư trước đây, dù đã từng thua lỗ, nay bắt đầu sinh lợi lớn. Các khoảng cho vay cũ nay được hoàn trả đầy đủ. Lá bài may mắn này cho phép bạn nhận được số tiền lớn hơn nhiều so với suy nghĩ của bạn. Sự sung túc và dư dả trong tiền bạc cho phép bạn giữ lấy một phần cho dự phòng hay thừa kế. Đừng vội chi tiêu quá trán khi chưa nghĩ đến việc kết giữ dự phòng cho mai sau.

Về bè bạn, đồng nghiệp: Lá bài là sự hài hòa hiếm có trong tình cảm bạn bè hay đồng nghiệp. Bạn sẽ có thể hòa giải với những rắc rối về tình cảm trước kia. Đây là dịp may hiếm có, hãy nghĩ về các mối quan hệ rạn nứt cũ và bắt đầu liên lạc làm hòa với nhau. Lá bài cũng cho thấy thành quả cuối cùng mà bạn đáng nhận trong việc xây dựng các mối quan hệ. Điển hình như các mối quan hệ đối tác, thượng cấp sẽ dần chuyển thành quan hệ bạn bè. Mở rộng mối quan hệ trong thời điểm này là sự khôn ngoan vì bạn sẽ nhanh chóng có được lòng tin của bất kỳ người lạ nào trong quãng thời gian này.

Về gia đình, người thân : Gia đình hạnh phúc một cách trọn vẹn. Các nghi ngờ hay rạn nứt cũ nay hoàn toàn biến mất. Những nỗ lực hàn gắng và sẻ chia nay đã có kết quả tốt đẹp. Lá bài còn cho thấy gia đình là nơi trú ngụ an toàn trong bất kỳ sự rắc rối nào đến với bạn trong quãng thời gian này. Lá bài cũng cho thấy việc xây nhà mới, mở rộng gia đình, hay các vấn đề tương tự. Nếu bạn đã có ý định xây tổ ấm hay dựng nhà cửa từ trước thì đây là quãng thời gian thích hợp để thực hiện việc ấy.

Về tình yêu, vợ chồng : Tình yêu vợ chồng nồng thấm hơn bao giờ hết. Sự hòa hợp của cả hai người đảm bảo cho một tổ ấm hạnh phúc. Lá bài thể hiện rằng những dự định cho tình yêu và vợ chồng đã có kết quả tốt. Nếu bạn đang có kế hoạch dành dụm tiền cho con cái, cho kỳ trăng mật, cho căn nhà mới … thì đây là thời điểm tốt để gặt hái chúng. Lá bài cũng chỉ sự ra đời của em bé và sự sinh nở nói chung.

Về sức khỏe: Sức khỏe luôn được đảm bảo. Điều đó là khẳng định. Vì lá bài dính đến sự sinh nở, việc xây nhà nên có mang những vấn đề phức tạp bên trong. Ngay cả việc nhận được một khối tài sản lớn, hay đạt được sự thịnh vượng cũng luôn mang theo những rắc rối riêng. Tuy nhiên, lá bài cho thấy các rắc rối đó chỉ là tạm thời hoặc không nghiêm trọng. Đây là lá bài tốt vì vậy hãy yên tâm cho các dự định của bạn. Nếu bạn dự định nghỉ hưu, hay thực hiện kỳ nghỉ sau khi làm việc cực nhọc, đây là lúc nên thực hiện.

Về nhiệm vụ, thượng cấp : Bạn không có nhiệm vụ lúc này, hoặc nhiệm vụ cực kỳ đơn giản. Lá bài liên quan ít nhiều đến sự nghỉ ngơi, nghỉ dưỡng nên có lẽ bạn sẽ an nhàn trong quãng thời gian này. Ngược lại, bạn có thê được tặng nhiều cơ hội để nghỉ ngơi hơn. Thượng cấp có thể sẽ về hưu trong thời điểm này. Tuy nhiên, đây không phải là một tin xấu, ngược lại là một tin tốt lành. Vì lá bài chứa thành quả được đền đáp, nên cơ may thăng chức của bạn là khá nhiều.

Về mất mát, tai nạn : Lá bài không có dấu hiệu gì về mất mát hay tai nạn. Dù vậy, những chuyển biến tích cực của người này luôn tạo ra chuyển biến tiêu cực cho người khác. Không phải ai cũng vui khi bạn sung túc. Cẩn thận những trò bẩn hay ám hại ảnh hưởng đến bạn. Đừng quá lo lắng, nếu có thì nó sẽ diễn ra ở quãng thời gian khác. Vì vậy, hãy tận hưởng khoảng thời gian tốt đẹp này, để chuẩn bị cho cuộc hành trình kế tiếp.

Từ khóa: nơi trú ẩn, nơi nương tựa, trong nước, thu hoạch, nhà, nghỉ ngơi, hòa hợp, hài hòa, thịnh vượng, hòa bình, công việc hoàn thiện, tăng thêm, sự thịnh vượng, hạnh phúc, làm đẹp, chỉnh trang. Sự không đáng tin cậy bắt nguồn từ những lo lắng và các hàng động vội vã.

26 - Five Of Wands

"Ngọn lửa vui sướng rạng rỡ nhất đều là do những ánh lửa ngoài ý muốn góp vào." - Ngạn ngữ Anh

Sao Thổ trong cung Sư Tử

Lá bài diễn tả hình ảnh những người đàn ông ăn mặc áo quần sặc sỡ khác nhau. Có vẻ như họ đang giơ những cây gậy lên hệt như đang lao vào cuộc chiến. Nhưng nếu chú ý kỹ hơn, thì dường như họ đang đưa những cây gậy lên cao hay về những phương hướng khác một cách hỗn loạn. Bộ quần áo sặc sỡ khác nhau của những người đàn ông này đại diện cho những ý kiến, tư tưởng trái ngược nhau.

Trong khi đó những chiếc gậy lại đại diện cho hành động, công việc mà họ phải hợp sức lại để giải quyết. Tuy nhiên, hình ảnh mà lá bài thể hiện lại là sự trì hoãn do sự hỗn loạn.

Về công việc, lá bài báo hiệu thời gian sắp tới sẽ có những việc trục trặc nội bộ diễn ra một cách bất ngờ, có thể là do không thống nhất được phương thức hành động, hoặc bất đồng quan điểm. Lời khuyên cho bạn là nên tùy cơ ứng biến, tùy vào tính cách mỗi người đồng nghiệp mà có cách ứng xử riêng. Nếu bạn vẫn còn trong giai đoạn tìm kiếm việc làm, thì bạn không nên quá cố chấp mục tiêu của mình rồi tìm kiếm một cách mơ hồ. Bạn nên bắt tay vào làm một công việc ở gần bạn hơn, điều này cũng giống như bạn bước lên bậc thang đầu tiên để đi đến ước mơ của mình.

Về tiền bạc, đây là thời gian mà bạn nên cân nhắc một cách cẩn thận trong việc sử dụng nguồn tiền của mình. Sự cố chấp, và thiếu tính toán sẽ khiến cho bạn gặp phải những trục trặc trong việc vay mượn, đầu tư, mua những vật dụng đắt tiền .v.v. Trong một số trường hợp, lá bài dự báo bạn có thể gặp trục trặc, tranh cãi có liên quan đến vấn đề tiền bạc trong công việc vào thời gian tới do sự dễ dàng với các mối quan hệ của bạn trong quá khứ. Lời khuyên cho bạn là nên bình tĩnh lắng nghe, sau đó giải thích rõ ràng rành mạch. Vì tranh cãi sẽ làm mọi việc đi theo chiều hướng xấu.

Về bạn bè, trong khoảng thời gian này bạn nên cẩn thận với những cuộc tranh cãi với những người bạn thân của mình. Mối quan hệ này tình cảm rất sâu đậm nhưng không kém phần cố chấp. Lời khuyên cho bạn, đây là những xung đột không thể tránh được nên bạn cần bộc phát ra bằng cách nói lên suy nghĩ của mình. Nhưng nhớ là tranh cãi với nhau song không được xúc phạm nhau. Vì điều đó sẽ gây ra những vết thương ẩn trong lòng. Về vấn đề đồng nghiệp, bạn nên cẩn thận với những người tỏ ra ngọt ngào, luôn ủng hộ với bạn. Bởi vì có thể họ bằng mặt nhưng không bằng lòng với bạn. Song mọi việc vẫn ở trong giới hạn nhất định. Điều bạn cần làm là cư xử đúng mực, tôn trọng họ. Điều này về lâu dài sẽ cải thiện thái độ của họ.

Về gia đình, thời gian này bạn cần tránh những sự việc tranh cãi đến một cách đột ngột, hoặc trong lúc bạn nóng giận. Điều này có thể khiến tình cảm trong gia đình, cũng như mối quan hệ của bạn và người thân bị sứt mẻ. Lời khuyên dành cho bạn, chuyện tranh cãi này xuất phát từ những bất đồng quan điểm cũng như sự quan tâm quá mức không đúng cách, tuy nhiên bạn cần phải tránh đối đầu và tìm cách giải thích rõ thì những bất đồng sẽ nhanh chóng được giải quyết êm đẹp.

Về tình yêu, nếu bạn đang muốn bắt đầu một mối quan hệ mới thì lá bài dành cho bạn lời khuyên là hãy bắt đầu mọi thứ thật nhẹ nhàng, chậm rãi, dịu dàng. Bạn sẽ có một mối quan hệ tuyệt vời. Nhưng nếu bạn trong một mối quan hệ lâu dài, thì bạn nên cẩn trọng những tranh cãi liên tục trong khoản thời gian này, mọi thứ không như vẻ bên ngoài. Bạn phải trao đổi với người yêu mình, cũng như đi sâu vào bên trong của sự tranh cãi để tìm ra điều gì đang ảnh hưởng đến hai bạn. Trong chuyện vợ chồng, nếu bạn và bạn đời mình thường xuyên khắc khẩu cãi vã nhau, thì cốt lõi vấn đề ở đây là do cái tôi tính cách của hai bạn còn quá lớn, quá cứng để có thể hòa hợp được với nhau. Hãy là người can đảm đặt cái cố chấp của bản thân sang một bên để ngây khờ nghe theo trái tim mình.

Về vấn đề sức khỏe, lá bài cho thấy tinh thần, tâm trí của bạn bị ảnh hưởng bởi nhiều yếu tố khiến nó thường thay đổi một cách thất thường. Lời khuyên cho bạn là bạn nên luyện tập các môn như Thiền, Yoga để thả lỏng tâm trí, thư giãn bản thân. Nếu bạn đang trong quá trình điều trị bệnh, thì lá bài cảnh báo trong thời gian sắp tới sẽ xuất hiện những nhân tố khó xác định có thể ảnh hưởng làm cho tình trạng sức khỏe của bạn giảm sút theo chiều hướng không tốt. Lời khuyên cho bạn là bạn cần tránh kích động, giữ tâm trí bình thản thì mới có thể vượt qua giai đoạn bất lợi này.

Về nhiệm vụ, bạn đang phải thực hiện một nhiệm vụ, công việc tuy cách thức hành động đã rõ ràng song bạn hay những làm chung với bạn vẫn còn chưa thống nhất, mơ hồ về mục tiêu hướng đến. Điều bạn cần làm lúc này là nên thảo luận để có cái nhìn toàn diện, đồng thời đưa ra giải pháp kịp thời. Về trường hợp bạn ở vị trí thượng cấp, thì bạn cần phải quyết đoán trong những thời điểm nhạy cảm. Sự tính toán kỹ lưỡng có thể giúp bạn ổn định chứ không đem lại sự phát triển cho bạn.

Về tai nạn, mất mát lá bài cảnh báo bạn về những cuộc ẩu đả, xô xát đánh nhau liên quan đến bạn. Nó được bắt đầu với sự bất mãn từ khá lâu và bộc phát một cách mãnh liệt. Bạn nên cẩn thận trong khoản thời sắp tới. Ở khía cạnh khác, bạn có thể gặp phải những điều tiếng thị phi, sự cô lập trong các mối quan hệ, cũng như trong công việc. Điều bạn cần làm là hãy mặc kệ những lời ong tiếng ve ấy. Chuyên tâm vào công việc của bản thân.

Từ khóa : Sự xung đột, cạnh tranh, tranh cãi. Chống lại những sự ngụy tạo trong quá trình tìm kiếm thành công, cũng như trận chiến trong cuộc sống. Bạo lực, ham muốn, sự hoang phí, ngông cuồng. Trạng thái giàu có, hào phóng, rộng rãi. Sự gian trá, tranh tụng, tranh chấp.

27 – Six Of Wands

"Con đường của vinh quang rất nhỏ hẹp, một người chỉ có thể đi tới không thể trở lui." - Ngạn ngữ Anh

Sao Mộc trong cung Sư Tử

Hình ảnh tiêu biểu của lá bài thường là một người đàn ông

mạnh mẽ, thường còn trẻ, vẻ mặt tự tin đang ngồi trên ngựa diễu hành qua các con phố. Bên cạnh là đoàn tùy tùng được phục sức trang trọng đi theo. Người trên ngựa lẫn tùy tùng đều cầm theo gậy dựng đứng. Gậy của người trên ngựa được trang hoàng lộng lẫy. Ý tưởng chính của lá bài là sự vinh quang, chiến thắng và thành

đạt. Dù vậy, kèm theo nó là sự ganh tỵ, bất mãn của những cộng sự xung quanh.

Về công việc: Chẳng nghi ngờ gì, lá bài cho thấy sự thành đạt viên mãn của công việc. Nó cho thấy thành quả mong muốn mà bạn đợi chờ lâu nay. Lá bài không cho thấy bất kỳ trở ngại nào, dù là nhỏ nhất, ngăn cản sự thành công của bạn. Nếu là trong kế hoạch dài hạn, hoặc công việc đang diễn tiến thì đây là lá bài không thể tốt hơn. Chỉ có một điều lưu ý nhỏ, nếu bạn đang bắt đầu tiến vào phần kế hoạch phản kháng hoặc bước ngoặt, thì đây lại là lá bài cho thấy sự thất bại bởi sự phản bội. Nếu lá bài đi kèm với lá Justice thì đây có thể ám chỉ sự thắng kiện pháp lý.

Về tiền bạc: lá bài cho thấy sự bội thu tiền bạc sẽ đến trong thời gian tới. Trong đầu tư, nếu bạn có ý định dừng hay chuyển hướng đầu tư thì hãy chậm lại, vì có thể sắp tới, các phần đầu tư của bạn bắt đầu hiệu quả. Nếu bạn đang có dự định tấn công vào một thị trường hay loại cổ phiếu mới thì nên cẩn trọng hơn, vì lá bài mang nhiều yếu tố bất lợi cho việc đột kích hay các ý định bất ngờ. Có thể thông tin kinh doanh của bạn có vấn đề. Vấn đề tiền nong vay mượn, nếu bạn đang có ý định thực hiện thì đừng ngại, vì nó sẽ cung cấp khoảng tiền không nhỏ cho bạn.

Về bè bạn, đồng nghiệp: Lá bài mang ý nghĩa nước đôi. Một mặt nó cho thấy một hệ thống cấp dưới và ngang cấp rất hiệu quả trong công việc. Mặt khác, nó cảnh báo một đối thủ xứng tầm trong thời gian tới. Như đã nói, đối với những kế hoạch thực hiện lâu dài thì bạn có thể yên tâm về những đồng sự của mình. Nhưng với các dự án ngắn hạn, thành lập gần đây và cũng sắp kết thúc, bạn coi soi xét kỹ các mối quan hệ cũng như các thành viên trong dự án.

Về gia đình, người thân : lá bài cho thấy một tin vui sắp đến với gia đình bạn. Tin thành công của cha mẹ, hay họ hàng, tác động trực tiếp lên gia đình. Tin mừng này liên quan đến sự nghiệp hay tiền bạc hơn là liên quan đến chuyện tình cảm hay sức khoẻ. Lá bài cũng không liên quan đến các niềm vui thừa kế. Việc cha mẹ, ông bà của bạn nhận được tiền trợ cấp, bảo hiểm hay lương hưu trí là một trong cách ví dụ dễ thấy nhất của lá bài.

Về tình yêu, vợ chồng: sự thành công đến với cả chồng và vợ. Nhưng dường như sự xung đột nếu có từ trước sẽ không được hàn gắng qua lá bài này. Tính chất lá bài mang lại cho mối quan hệ này dường như tiêu cực hơn là trung lập. Nếu cả hai vợ chồng không gặp khốn đốn về tình cảm, mà gặp phải khó khăn về kinh tế, lá bài cho thấy hoàn cảnh tươi đẹp hơn cho cả hai vợ chồng.

Về sức khỏe: Sức khỏe không phải là chủ đề chính của lá bài. Nhưng nó cho thấy một sức khỏe dồi dào và tràn đầy sinh lực. Nếu trong giai đoạn điều trị, lá bài thể hiện rằng bạn sẽ sớm hồi phục lại vì vậy hãy yên tâm. Lá bài liên quan đến truyền tin, nên nếu bạn đang đợi kết quả chẩn đoán thì lá bài cung cấp một tin tức tốt lành cho bạn.

Về nhiệm vụ, thượng cấp : Về nhiệm vụ, một trăm phần trăm nhiệm vụ đang thực hiện sẽ hoàn thành tốt. Tuy nhiên, nếu nhiệm vụ cấp thời có thể bị phản bội bởi đồng nhiệm, chẳng hạn như lọt tin tức ra ngoài... Thượng cấp và bạn sẽ được thăng cấp trong thời gian tới vì những nỗ lực lâu nay. Nếu bạn đang tìm kiếm một cơ hội bổ nhiệm thì đây là lúc thích hợp.

Về mất mát, tai nạn: mất mát tai nạn được cảnh báo với các nhiệm vụ hay công tác cấp thời, không đủ thời gian chuẩn bị. Nó cho thấy một hoàn cảnh thất bại. Tai nạn có thể đi kèm trong thất bại đó. Sự thất bại trong lá bài này không quá lớn so với nhiều lá bài khác. Một sự hiển nhiên là bạn sẽ thất bại trong các mục tiêu ngắn hạn, và cấp thời, vì vậy nó sẽ không quá ngăn trở cho sự nghiệp của bạn nếu bạn lên tinh thần chuẩn bị trước cho hoàn cảnh đó.

Từ khóa: Thắng lợi; tin tức tuyệt vời, nỗ lực, niềm vui với thành quả. Tình yêu. Ngược lại có nghĩa dành cho sự bội tín, kẻ thù trước chiến thắng, lo âu, sợ hãi. Sự trì hoãn kéo dài.

28- Seven Of Wands

"Chúng ta càng tiến bước trên đường đời, mọi việc lại càng khó khăn hơn, nhưng chính trong khi chống lại gian khổ mà sức mạnh nội tâm của con tim được hình thành." - Vincent Van Gogh

Sao Hỏa trong cung Sư Tử

Hình ảnh tiêu biểu của lá bài thường là một người đàn ông cầm gậy chống lại 6 gậy của người khác. Hình ảnh 6 gậy đôi khi không có người cụ thể mà đôi khi chỉ thấy hình ảnh 6 gậy tượng trưng. Người đàn ông đánh trả quyết liệt với vẻ mặt cương quyết cương quyết. Vị trí của người đàn ông trên đồi hay đôi khi được vẽ trên mỏm đá ở vị trí trên cao, và đắc địa. Lá bài có tư tưởng chung liên quan đến sự

tranh đoạt, xung đột lợi ích và nhấn mạnh đến lòng dũng cảm, sự cương quyết.

Về công việc, lá bài ám chỉ sự cạnh tranh mãnh liệt trong thương trường. Nếu chuẩn bị cho ra đời hay công ty, thì bạn phải chuẩn bị tinh thần cho một cuộc tranh giành thị trường rất khốc liệt. Nếu công ty đang trên đà phát triển ổn định, thì lá bài cảnh báo rằng sự ổn định sẽ sớm biến mất và đối thủ của công ty sẽ sớm xuất hiện. Nếu trong đàm phán, lá bài chỉ ra sự bất đồng sâu sắc giữa các bên liên quan. Dù vậy, lá bài cũng mang yếu tố thành công, dù cho lâu dài hay ngắn hạn, bạn cũng đang có lợi thế. Lời khuyên tốt nhất là nên chuẩn bị tinh thần cho cuộc đối đầu dài lâu.

Về tiền bạc, lá bài ám chỉ sự phân vân trong chi tiêu, thiếu đi sự kiên quyết, chi tiêu trở nên khó khăn và cuộc sống trở thành kham khổ khó chịu. Nếu hùn vốn hay tiền bạc luân chuyển trong nhiều khâu, thì nguy cơ xung đột lợi ích có thể tước đi phần mà bạn đáng được hưởng. Sự phân vân trong việc đòi lại quyền lợi của bạn sẽ gây khó khăn cho chính bạn. Lời khuyên là bạn nên cương quyết, không ngại khó khăn và tranh chấp để giành lấy phần mình xứng đáng hưởng.

Về bè bạn, đồng nghiệp, lá bài ám chỉ sự xung đột trong thảo luận, những ý kiến trái chiều diễn ra thường xuyên giữa bạn bè, đồng nghiệp. Bạn không thấy được sự đồng cảm mà toàn những tranh chấp. Bạn bắt đầu cảm thấy phải chấp nhận sự nhượng bộ để đạt được sự đồng thuận. Lá bài nhấn mạnh đến yếu tố dũng cảm trong tranh đấu cho lý tưởng và thảo luận để bảo vệ cho quan điểm của bản thân. Sự đồng thuận có thể có lợi ích to lớn, nhưng trong lá bài này, nó là sự nhượng bộ cơ bản. Khôn ngoan hơn nếu bạn nhượng bộ những vấn đề nhỏ, và giữ vững những quan điểm lớn của bản thân mình. Không bao giờ nhượng bộ những lợi ích và quan điểm cốt lõi.

Về gia đình, người thân, lá bài không thể hiện nhiều ở yếu tố gia đình. Tuy nhiên, sự dũng cảm đề cao, xem đó là động lực cho sự phát triển của gia đình. Sự dũng cảm trong các vấn đề gia đình cũng là một trong những điều bạn có thể làm cho những người thân yêu. Quyết đoán và mạnh mẽ, đó là những gì bạn cần thể hiện khi gia đình cần đến.

Về tình yêu, vợ chồng, sự tranh cãi về các vấn đề liên quan trong tình yêu sẽ đến lúc đỉnh điểm. Sự quyết tâm giải quyết ổn thỏa vấn đề là mấu chốt để giải tỏa các rắc rối trong tình yêu. Giữ vững quan điểm của bạn và giải thích cho người kia được rõ. Sự đè nén và nhượng bộ tất thì trong thời gian ngắn sẽ không giữ được lâu, và kèm theo nó là sự bùng nổ khó giải quyết. Có thể quyết định của bạn sẽ không nhận được sự đồng thuận của số đông, nhưng đó đâu phải là câu trả lời bền vững cho mọi thứ.

Về sức khỏe, bạn sẽ gặp nhiều rắc rối trong các pha mạo hiểm của mình. Giúp đỡ, ga lăng trong những hoàn cảnh khó khăn giúp bạn nâng cao lòng tự tin của bản thân, nhưng cũng mang lại không ít những vết thương. Những vết thương có thể trở nặng và lá bài không loại trừ tình cảnh nguy hiểm tính mạng. Đấu tranh cho lẽ phải không nên là thứ được tráo đổi hay nhượng bộ. Dũng cảm lên, vì bạn biết là bạn đã làm đúng. Bạn nên đấu tranh trong cẩn trọng với các phản đòn của người xấu, điều này sẽ giữ cho bạn được an toàn hay ít ra cũng ít nguy hiểm hơn. Bạn có thể gặp trường hợp mất ngủ, lo âu kéo dài trong suốt thời kỳ này.

Về nhiệm vụ, thượng cấp, lá bài chỉ rõ rằng bạn đã nhận được một nhiệm vụ nguy hiểm và gần như bất khả thi. Dù bạn đang có những lợi điểm đáng nể, nhưng sự liều lĩnh trong một số trường hợp có thể mang lại thành công. Đừng vội từ chối các nhiệm vụ như vậy, vì khi bạn thành công, kết quả đó sẽ đem lại sự thăng tiến cao. Bạn sẽ hay lo lắng trước khi xuất phát, nhưng mọi thứ sẽ ổn. Nhiệm vụ chắc chắn sẽ thành công dù có thể tổn thất không ít.

Về mất mát, tai nạn, tương tự sức khỏe, lá bài cảnh cáo rõ về những mất mát, tai nạn do cạnh tranh và xung đột gây ra. Điều này là không thể tránh khỏi cho dù bạn có thành công về chung cuộc. Tuy vậy, bạn có thể hoàn toàn cố gắng làm chủ tình hình ngay từ đầu và hạn chế những tổn thất do đối phương gây ra. Sự do dự trong quyết định là điều nguy hiểm nhất trong lá bài này.

Từ khóa: thảo luận, xung đột, đàm phán kinh doanh, chiến tranh thương mại, trao đổi hàng hóa, cạnh tranh, sự thành công cho các chiến binh. Bối rối, xấu hổ, lo lắng, cảnh cáo cho sự do dự.

29 - Eight Of Wands

"Ai mà đi quá nhanh thì trên đường phẳng cũng bị vấp."-
Thành ngữ Tây Ban Nha

Sao Thủy trong cung Nhân Mã

Lá bài mô tả hình ảnh tám cây gậy đang bay trên bầu trời
một cách tự do, với tốc độ rất
nhanh không gì cản phá
được. Trên thân của những
cây gậy có những cành lá và
chồi, đại biểu cho sự phát
triển, sự sống. Bầu trời màu
xanh biển đại diện cho những
yếu tố thuận lợi do số phận
đưa lại. Dòng sông chảy
ngang qua cánh đồng, đại
diện cho sự luân chuyển,
những ngọn đồi xa xa màu

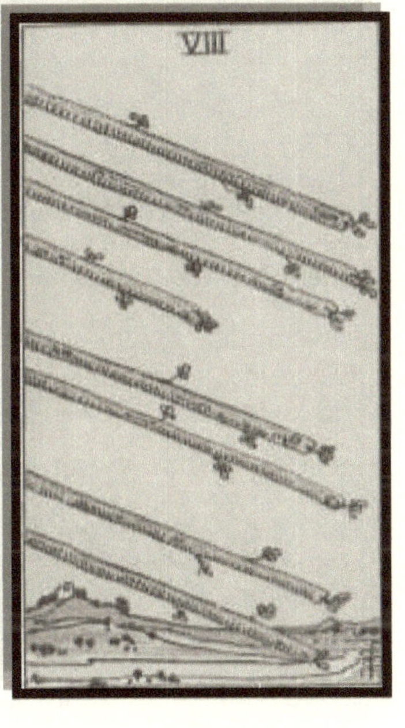

xanh tươi đại diện cho những thành quả về vật chất. Yếu tố
chiêm tinh tương ứng với lá bài là sao Thủy đi vào cung
Nhân Mã.

Về vấn đề công việc, lá bài cho thấy mọi công việc của bạn

đang diễn ra khá trôi chảy. Trường hợp bạn muốn khởi đầu một dự án hay bắt đầu công việc thì đây là một lá bài thuận lợi. Tuy nhiên, lá bài cũng đồng thời nhắc nhở bạn cần phải có sự tính toán lâu dài trong công việc. Nếu chỉ cố chấp theo đuổi những lợi ích trước mắt thì về lâu dài sẽ bất lợi cho công việc của bạn. Sự thuận lợi đến rồi đi rất nhanh sét đánh giữa trời quang, vì vậy bạn cần có sự chuẩn bị, tích lũy trong khi mọi thứ đang tốt đề phòng những khó khăn sẽ đến bất ngờ.

Về tiền bạc, những khó khăn về tiền bạc có thể được giải quyết lần lượt trong khoản thời gian sắp tới. Nếu bạn đang có dự tính vay mượn tiền để thực hiện những công việc riêng, thì đây là dấu hiệu tốt, tuy nhiên bạn cần tham khảo thêm ý của người có kinh nghiệm về tài chính cũng như cần cẩn trọng vấn đề kí kết giấy tờ. Một mặt khác, đây là thời điểm tốt để bắt đầu đầu tư vào những lĩnh vực mới, sự lưu động của nguồn tiền sẽ đem lại nhiều ích lợi hơn cho bạn.

Về bạn bè, thời điểm này bạn cần phải cẩn trọng lời nói của mình trong các mối quan hệ. Lá bài cho thấy những lời nói quá thẳng thắn trong các mối quan hệ sẽ để lại những vết rạn nứt ngầm mà về lâu về dài sẽ khiến mối quan hệ đổ vỡ. Về vấn đề đồng nghiệp, bạn cần chú ý cách góp ý của mình trong mối quan hệ này. Vì góp ý chân thành thẳng thắn là điều tốt, nhưng không phải ai cũng có thể nghe lọt tai lời thẳng mất lòng. Điều này có thể dẫn đến những khuất mắc không đáng có trong mối quan hệ.

Về vấn đề gia đình, người thân, đây là thời điểm bạn nên tránh tranh cãi tay đôi với những người thân trong gia đình. Mọi việc có thể bị đẩy đi quá xa khỏi giới hạn cho phép. Trường hợp ngược lại, nếu bạn là người lớn trong gia đình, thì sự áp đặt ý kiến của bản thân lên những người nhỏ tuổi trong gia đình sẽ khiến trong lòng người thân của bạn cảm thấy uất ức khó chịu, thậm chí có thể xảy ra tranh cãi gay gắt. Theo một vài quan điểm khác, lá bài còn báo hiệu sự dịch chuyển đi xa của những người thân trong gia đình.

Về vấn đề tình yêu, nếu bạn đang thầm thương trộm nhớ một ai đó, thì đây là thời điểm thích hợp để bạn ngỏ lời với người này. Trường hợp bạn đang có mâu thuẫn, xung đột trong mối quan hệ tình cảm, thì điều bạn nên làm là cùng ngồi lại với người kia để trao đổi thẳng thắn những khuất mắc, bất đồng của cả hai bên. Sự im lặng chỉ khiến mọi thứ trở nên tồi tệ. Về vấn đề vợ chồng, sự cố chấp muốn người còn lại phải làm theo ý mình sẽ khiến mối quan hệ trở nên tồi tệ. Lời khuyên dành cho bạn là nên tùy thời điểm mà xử sự, có lúc cần phải cố chấp tranh luận, cũng có lúc cần im lặng lùi lại một bước. Cái tôi lớn của mỗi người là liều thuốc độc giết chết tình yêu.

Về sức khỏe, đây là lá bài báo hiệu về những vấn đề xảy ra một cách đột ngột, bất ngờ. Bạn cần phải cẩn thận và lưu tâm đến tình trạng sức khỏe của bản thân trong thời gian này. Đồng thời, lá bài nhắc nhở bạn không nên bất chấp mọi thứ, bán rẻ sức khỏe để kiếm tiền, bởi vì về lâu dài bạn sẽ hối hận. Trong trường hợp bạn hay người thân đang điều trị bệnh, thì bạn cần lưu ý đến những yếu tố chưa xác định bên ngoài có thể ảnh hưởng đến tình trạng sức khỏe.

Về nhiệm vụ, bản thân bạn cần phải cân bằng trong công việc và tình cảm. Trong nhiệm vụ bạn được giao thực hiện, nếu bạn xử lý một cách cảm tính sẽ dẫn đến những hậu quả tai hại. Nếu ở vị trí thượng cấp, bạn cần phải suy tính kỹ lưỡng trước khi hành động, nhưng một khi đã bắt tay vào thì mọi việc phải được tiến hành nhanh chóng, mau lẹ. Thực hiện được điều này thì công việc của bạn sẽ cực kì thuận lợi.

Về tai nạn, mất mát là bài cảnh sự phản bội với những niềm tin tưởng quá vội vàng được đặt không đúng người. Mặt khác, là bài còn báo hiệu những hành động liều lĩnh bất cần sẽ dẫn đến những tổn thất lớn khó lường. Những yếu tố bên ngoài có thể tác động ngược đến bạn một cách mạnh mẽ khiến bạn không thể kiểm soát mọi thứ. Theo vài quan niệm khác, đây là thời gian nên tránh các chuyến đi có liên quan đến núi non sông hồ, mặt khác cần phải cẩn thận những chất kích thích khiến bản thân không làm chủ được hành vi của mình dẫn đến hậu quả nặng nề.

Từ khóa : Sự nhanh chóng, táo bạo, tự tin. Tin tức hoặc thư từ đưa đến. Sự tự do, hiểu biết. Hoạt động thương mại nhanh chóng, vội vàng, niềm hi vọng lớn. Ngược lại là một chuyện đầu voi đuôi chuột, huy hoàng trong chớp nhoáng. Sự ghen tuông, tranh cãi trong nội bộ, hoặc rắc rối với người đã lập gia đình.

30 – Nine Of Wands

"Học cho rộng, hỏi cho kỹ, nghĩ cho cẩn thận, phâm biệt cho rõ, làm cho hết sức." - Khổng Tử

Mặt Trăng trong cung Nhân Mã

Hình ảnh tiêu biểu của lá bài thường là một người đàn ông

đứng hay ngồi canh gác, tay cầm một cây gậy, vẻ mặt căng thẳng và thận trọng, sẵn sàng chiến đấu bất kỳ lúc nào, sau lưng là một hàng rào gậy được bố trí cẩn thận. Lá bài thể hiện sự phòng thủ chắc chắn, một trạng thái được chuẩn bị và đáp trả, có phần thô bạo. Lá bài cũng ám chỉ đến những trở ngại khó khăn, các nghịch cảnh và

thiên tai. Lá bài thuận lợi ở những tư tưởng tại chỗ, thụ động hay cố hữu, và bất lợi ở những hoàn cảnh xa lạ, thay đổi hay cải cách.

Về công việc: Công việc đang và sẽ gặp các trở ngại lớn. Những trở ngại này không là những trở ngại có thể kiểm soát mà các trở ngại bất ngờ. Nó cũng cho thấy một hoàn cảnh cần cẩn trọng, và tư thế sẵn sàng chiến đấu cần được đề cập. Một đối thủ cùng mặt hàng, một công ty muốn thâu tóm, một cá nhân muốn gây trở ngại cho công ty là những ví dụ điển hình cho lá này. Lá bài cho thấy bạn sẽ vẫn tiếp tục ổn định và được bảo vệ, nhưng hãy luôn cảnh giác nếu lá này được kết hợp với các lá liên quan đến sự bội phản.

Về tiền bạc: Lá bài ngược lại với công việc. Nó cho thấy tài sản của bạn được bảo vệ an toàn, hay ít nhất trong thời gian tới. Bạn hoàn toàn có thể tập trung giải quyết các vấn đề khác. Nó cũng cho thấy các quyết định đầu tư của bạn lúc này là đúng đắn. Lá bài cũng nhắc nhở về các quyết định mạo hiểm nằm ngoài khả năng, vì có thể nó đón nhận các hoành cảnh bất khả kháng. Điều này ám chỉ các kế hoạch ngoài dự định, các ý định đầu tư ngoài ngành, ngoài lĩnh vực, hay các ý định đầu tư vào các vùng mà bạn không kiểm soát được.

Về bè bạn, đồng nghiệp: Lá bài cho thấy bạn sắp hoặc đang có được những người bạn đồng hành tốt. Những người bạn này, được đánh giá như những người "bảo vệ". Tận dụng thời gian này để tạo các mối quan hệ đồng nghiệp và bè bạn; bạn sẽ thấy không hề bỏ phí. Nếu có ý định lập nhóm hay theo đuổi dự án có tính cộng đồng thì đây cũng là quãng thời gian không nên bỏ qua. Đừng ngại ngần giao cho những người đáng tin cậy các chức vụ hay quyền hạn cao hơn, vì họ sẽ có tác động tốt đến tương lai của bạn.

Về gia đình, người thân : Rất tiếc là lá bài này khi nói về gia đình lại gây những vấn đề lớn. Bạn nên chuẩn bị tinh thần cho những biến cố nguy hiểm đến sự bình yên của gia đình. Những biến cố này đến từ bên ngoài chứ không phải từ nội bộ bên trong. Sự xáo trộn này sẽ không liên quan gì đến quan hệ gia đình nên bạn hoàn toàn có thể yên tâm. Khái niệm "ảnh hưởng gia đình" có thể nói đến nhiều thứ khác nhau nên sẽ rất khó mà dự đoán được.

Về tình yêu, vợ chồng: Tình yêu bền chặt là yếu tố chính của lá bài này. Cả bạn và người bạn đời đều có ý thức bảo vệ mối quan hệ đó. Vì vậy, lá bài này là một điều tốt nếu bạn đang gặp rắc rối với tình yêu. Sẽ chẳng có vấn đề gì lớn giữa 2 người. Nói chung, bạn hoàn toàn có thể yên tâm về vấn đề vợ chồng hay người yêu vì mọi thứ sẽ nhanh chóng ổn định. Những nghi ngờ nếu có liên quan đến sự phản bội sẽ chỉ đơn giản là sự hiểu lầm.

Về sức khỏe: Sức khỏe được đảm bảo. Nếu bạn đang đợi thông tin về tình hình sức khỏe thì nó khả quan hơn so với bạn nghĩ đấy. Bạn sẽ yên ổn vượt qua nếu đang trong tình trạng sức khỏe có vấn đề. Những câu hỏi liên quan đến việc chữa trị thì lá bài cho thấy hoàn cảnh tốt nhất đạt được, vì vậy cứ yên tâm với hiện tại. Ekip và bác sĩ hiện tại hoàn toàn đảm bảo được sự an toàn cần thiết cho bạn.

Về nhiệm vụ, thượng cấp: lá bài cho thấy nhiệm vụ lần này gặp vô số những khó khăn. Lá bài báo trước sự thất bại, nhất là ở các nhiệm vụ xa nhà, mới mẻ, hay không thường xuyên thực hiện. Thượng cấp trong lá bài này có tư tưởng chủ quan, không đề phòng và hay buông thả. Lá bài cũng cho thấy trường hợp nếu đổi thượng cấp thì bạn sẽ gặp một thượng cấp mới dễ tính, và tương đối thoải mái.

Về mất mát, tai nạn : Lá bài không nghi ngờ gì là một lá bài của tai nạn và mất mát. Bạn sẽ gặp vô số những vấn đề bất ngờ, không đoán trước. Tuy nhiên, hiệu lực của lá này bị ảnh hưởng bởi sự phòng bị của bạn đối với sự kiện bất ngờ đó. Nếu nhận được lá bài này, việc cần thiết nhất là lên các kế hoạch dự phòng, các công cụ quản lý rủi ro và các biện pháp an ninh tăng cường.

Từ khóa: Đại nghị lực; nội lực, sức mạnh đến từ áp lực.

Một chiến công lớn nhưng phải trả giá bằng xung đột và năng lượng bản thân. Sự thay đổi bền vững, thành công sau cạnh tranh, đối đầu và e dè lo lắng. Phục hồi sức khỏe. Ngược lại, là chướng ngại, trì hoãn, chậm trễ, nghịch cảnh do thiên tai. Ngoan cố, không hợp tác, khoe mẽ.

31- Ten Of Wands

"Người đàn ông muốn có mọi thứ, nhưng khi có mọi thứ trong ở trong tay, ông ta lại đau khổ vì không kham nổi gánh nặng." - Ngạn ngữ Anh

Sao Thổ trong cung Nhân Mã

Lá bài miêu tả hình ảnh một người đàn ông đang ôm một

bó gậy lớn. Việc này dường như quá sức với ông, vì đám gậy quá nhiều, quá cao, và chúng đang che khuất tầm nhìn của ông. Tuy nhiên, trước mặt của ông là căn nhà và những cảnh quang khác. Các hình ảnh này tượng trưng cho những thành quả mà người đàn ông này sẽ đạt được. Người đàn ông trong lá bài vẫn có thể kiểm soát

đám gậy, dù ông ta đã không thể nhìn thấy mục tiêu trước mắt, nhưng trong tâm trí ông vẫn hướng về mục tiêu mà mình đã đặt ra. Chính điều này đã giữ cho ông trì chí bền gan đi tiếp trên con đường đọa đày này.

Về công việc, nếu bạn khởi đầu công việc, thì đây là một giai đoạn rất mệt mỏi, bạn phải làm rất nhiều. Tuy nhiên, lá bài khuyên bạn không nên bỏ cuộc bởi vì bạn đã xác định được mục tiêu của bản thân và giai đoạn đọa đày này sẽ có sự chuyển đổi trong thời gian sắp tới. Nếu bạn đang thực hiện một công việc nhiều áp lực, nhưng không có người hỗ trợ một cách chân thành thì bây giờ không phải là thời gian để bạn cảm thấy chán nản mà là lúc bạn phải cố gắng hơn nữa. Những công sức bạn bỏ ra sắp được thu gặt và đáp đền xứng đáng.

Về tiền bạc, đây không phải là thời gian tốt để bạn phân tán nguồn tiền của mình. Từ những việc lớn như đầu tư tài chính, vay mượn hoặc cho người khác mượn cho đến những việc nhỏ như chi tiêu cũng cần phải có sự điều tiết lại. Vì lá bài này báo hiệu sắp tới tiền bạc của bạn sẽ có những chuyển biến chưa biết tốt xấu, vì vậy bản thân bạn cần phải có sự chuẩn bị tinh thần cũng như tiền bạc để ứng phó với những trục trặc rủi ro đến từ bên ngoài mà bản thân không thể kiểm soát hay ảnh hưởng để thay đổi sự tác động của chúng.

Về vấn đề bạn bè, lá bài cho thấy trong mối quan hệ bạn bè, thì bản thân bạn luôn là người cho đi, nhưng dù bạn đối xử tốt với bạn bè song không ít lần cũng vì chuyện bạn bè khiến bạn phải ưu tư. Lời khuyên dành cho bạn, chỉ nên giúp đỡ hết sức hết lòng với những người bạn chân chính và quen biết trong một khoản thời gian dài. Bởi vì cuộc đời lắm lúc chân tình được đáp bằng sự bội bạc. Về vấn đề đồng nghiệp, khi bạn nhận được sự giúp đỡ của đồng nghiệp thì khi họ cần phải thì bạn cần phải giúp đỡ một cách hết mình. Nếu không làm được điều này, hãy từ chối một cách lịch sự. Đừng giúp đỡ một cách nửa vời, vì điều này sẽ cực kì tai hại về lâu dài.

Về gia đình, người thân, sự áp đặt về mặt tư tưởng, định hướng của gia đình lên bản thân bạn có thể sẽ khiến bạn cảm thấy mệt mỏi muốn buông tay nhưng có nhiều khó khăn khiến bạn vẫn không thể dứt ra được. Bạn cần phải tránh đối đầu với gia đình, mà cần tự tìm kiếm mọi thứ mà bản thân mong mỏi trong thầm lặng, từ từ tích lũy để thực hiện. Ở trường hợp bạn là người lớn trong gia đình, thì tình yêu thương bạn dành cho người thân rất nhiều chính vì vậy mà bạn muốn bảo bọc họ theo hướng bạn nghĩ là tốt, tuy nhiên sự áp đặt này sẽ khiến mọi thứ phản tác dụng. Bạn cần phải thay đổi, linh hoạt hơn trong cách thể hiện tình cảm.

Về tình yêu, đây không phải là thời điểm tốt để bắt đầu một mối quan hệ nghiêm túc, lâu dài. Còn khá nhiều điều bạn cần phải tìm hiểu rõ về tính cách, tình cảm của đối phương bởi vì khi sự cuồng nhiệt qua đi chỉ còn lại sự thất vọng ê chề. Ở khía cạnh trong mối quan hệ, cả hai bạn yêu thương nhau nhưng cái tôi của cả hai đôi lúc còn lớn cả tình yêu của hai bạn. Chỉ có thể dần dần buông bỏ bớt sự cố chấp của bản thân, thì tình yêu mới có thể dìu nhau được những ngày khốn khó. Trong chuyện vợ chồng, bản thân bạn hoặc người bạn đời của bạn cứ để quá nhiều việc trong lòng mà không hề bày tỏ, điều này khiến cả hai cảm thấy mỏi mệt. Tình nghĩa vợ chồng trong thời đại này là sự cảm thông chia sẻ cũng như thấu hiểu, nó không phải là sự hi sinh thầm lặng nặng đọa đày.

Về vấn đề sức khỏe, áp lực cuộc sống, công việc dễ khiến tinh thần của bạn trở nên căng thẳng, nhạy cảm, cáu gắt, dễ bị kích thích. Lá bài khuyên bạn nên dành thời gian để nghỉ ngơi thư giãn, để cơ thể bạn được cân bằng trở lại. Việc cố chấp bán sức khỏe để kiếm tiền không phải là một việc có thể làm lâu dài, nó tựa như uống rượu độc để giải khát. Vì khi bạn mất sức khỏe, rất nhiều thứ sẽ rủ nhau ra đi như tiền bạc, các mối quan hệ hời hợt .v.v.v. Nếu bạn hay người thân đang điều trị bệnh thì đây là một giai đoạn bệnh tình sẽ diễn biến theo chiều hướng phức tạp, thì điều cần làm lúc này là để tinh thần được thoải mái, chấp nhận và đối mặt với bệnh tình của bản thân.

Về nhiệm vụ, lá bài nhắc nhở bạn nên cân nhắc đến việc xem xét thay đổi phương thức thực hiện công việc để những công sức của bạn bỏ ra có hiệu quả hơn. Sự cố chấp đi theo cách thức giải quyết cũ đôi khi sẽ khiến bạn bế tắc trước những tình huống mới phát sinh. Ở trường hợp bạn là thượng cấp, thì sự ưu ái quá rõ ràng với một ai đó có thể khiến nảy sinh những bất mãn trong lòng những người khác, cho dù người được bạn ưu ái có tài năng thực sự. Hãy thực hiện mọi thứ một cách âm thầm và tạo cơ hội cho nhân viên của bạn được chứng tỏ tài năng.

Về tai nạn, mất mát, thì lá bài cảnh báo bạn nếu thời điểm này bạn đã ý định kiếm một số tiền lớn trong thời gian ngắn. Bạn cần phải cân nhắc cái giá mà bản thân phải trả chứ không phải là giá trị mà bản thân có được. Theo những quan điểm khác, thì đây là thời điểm bạn cần bỏ qua hết những điều tiếng thị phi đến từ miệng lưỡi người đời để tập trung vào bản thân, những mục tiêu của bản thân. Bạn không cần phải phân bua hay giải bày gì. Hãy kiên trì điều mà bản thân bạn chọn lấy, và nhớ rằng thành công chính là sự trả thù ngọt ngào nhất.

Từ khóa : Áp lực, trách nhiệm sau những thành công. Niềm tin tốt lành. Tàn nhẫn, hiểm ác, ích kỷ, dối trá, trấn áp. Sự giả dối, ngụy trang cho những vấn đề bên trong. Mất kiểm soát, rắc rối, thành công bị mất hiệu lực khi đi kèm với lá 9 gươm hoặc trong một câu hỏi về kiện tụng; pháp lý. Phản bội, lạc hướng, cản trở, suy thoái.

32- Page Of Wands

"Hãy mơ ước bất cứ điều gì bạn muốn mơ. Đó là vẻ đẹp của trí tuệ con người. Hãy làm bất cứ điều gì bạn muốn làm. Đó là sức mạnh của ý chí con người. Hãy tin tưởng vào bản thân để thử thách những giới hạn của mình. Đó chính là lòng can đảm để thành công. " - Bernard Edmonds

Lá bài miêu tả hình ảnh một người trẻ tuổi ăn vận áo quần với những màu sắc tươi sáng. Trên tay người này cầm một chiếc gậy đưa lên cao khỏi mặt đất, vẻ mặt đang chăm chú quan sát. Xung quanh là những núi đồi hoang vu trên nền đất màu đỏ gạch, phía xa là bầu trời màu thiên thanh. Chiếc nón có gắn thêm lông đỏ đại diện cho sự linh hoạt trong suy nghĩ. Trên áo của người này có họa tiết của

Salamander, linh hồn và cũng thời là sinh vật bảo trợ của lửa. Nó thường sinh sống tại các miệng núi lửa.

Tính cách người được lá bài miêu tả sẽ bao gồm hai yếu tố

là đất và lửa. Vì vậy, con người này sẽ thường có xu hướng tư duy hướng nội. Giỏi sử dụng tư duy của mình bằng cách kết hợp giữa trực giác và lý trí. Bên ngoài, họ thường chú trọng tiếp cận mọi thứ bằng các giác quan của mình. Điểm nổi bật trong tính cách của họ là đặt điểm tổng hòa của nguyên tố lửa, là sự kết giữa tính cách các cung hoàng đạo như Bạch Dương, Sư Tử, Nhân Mã. Ở họ có những phần tính cách như kiên định, nhiệt tình, tiên phong, nhưng đi kèm đó là những phần nông nổi, kiêu ngạo. Vì thiếu đi phần nhiều hai nguyên tố khí và nước, nên họ sẽ không mạnh về mặt giao tiếp, thông thường sẽ khá trực ngôn, thiếu tinh tế. Bên cạnh đó, là việc họ gặp khó khăn khi bộc lộ cảm xúc. Đó là những cảm xúc yêu thương, khi bên cạnh những người thân cận với họ. Họ ít có xu hướng đối đầu, thường ôn hòa, dễ tính. Tuy nhiên, họ thường có một thế giới riêng và thích dành thời gian để suy tưởng về cuộc sống.

Vì những điều này, nên đôi lúc họ bộc lộ tính cách khá trẻ con và thơ ngây. Nó thể hiện ở việc thẳng thắn, dễ hòa nhập, luôn thắc mắc và tìm tòi những điều mới mẻ. Đôi khi là lại những mặt như cái tôi quá lớn, có xu hướng chỉ suy nghĩ cho bản thân, dẫn đến việc mất cân bằng trong các mối quan hệ. Họ thường khó kiềm chế cảm xúc của bản thân khi gặp những chấn động mạnh trong cuộc sống. Dễ để lại những dư chấn, vết thương trong tâm lý. Nguyên nhân ở chỗ họ thường kiềm chế những cảm xúc tiêu cực của bản thân trong công việc, các mối quan hệ… Điều này thường dễ làm họ bùng nổ khi mọi thứ đã vượt quá giới hạn.

Một điều cơ bản thường gặp, là những con người được lá Page Of Wands đại diện thường sợ thất bại, nên họ dễ trở nên chần chừ, thiếu quyết đoán, thiếu tự tin và luôn âm thầm tự vấn bản thân mình. Điều này ảnh hưởng nhiều, làm họ dễ bỏ lỡ các cơ hội thăng tiến trong công việc, hay các mối quan hệ tình cảm do có xu hướng tìm đến một kết quả hoàn hảo, viên mãn. Điều cốt lõi họ cần nhận ra, chính là sự hoàn hảo tồn tại song hành với sự bất toàn, thay vì theo đuổi một điều mơ hồ thì họ nên chọn lấy một con đường, và đi!

Trong các mối quan hệ, họ những con người có nhiều điểm khá khác biệt, thông mình, đầy suy tưởng, chân thành, chung thủy. Song, họ thường gặp khó khăn khi rời bỏ những mối quan hệ không tốt đẹp. Họ cần biết điều chỉnh, giải tỏa các cảm xúc cá nhân của bản thân. Kết hợp với sự trải nghiệm cuộc sống, hình ảnh của họ có thể giống như những vị hiền triết thông thái của phương tây. Là con người tìm đường, cũng là kẻ dẫn đường cho người khác.

Về công việc, đây là một lá hai mặt. Ở mặt thứ nhất, những chuyện trục trặc khó khăn sẽ diễn ra một cách dồn dập bất ngờ trong thời gian sắp tới, nhưng ở mặt thứ hai là nếu bạn kiên trì chịu đựng thì chúng sẽ đi qua rất nhanh. Nếu bạn muốn khởi nghiệp, thì lá bài báo hiệu những gian nan bạn phải trải qua cũng như nhắc nhở bạn cần phải tính toán kỹ lưỡng hơn. Nếu bạn chuẩn bị bắt đầu dự án, hay kế hoạch mới, thì điều bạn cần là sự trợ giúp của đồng nghiệp, hoặc sự tư vấn của thượng cấp.

Về tiền bạc, trong khoản thời gian này bạn cần phải chú ý để điều tiết nguồn tiền của mình. Cân nhắc cẩn thận trước khi có dự tính vay hoặc cho mượn tiền. Bởi vì lá bài báo hiệu những trục trặc do các nhân tố từ bên ngoài ảnh hưởng đến vấn đề tài chính của bạn. Nó sẽ diễn một cách khá đột ngột và bất ngờ. Lời khuyên dành cho bạn là nên tùy cơ ứng biến, không nên cứng nhắc xử lý theo một hướng cố định, và bạn cần phải ra quyết định một cách nhanh chóng, quyết đoán.

Về bạn bè, lá bài cảnh báo bạn sự dễ dãi trong những mối quan hệ sẽ khiến bạn gặp phải người không tốt, hoặc lợi dụng bạn. Ở khía cạnh khác, sự cả nể sợ mất lòng trong mối quan hệ khiến đôi khi bạn im lặng trốn tránh mâu thuẫn giữa bạn và bạn bè. Tuy nhiên, trốn tránh không có nghĩa là vấn đề tự mất đi mà nó vẫn tồn tại và ngày càng bành trướng ra. Đến một mức độ nào đó sẽ khiến mối quan hệ rạn nứt. Về vấn đề đồng nghiệp, bạn nên nhớ là những người làm chung với bạn. Vì vậy bạn cần cư xử đúng mực. Nếu như không hài lòng về đồng nghiệp bạn nên lựa lời để góp ý.

Về người thân gia đình, lá bài diễn tả sự thiếu hòa hợp trong gia đình của bạn. Sự thiếu hòa hợp này không hẳn là sự thiếu yêu thương mà là cách thể hiện không đúng cách, hoặc sự cách biệt về tuổi tác khiến cho bạn lẫn các thành viên trong gia đình đôi khi khó tỏ bày tình cảm với nhau. Ở khía cạnh khác, lại là sự lo lắng, bảo bọc, áp đặt quá khắc khe của người lớn lên những đứa trẻ trong gia đình, khiến mọi việc nhìn từ bên ngoài vào thì có vẻ như đang có sự xung đột, bất đồng. Lời khuyên cho bạn, hãy yêu thương và tôn trọng sự chọn lựa của những người mình yêu thương. Bởi vì dù có yêu thương họ hơn sinh mệnh của mình, ta cũng không thể sống dùm và quyết định hộ được và ta cũng chẳng thể chở che cho người thân yêu của ta mãi được. Như đôi chân kia được sinh ra là để đi con đường của mình, chứ không phải là bị bó chặt lại.

Về tình yêu, nếu bạn muốn bước vào một mối quan hệ mới, hãy cân nhắc! Lá bài báo hiệu bạn, tình cảm nồng cháy vội vã sẽ khiến bạn trở nên mù quáng để có thể nhìn ra những khác biệt rất lớn, mà khi lửa đam mê qua đi mới khiến bạn cảm thấy chán chường. Trong mối quan hệ tình cảm, có những giới hạn mà bản thân bạn nên lấy đó làm ranh giới để tự bảo vệ bản thân mình. Lấy gì để chắc chắn khi hiến dâng hoàn toàn, thì người kia sẽ không bội bạc như bao người khác. Trong chuyện vợ chồng, sự ghen tuông mù quáng sẽ khiến cho tình yêu bị bóp chết. Bạn cần có sự tin tưởng cũng như sự bao dung để gìn giữ mối quan hệ này.

Về sức khỏe, đây là khoản thời gian mà bạn nên lưu tâm đến sức khỏe của mình. Những trục trặc hay triệu chứng, dù nhỏ nhưng cũng có thể báo hiệu các vấn đề lớn đang diễn ra. Vì vậy, bạn không được chủ quan. Ở khía cạnh khác, lá bài nhắc nhở bạn cần nghỉ ngơi thư giãn nếu là một người bận rộn và làm việc liên tục dưới áp lực cao. Trường hợp bạn hoặc người nhà đang điều trị bệnh trong thời gian dài, thì đây là thời điểm sức khỏe có chuyển biến theo chiều hướng khả quan.

Về nhiệm vụ, trường hợp bạn đang thực hiện nhiệm vụ, thì bạn nên bình tĩnh xử lý, giải quyết mọi thứ theo hướng chậm mà chắc, bởi vì lá bài cảnh báo bạn, việc giải quyết quá nhanh chóng sẽ khiến bạn mắc phải những sai lầm đáng tiếc. Trường hợp bạn ở vị trí thượng cấp, thì bạn cần trở nên cởi mở năng động để có thể khuấy động tinh thần của thuộc cấp. Mặt khác, bạn cần phải chọn lựa người có thể tin tưởng để giao phó công việc.

Về tai nạn, mất mát, thì là bài không đề cập đến vấn đề này một cách rõ ràng. Tuy nhiên, lá bài ám chỉ sự cố chấp của bản thân bạn trong tình cảm lẫn công việc có thể khiến bạn đi từ sai lầm này đến sai lầm khác, đến cuối cùng không thể cứu vãn được. Và người chịu nhiều tổn thương nhất cũng chính là bản thân bạn. Lá bài khuyên bạn, có những lúc cần phải dũng cảm để nén đau buông tay những thứ đã nhạt nhòa, không còn thuộc về bản thân mình.

Từ Khóa: Một người trẻ tuổi, mang theo chủ nghĩa cá nhân; nhiệt tình; tài hoa; táo bạo với nghị lực phi thường. Sự thông minh di truyền. Yêu giận một cách đột ngột, mãnh liệt. Một ngôn sứ, tin tức tốt lành, một người lạ tốt bụng. Ngược lại là sự nông cạn, bất ổn, hiểm ác, tin tức xấu, kèm theo đó là sự do dự.

33- Knight Of Wands

"Hãy thổi bùng lên ngọn lửa vui tươi đang lịm tắt với đôi cánh của tình bằng hữu, và hãy chuyển cho nhau chén rượu lạc quan. " - La Fontaine

Hình ảnh tiêu biểu của lá bài thường là một người đàn ông trẻ tay cầm một cây gậy, quay về phía trái. Ông cưỡi con ngựa đang phi nước đại về phía trước, vượt qua núi và các kim tự tháp. Vẻ mặt của ông không mang thông điệp hiếu chiến. Lá bài tập trung vào sự biến đổi về không gian, di chuyển, du lịch và sự biến đổi nhanh trong tâm hồn, sự thay đổi tâm tính hay kế hoạch mang tính tích cực.

Tính cách của người được lá bài miêu tả là một con người nhiệt tình, phóng khoáng, họ nhận thức vấn đề bằng trực giác của bản thân nhưng lại xử lý vấn đề bằng óc logic và lý trí. Họ là những chiến binh tràn đầy năng lượng, vì vậy

họ khá trực tiếp và thẳng tính, đôi lúc còn yêu thích trật tự. Nên có thể bạn đôi lúc sẽ nhìn họ như một kẻ cầm đầu một băng nhóm lêu lổng, nhưng có lúc họ lại như một người lãnh đạo đầy quyến rũ. Họ luôn tiến lên, đôi khi không một kế hoạch cụ thể nào, như cơn gió nóng bỏng của sa mạc, họ bước nhanh đến phía trước, chính cảm giác bên trong đã thôi thúc họ. Và họ luôn có nhiều cách linh hoạt để ứng biến và khiến cho những mục tiêu của bản thân thành hiện thực. Song đi cùng với sự xông xáo này, họ lắm lúc cũng rơi vào những trạng thái nghỉ khi nguồn năng lượng cạn kiệt, và lúc này cả thế giới như lụi tàn trước mắt họ, chẳng còn gì ý nghĩa.

Trong việc giao tiếp với các mối quan hệ, họ có xu hướng phóng đại, thậm chí là lạc quan quá mức trong các dự án, mục tiêu của bản thân khi đề cập đến với những người xung quanh. Tuy nhiên, bản thân họ đôi lúc có xu hướng độc đoán và muốn chi phối, tự đại nên khi những người xung quanh không đồng ý, hoặc trái quan điểm và thường thấy nhất là sự nổi giận như bão táp sa mạc hay là những cái nhìn im lặng chết người. Và đôi lúc, họ thường giải quyết mâu thuẫn với mọi người, thế giới bằng những cơn nóng giận, hay bạo lực bằng lời nói và hành động.

Song với bản chất của người chiến binh, họ luôn là người

tiên phong lao vào những khó khăn hay kẻ thù, và họ sẽ thường quyết đoán với những việc phải làm. Ở mặt khác, khi họ bị tổn thương thì họ sẽ tìm cách trốn tránh đối mặt với khó khăn cho đến đường cùng, và khi đủ thời gian họ sẽ quay trở lại để chiến đấu với nỗi sợ hãi của bản thân.

Bản thân họ, việc thông cảm với cảm xúc và nỗi đau của người khác không phải là điểm mạnh. Họ là những chiến binh, và họ rất thiếu kiên nhẫn nên dễ dẫn đến thái độ gay gắt với những lỗi lầm hay sự do dự trong tình cảm của những người thuộc các nhóm khác. Để khắc phục yếu điểm này, họ cần phải chấp nhận được sự đa dạng trong thế giới tính cách của con người, cũng như chấp nhận nhiều hơn một bảng giá trị.

Con người được lá bài đề cập, luôn có xu hướng biến lý thuyết thành thực tiễn. Hiểu nhiều nhưng cần đào sâu. Tự tin vào bản thân, quyết đoán, không quá bận tâm đến những chi tiết nhỏ. Họ quan tâm đến ý tưởng, tư tưởng, niềm tin của người khác và luôn muốn chia sẻ kiến thức mình có. Họ chân thành, nhiệt tình, và nghiêm túc với những lời cam kết của mình. Sự công tâm tồn tại bên trong họ, và họ luôn mong muốn làm điều đúng. Họ có thể cắt đứt một mối quan hệ đã có vấn đề không luyến tiếc, luôn có những chuẩn mực cao và kì vọng lớn; đây là điểm mạnh cũng như điểm yếu của họ.

Trong các cuộc trao đổi, tranh luận, vì bản chất chiến binh của mình mà đôi lúc khiến họ trở nên thái quá; dễ kích động và dẫn đến xu hướng gây khó dễ cũng như đối đấu với người khác. Một số điểm giới hạn của họ là dễ rơi vào những cuộc chiến thắng thua, không đi ở con đường trung dung. Gặp khó khăn trong việc cảm thông; lắng nghe người khác. Thường dễ áp đặt ý chí của bản thân lên suy nghĩ hay cách hành động của người khác, và có nhiều lúc họ gặp sự rắc rối trong việc bày tỏ cảm xúc, tình cảm với những người xung quanh; điều này là một chướng ngại lớn mà họ cần điều phục. Họ là những con người phóng khoáng nhưng trọng danh dự. Nếu ai đó làm tổn thương đến danh dự của họ; hãy cẩn trọng trước sự khủng bố của họ.

Về công việc: Lá bài cho thấy công việc đang có những biến chuyển nhanh chóng theo chiều hướng tích cực. Hoạt động của công ty, nhà máy hay dự án được thực hiện với tốc độ và cường độ cao, điều này đòi hỏi ở bạn một sự linh hoạt đối với hoàn cảnh nếu bạn là người lãnh đạo. Sự thay đổi kế hoạch linh hoạt có thể là điểm cộng với công việc nhưng có thể mang lại rủi ro nếu các đồng sự của bạn không theo kịp sự linh hoạt đó. Lá bài một mặt yêu cầu sự linh hoạt, một mặt đòi hỏi giải quyết ổn thoả các bất hoà gây ra bởi sự linh hoạt đó. Bạn cần điều chỉnh cho thích hợp. Một hướng kinh doanh mới, hay sản phẩm mới, và sự di chuyển về địa lý dịch vụ cũng được xem là nằm trong tầm ảnh hưởng của lá bài.

Về tiền bạc: Lá bài ám chỉ những xu thế mới trong việc đầu tư. Một hướng đầu tư mới hay một kế hoạch phiêu lưu cũng nên được xem xét lại.Nếu đang chơi chứng khoáng, bạn nên bắt đầu nhìn về các xu hướng mới, hoặc các chỉ số mà bạn từng e ngại. Vấn đề vay có thể phát sinh những khách hàng mới, và xu hướng thay đổi về mặt địa lý có thể diễn ra.

Về bè bạn, đồng nghiệp: Lá bài ám chỉ rõ sự vắng mặt do công tác hoặc do thay đổi nơi cư trú. Sự gián đoạn này đôi khi do bất hoà cá nhân hoặc đơn giản do điều kiện sống. Lá bài thường ám chỉ sự không đồng điệu giữa bạn bè và đồng nghiệp. Cụ thể như bạn thăng tiến quá nhanh hay quá chậm so với đồng nghiệp, bạn làm việc quá tốt hay quá xuất sắc so với đồng nghiệp, tất cả những điều đó có thể gây trở ngại cho chính bạn trong các mối quan hệ tình cảm. Lời khuyên là bạn nên quan tâm hơn đến sự đồng điệu và phối hợp trong nhóm, hãy dành ra thời gian giúp đỡ các đồng nghiệp hay bạn bè thăng tiến cùng mới mình.

Về gia đình, người thân : Lá bài thể hiện rõ sự thay đổi cư trú của người thân. Đó có thể gây ra do kết hôn, ly hôn hay công tác dài ngày. Nó đôi khi còn trực tiếp nói về nơi cư trú của bạn. Bạn sẽ gặp một số hoàn cảnh thuận lợi để tiến hành thay đổi nơi cư trú, trong một số trường hợp cá biệt, bạn bị ép buộc phải thực hiện điều đó. Lời khuyên đưa ra là không nên quá lo lắng, vì hoàn cảnh mới không phải là một điều tồi tệ, mà là một cơ hội khám phá thế giới. Hãy tận dụng nó thay vì bỏ phí.

Về tình yêu, vợ chồng: Lá này không phải là một điều tốt với tình cảm vợ chồng. Ở mức độ thông thường, lá bài ám chỉ đến sự xa cách về địa lý, không gần gũi. Một mức độ nghiêm trọng hơn, đó có thể ám chỉ sự xa cách do ly thân. Dù thế nào thì độ trầm trọng của lá bài không cao, bạn không cần quá lo lắng. Nên cố gắng giữ liên lạc thường xuyên với người yêu để tránh cảm giác bị bỏ rơi.

Về sức khỏe: Sức khoẻ không phải là vấn đề đáng lo lắng trong lá bài này. Ngoại từ nếu bạn thường xuyên mệt mỏi khi di chuyển, hay gặp khó khăn về giấc ngủ ở nơi lạ thì có thể bạn sẽ bị ảnh hưởng ít nhiều về sức khoẻ. Còn nếu không thì bạn không có gì phải lo lắng. Dù sao thì trong khi di chuyển, bạn vẫn nên chú ý sức khoẻ của bản thân, và nên khám tổng quát sau khi đến nơi ở mới.

Về nhiệm vụ, thượng cấp: Bạn sắp nhận được một nhiệm vụ xa xứ. Điều này không có vẻ gì là có hại cho sự thăng tiến của bạn. Lá bài cũng có thể ám chỉ sự rời đi xa của thượng cấp. Tuỳ vào mối quan hệ giữa hai người mà điều này có thể mang tích cực hay tiêu cực. Lá bài cũng thể hiện sự bất hoà, dù với mức độ nhẹ, nhưng có thể ảnh hưởng đến nhiệm vụ của bạn, đặc biệt là trong môi trường khác. Hãy chú ý đến điều này.

Về mất mát, tai nạn: Lá bài không ám chỉ tai nạn trong di chuyển, vì vậy bạn có thể yên tâm. Lá bài nói rất ít hoặc hầu như không nói về sự mất mát. Dù vậy, nó có thể bị tác động thông qua các yếu tố khác như công việc, gia đình,... Nếu không coi sự thay đổi về địa lý liên quan đến các vấn đề gia đình, công việc, vợ chồng, tiền bạc là một sự mất mát với bạn, thì lá bài này là một số ít lá bài hiếm hoi tốt đẹp trong bộ bài.

Từ khóa: Khởi hành, sự vắng mặt, chuyến bay, nhập cư, thay đổi nơi cư trú. Cắt lớp, chia rẽ, gián đoạn, bất hoà. Một người hành động không suy tính trước, con người hào phóng, nhiệt tình, hấp tấp, bốc đồng. Ngược lại là sự mù quáng, tàn bạo, dã tâm, độc ác trong tính cách.

34 - Queen Of Wands

"Chân lý dù hỗn tạp trong một đống lời nói hoang đường cũng sẽ lộ ra, giống như dầu nổi trên mặt nước. " - Cervantes

Lá bài diễn tả hình ảnh một người phụ nữ vận áo vàng, một tay cầm gậy một tay cầm hoa hướng dương. Bà đang ngồi trên chiếc ngai được chạm khắc những biểu tượng về sư tử, hoa hướng dương. Bên dưới chân bà là một con mèo đen. Những màu sắc rực rỡ, hoa hướng dương đại diện cho tính cách nồng nhiệt, sự sáng tạo cũng như sự ấm áp. Biểu tượng mèo đen lại là một biểu tượng cổ xưa của  nữ tính, mang trong mình sự mê hoặc đầy quyến rũ lẫn sự hoang dại nguyên thủy. Biểu tượng sư tử đại diện cho sức mạnh lẫn tham vọng, vừa đồng thời liên hệ với cảm giác và xúc cảm.

Những người được lá bài đại diện là những con người sống

hướng nội, thiên về trực giác.Thế giới của họ được tiếp nhận bằng trực giác. Và từ đó, họ giải quyết các vấn đề bằng tư duy hướng ngoại. Dưới vẻ ngoài dịu dàng, nhiệt tình, vui vẻ thì bên trong họ là những con người nồng cháy, đầy đam mê. Họ là người có thể nắm bắt được nhiều cốt lõi từ những thứ tưởng chừng như phức tạp. Là những con người có khả tổng hợp thông tin và đưa ra những dự đoán gần như khá sáng suốt hệt như các vị tiên tri.

Bên trong họ, là sự tự tin, đôi khi có thể dẫn đến cảm giác tự cao trong cái nhìn của những người thiếu quyết đoán. Họ có thể khéo léo trong giao tiếp nhưng lại rất thẳng thắn. Họ có nhiều ý tưởng sáng tạo, nhanh nhạy và làm việc tốt khi thực hiện mọi thứ một mình. Bản thân họ có hiểu biết sâu rộng, trực giác tốt và họ rất tin tưởng vào trực giác của mình. Điều này có thể dẫn đến đôi khi bản thân họ đánh giá ý kiến; tư tưởng của bản thân cao hơn của người khác. Song đôi lúc, họ thường dễ thiếu kiên nhẫn với những rắc rối nằm ngoài sự kiểm soát hay với sự trì trệ lười biếng.

Họ mang trong mình tư chất của những người lãnh đạo, nhưng song lại thường chọn lựa đứng ở vị trí ẩn mình, để hỗ trợ người lãnh đạo mà họ tin tưởng. Nhưng khi cần thiết, họ vẫn có thể đứng dậy và lãnh đạo. Và sự dẫn dắt của họ mang nhiều màu sắc cảm tính, mãnh liệt, song họ cần người hỗ trợ để duy trì mọi thứ.

Trong các mối quan hệ, họ thường có sẽ tỏ ra vui vẻ hòa động nhưng không quá nồng nhiệt. Họ sẽ kín đáo, bình tĩnh và quan sát những người lạ mà bản thân đang giao tiếp để cảm nhận và phân tích. Tuy nhiên, đôi lúc họ dễ có định kiến yêu ghét từ cái nhìn đầu tiên. Và một khi, họ chấp nhận mở rộng thế giới bên trong với những người họ tin tưởng thì họ sẽ dốc cạn lòng. Họ là người mong muốn nghiêm túc trong các mối quan hệ, nhưng dễ bị cảm xúc khiến họ xao nhãng. Mặt khác, họ luôn quan tâm nhiều đến những người họ muốn quan tâm, trong trường hợp họ không quan tâm thì họ đôi lúc sẽ vẫn vui vẻ nhưng bên trong thờ ơ. Họ là người lắng nghe giỏi, tuy nhiên việc nhận quá nhiều cảm xúc tiêu cực sẽ khiến họ dễ căng thẳng và dễ nổi giận.

Nhưng giới hạn của họ, chính là bản ngã quá lớn và khi họ không phục thì luôn có xu hướng tự cho quan điểm của mình là đúng, không chấp nhận góp ý phản biện hay khiển trách. Đôi lúc, khó có thể đồng điệu với cảm xúc của người khác, thậm chí là vô tâm. Họ có thể dứt khoát về các mối quan hệ không thể cứu vãn, nhưng dễ thường luôn suy nghĩ về các mối quan hệ đó trong tâm trí một khoảng thời gian dài về sau.

Về công việc, lá bài cảnh báo trong thời gian sắp tới có thể xảy ra những rắc rối đến một cách bất ngờ, dồn dập trong công việc của bạn. Lời khuyên dành cho bạn là cần phải linh hoạt để tùy theo hoàn cảnh có cách xử lý khác nhau, thì mới có thể giải quyết được những rắc rối này. Trong trường hợp bạn đang chuẩn bị bắt đầu công việc mới, hoặc một dự án mới, lá bài cho thấy ban đầu có sự khởi đầu tốt, song về sau thì dần dần đi xuống. Không nên quá câu nệ vào những thuận lợi ban đầu mà cần có sự đổi mới liên tục.

Về tiền bạc, đây không phải là một lá bài tốt. Nó báo hiệu một sự khó khăn về tài chính trong thời gian sắp tới. Cần phải cẩn thận với những mối lợi bất ngờ đưa đến. Trường hợp bạn đang cần vay vốn để thực hiện công việc, thì nên chú ý kỹ lưỡng đến giấy tờ hồ sơ. Ở khía cạnh khác, đây không phải là thời điểm vì cả nể mà bạn cho người khác vay mượn, bởi vì vấn đề này có thể ảnh hưởng đến mối quan hệ. Lá bài khuyên bạn cần phải xử lý mọi việc liên quan đến tiền bạc một cách lý trí, tránh để tình cảm riêng ảnh hưởng đến quyết định bản thân, như vậy mới tránh được rắc rối, bất lợi.

Về bạn bè, trong thời điểm này, lá bài nhắc bạn cần rà soát lại các mối quan hệ của mình, đồng thời điều chỉnh cách cư xử của bản thân với bạn bè. Với người chân tình thì dùng chân tình đối đãi, với kẻ sống lợi ích thì nên có chừng mực tránh bị lợi dụng. Còn về vấn đề đồng nghiệp, bạn nên chuyên tâm vào công việc, tránh sự chia bè kết phái đấu đá lẫn nhau. Bởi vì nó không hề có lợi cho bạn, thậm chí còn có thể gây ra những rắc rối lớn ảnh hưởng về công việc của bạn.

Về gia đình, người thân, lá bài đưa ra lời khuyên là nên tùy theo tâm tính của mỗi người thân trong gia đình mà có cách quan tâm, cư xử hợp lý. Sự quan tâm một cách áp đặt và yêu thương không đúng cách có thể gây ra những bất hòa, mâu thuẫn, thậm chí tạo nên những khoảng cách giữa những người thân yêu. Ở khía cạnh khác, lá bài nhắc bạn thời điểm này nên tránh tranh cãi tay đôi với những người lớn tuổi trong gia đình, vì sự việc có thể phát triển theo chiều hướng phức tạp.

Về vấn đề tình yêu, lá bài đề cập đến sự mâu thuẫn tính cách trong mối quan hệ. Sự tranh cãi trong tình yêu là điều không thể tránh, nhưng nếu cái tôi của mỗi người qua lớn thì nó sẽ bóp chết tình yêu. Đúng hay sai nào có quan trọng trong tình yêu, hơn thua nhau làm gì nếu chẳng còn bên nhau ? Về vấn đề vợ chồng, lá bài nhắc nhở về sự chia sẻ, đỡ đần nhau trong gia đình, nếu để tất cả áp lực dồn hết lên vai một người thì những trận cãi vả lớn sẽ bộc phát vào thời gian tới. Tuy nhiên, cần phải có sự tỏ bày để bạn đời của bạn biết bạn đang cần chia sẻ, giúp đỡ.

Về vấn đề sức khỏe, lá bài báo hiệu những trục trặc về sức khỏe xuất hiện một cách đột ngột. Bạn không nên bỏ qua bất kì dấu hiệu nào của cơ thể, đồng thời không nên tự ý sử dụng thuốc một cách bừa bãi. Bạn nên đi đến bệnh viện để được sự chăm sóc và tư vấn của bác sĩ. Theo một vài quan niệm khác, thì lối sống phóng túng, dễ dãi, tùy tiện sẽ ảnh hưởng rất xấu đến sức khỏe của bạn, nhất là trong khoản thời gian sắp tới. Bạn nên có một sự thay đổi bằng cách từ bỏ bớt những thói quen xấu.

Về vấn đề nhiệm vụ, nếu bạn chuẩn bị thực hiện, hoặc đã được giao phó một nhiệm vụ, thì lá bài báo hiệu thời gian sắp tới sẽ có những trục trặc xảy ra theo một cách rất đột ngột, đầy bất ngờ. Lời khuyên cho bạn là nên bình tĩnh, kiên nhẫn để ứng phó. Ở trường hợp bạn là thượng cấp, thì lá bài nhắc nhở bạn không nên có những quyết định tùy hứng, cảm tính trong khoản thời gian này. Bởi vì chúng sẽ khiến bạn mệt mỏi vì những hậu quả khó lường trước về sau.

Về tai nạn, mất mát, lá bài cảnh báo bạn không nên tham gia vào những chuyện trái pháp luật, vì chắc chắn bạn sẽ gặp rắc rối rất lớn, thậm chí là tù tội. Bên cạnh đó, bạn cần cẩn thận người khác lợi dụng tình cảm và niềm tin của bạn để làm những chuyện không tốt, có thể ảnh hưởng một cách nghiêm trọng và sâu sắc đến danh dự của bản thân bạn.

Từ khóa: Một người phụ nữ có khả năng thích nghi, nghị lực bền bỉ, tham vọng lớn, dáng vẻ điềm tĩnh nhưng thiếu kiên nhẫn trước sự đối lập. Sự thân thiện, trong sạch. Sự thành công trong kinh doanh, khả năng tài chính tốt. Ngược lại là sự ngu ngốc, ngoan cố, thù hằn, nổi giận không lý do. Trở ngại, đối kháng, mang tính phản bội, lừa dối, ghen ghét khi đi cùng các lá bài có ý nghĩa tương tự.

35 - King Of Wands

"Nhiệt tình là sức mạnh, chiếu sáng hi vọng của bạn đến tận các vì sao.Nhiệt tình là ánh lửa lấp lánh trong mắt bạn, là nhịp điệu nhún nhẩy trong dáng vẻ của bạn. Nó là sự quyết tâm, ý chí và năng lực, thực hiện những tư tưởng của bạn. " - Henry Ford

Là bài mô tả hình ảnh một người đàn ông đang cầm một cây gậy đang ra lá trên tay. Ông ngồi trên vương tọa có chạm khắc hình ảnh sư tử, và con thằn lằn lửa đang cắn đuôi của mình. Mái tóc đỏ cùng với tấm áo đỏ thể hiện sự hướng ngoại, nhiệt tình, năng động trong tính cách của ông. Vương miện trên đầu ông có hình dạng tựa như những ngọn lửa. Con thằn lằn cắn vào đuôi mình đại diện

cho Salamander, linh hồn của lửa. Hình ảnh cắn đuôi thể hiện sự luân chuyển không ngừng trong tâm trí người đàn ông này.

Những người được lá bài đại diện là những con người thông minh, uyên bác, trong đám đông họ là người nổi bật với sự hài hước và sắc sảo. Trong đầu họ luôn có nhiều ý tưởng để thực hiện, và việc này đôi lúc khiến họ dễ rơi vào tình trạng quá tải công việc; nếu không thể sắp xếp được. Họ là những người có khả năng sử dụng ngôn ngữ và lời nói tốt, không chỉ vậy đây còn là một thứ vũ khí trong cuộc sống mà họ thường sử dụng để tranh luận, hay phản biện. Và đôi lúc họ sẽ quá sa đà vào những cuộc tranh luận không đem lại giải pháp.

Họ nhiệt tình, vui vẻ, yêu thích sự mới lạ, và quan trọng danh dự của bản thân hơn vấn đề tiền tài. Song đôi lúc, họ lại cả thèm chóng chán muốn tìm những thú vui mới. Họ thích phiêu lưu trong cuộc sống lẫn ái tình, thích chinh phục, chi phối, ảnh hưởng lên người khác, và có khả năng khơi gợi tiềm năng của người khác để cùng làm việc cho bản thân. Những khó khăn lớn luôn được họ nhìn nhận như là thử thách để vượt qua, nhưng các rắc rối nhỏ lại dễ khiến họ trở nên cáu kỉnh, cộc tính, thô lỗ khi không kiểm soát được mọi thứ.

Đôi lúc, vì bản chất cao ngạo như một con sư tử nên họ thường thiếu kiên nhẫn với những người cứng đầu, thiếu thông minh trong cái nhìn của họ. Và bản thân của họ sẽ bộc lộ thái độ phớt lờ, hoặc không xem trọng đối phương. Tuy nhiên, khi đối phương có thể chứng minh bằng hành động thì họ luôn sẵn sàng thay đổi cái nhìn của mình. Trong mối quan hệ công việc, họ thể hiện ra phong cách làm việc chuyên nghiệp, tận tâm song lại có lúc vô cùng lười biếng; khi nguồn năng lượng của họ cạn kiệt. Trong các mối quan hệ thân quen, họ thỉnh thoảng có thể vô tâm đến mức suồng sã, hay thô lỗ vì họ quan niệm là đã quá thân quen nên không cần phải quá gò bó hay giữ kẽ.

Bản thân họ là con người với cái tôi lớn, vì vậy họ không thích bị lãnh đạo bởi những kẻ kém tài và họ sẽ từ bỏ vị lãnh đạo tồi đó không nuối tiếc. Bản thân họ có tư chất lãnh đạo về tư tưởng, tinh thần nhưng ít khi họ xuất hiện ở vai trò đó. Họ có thể giỏi kiếm tiền, nhưng lại không giỏi trong việc kiểm soát nguồn tài chính.

Trong tình cảm, họ là những người thích chinh phục song lại luôn thẳng thắn và nghiêm túc với các mối quan hệ của bản thân. Họ có thể mạnh mẽ từ bỏ những mối quan hệ đã đi đến hồi kết, nhưng sau đó lại một mình gặm nhấm vết thương lòng trong một nơi chỉ dành cho riêng họ.

Về vấn đề công việc, lá bài hàm ý muốn công việc suông sẻ thuận lợi thì phải biết chia sẻ lợi ích với người khác. Cần thi ân giúp đỡ người khác, sẽ thu được lợi ích về sau. Nếu bạn đang bắt đầu một công việc mới hoặc chuẩn bị bắt tay vào dự án mới thì lá bài báo hiệu bạn sẽ gặp những trục trặc liên quan đến lợi ích, hoặc gặp một người sống khá thực tế. Lời khuyên cho bạn, đối với người bạn gặp, đừng đề cập chuyện tình cảm mà hãy nêu ra lợi ích thực tế. Còn về vấn đề trục trặc, thì mấu chốt là sự phân chia ích lợi một cách phù hợp.

Về vấn đề tiền bạc, lá bài báo hiệu về sự biến động lớn về tài chính trong thời gian sắp tới. Phải tùy vào hoàn cảnh để xem xét biến động này là tốt hay xấu, nhưng bạn cũng cần đề phòng trường hợp xấu ảnh hưởng đến nguồn tiền của mình. Mặt khác, bạn muốn thành công thì cần phải mượn sự giúp đỡ của người khác, song cần phải tính toán khéo léo, hành động đúng đắn. Hôm nay được lợi ích từ người, ngày sau lên cao cần phải biết báo ân giúp đỡ thì mới có thể phát triển lâu dài được.

Về vấn đề bạn bè, có nhiều loại bạn bè trên đời, bạn bè làm ăn thì chỉ nên nói chuyện lợi ích, bạn bè chơi bời thì chỉ cần nói chuyện ăn nhậu, bạn bè sống chết có nhau thì không nói gì cũng hiểu nhau. Đừng đem chân tình mà trao cho loại bạn bè chỉ biết lợi ích, bởi vì thua thiệt định sẵn cho người thật lòng. Về đồng nghiệp, cư xử có chừng mực, khiêm tốn mà không hèn, tình cảm và công việc nên phân rõ ràng tránh nhập nhằng ảnh hưởng đến lợi ích bản thân bạn.

Về gia đình, người thân, lá bài báo hiệu khoản thời gian tới sẽ có quà tặng hoặc lợi ích do người thân từ phương xa đưa lại. Bên cạnh đó, đây là thời điểm nhạy cảm nên tránh tranh cãi với người thân trong gia đình, dòng tộc về những vấn đề liên quan đến tài sản, lợi ích. Bởi vì trong những vấn đề này vẫn còn chứa nhiều điều ẩn khuất mà cả bạn lẫn người thân không nhìn ra được. Bạn cần bình tĩnh dùng lý trí để xử lý mọi việc.

Về vấn đề tình yêu, đây là thời điểm thuận lợi để khởi đầu một mối quan hệ tình cảm. Tuy nhiên, lá bài cũng nhắc nhở cần tìm hiểu kỹ về tính tình của đối phương. Trong mối quan hệ, đây lại là thời điểm nhạy cảm. Bạn nên tránh tranh cãi với người yêu trong lúc nóng, vì có thể bạn hoặc đối phương sẽ làm tổn thương nhau bằng những lời cay đắng. Về vấn đề vợ chồng, thì lá bài cho thấy đâu là thời điểm mà nếu trong lòng bạn có điều gì khuất mắc nên nói ra hết với người bạn đời của mình, bởi vì nếu để dồn nén trong lòng quá lâu thì không sớm thì muộn mọi chuyện sẽ bộc phát như núi lửa phun trào.

Về vấn đề sức khỏe, lá bài cảnh báo nên cẩn thận về vấn đề

ăn uống của bản thân trong thời gian này. Vì có thể bạn sẽ gặp những rắc rối liên quan đến việc dị ứng, trục trặc đường tiêu hóa, trường hợp tệ nhất là ngộ độc thực phẩm. Trong trường hợp bạn hoặc người thân đang điều trị bệnh trong thời gian dài, thì lá bài báo hiệu sự tiến triển theo chiều hướng tốt của sức khỏe. Kèm theo đó là lời khuyên về việc ăn uống một cách đầy đủ dinh dưỡng và khoa học sẽ giúp cơ thể mạnh mẽ để chống chọi với bệnh tật.

Về vấn đề nhiệm vụ, thời điểm này là lúc bạn nên cẩn trọng trong những vấn đề thu chi trong công việc, hoặc chi phí trong lúc thực hiện nhiệm vụ. Cần phải rõ ràng rạch ròi, mọi sự lạm dụng để tăng thêm lợi ích của bản thân vào lúc này đều dẫn đến hậu quả lớn. Trường hợp bạn ở vị trí thượng cấp, thì lá bài khuyên bạn nên có sự cứng rắn trong xử lý những vấn đề nhạy cảm có liên quan đến các mối quan hệ tình cảm. Cần phải công tư phân minh.

Về vấn đề mất mát, tai nạn, thì lá bài đề cập đến sự phản bội, lừa dối của những người mà bản thân bạn đã đặt nhiều niềm tin và tình cảm vào đó, thậm chí có thể là anh em họ hàng. Chỉ vì lợi ích trước mắt mà bán đứng bạn. Bên cạnh đó, lá bài cảnh báo bạn về những tai nạn gây ra bởi việc không làm chủ tốc độ, mặt khác, là sự ảnh hưởng của lối sống phóng túng, và các chất kích thích có thể khiến sức khỏe của bạn trở nên tồi tệ.

Từ khóa: Con người nam tính, mạnh mẽ, nhanh nhẹn nhưng bốc đồng, hung bạo và kiêu ngạo, công bằng và cao thượng; hào phóng và có óc hài hước. Lá bài mang ý nghĩa về sự trung thực, có thể mang ý nghĩa tin tức bất ngờ về gia sản kế thừa. Những dấu hiệu tốt trong hôn nhân. Ngược lại, là một người nóng nảy, cố chấp, thành kiến, một kẻ hèn nhác. Khắc nghiệt, khắc khổ nhưng chứa đựng sự khoan dung.

CHƯƠNG 4 : ẨN PHỤ (MINOR ARCANA) – BỘ CỐC (CUP SUIT)

36- Ace Of Cup

"Có 3 điều đạt tới Hạnh phúc: thân thể khỏe mạnh, tinh thần thoải mái và trái tim trong sạch." - Dumas

Tương ứng với nguyên tố nước

Đại diện cho các cung Cự Giải, Bọ Cạp, Song Ngư

Lá bài thể hiện hình ảnh một bàn tay của thiên thần từ trong mây đưa ra đang nâng lấy cái cúp. Con chim bồ câu đang ngậm đồng xu có hình chữ thập hướng xuống chiếc cốc. Từ trong cốc có năm dòng nước chảy ngược ra ngoài. Bên dưới là hồ nước với hoa sen đang nở. Lá bài đại diện cho sự khởi đầu của tình cảm, cảm xúc. Nguyên tố đại diện cho lá bài là nguyên tố nước. Đây là lá bài tượng trưng có

sự dồi dào, phong phú, hạnh phúc, vẻ đẹp, sự thỏa mãn.

Về công việc, đây là một lá bài tốt. Nếu bạn đang chuẩn bị bắt đầu công việc, hay chỉ đơn thuần là đi xin việc thì đây là thời điểm thích hợp. Trong công việc, lá bài cho thấy công việc công việc bạn đang làm có áp lực song cũng có nhiều cơ hội thăng tiến. Trường hợp bạn chuẩn bị bắt đầu dự án mới thì nên thực hiện công việc một cách chậm rãi, đồng thời nên tranh thủ sự trợ giúp từ mọi người. Theo một số quan niệm khác, đôi khi lá bài còn báo hiệu những tin tức tốt lành đưa đến.

Về tiền bạc, lá bài báo hiệu sẽ có những trục trặc bất ngờ về chuyện tiền bạc đối với bạn. Tuy nhiên, những rắc rối này sẽ được giải quyết ổn thỏa nhờ vào sự giúp đỡ của những người thân quen. Trong những vấn đề liên quan đến tài chính, hoặc tài sản có giá trị lớn, thì bạn cần phải giấy trắng mực đen rạch ròi. Không nên vì tình cảm thân quen mà để lại những hậu quả khó xử về sau. Ở khía cạnh khác, đây là thời điểm thích hợp để bạn đầu tư tiền bạc vào những lĩnh vực mà bạn yêu thích.

Về vấn đề bạn bè, lá bài cho thấy những mối quan hệ sâu sắc, tốt đẹp. Đây cũng là thời điểm tốt để bạn mở rộng các mối quan hệ bè bạn của mình. Tuy nhiên, tình bạn phải cần có thời gian để thử thách mới có thể biết được ai là bạn gần ai là bạn xa. Về vấn đề đồng nghiệp, lá bài cho thấy có những lúc bạn cần phải " mắt nhắm mắt mở", để bỏ qua và tha thứ cho những lỗi lầm của những người làm chung với mình. Thời gian này, bạn nên im lặng và không nên đề cập đến người khác khi không có mặt họ ở đó. Điều này sẽ giúp bạn tránh được nhiều rắc rối.

Về vấn đề gia đình, người thân, đây là một lá bài tốt. Nó cho thấy những mâu thuẫn rắc rối giữa gia đình hay người thân có thể được điều chỉnh, hòa giải dựa vào tình cảm sâu đậm. Lá bài còn gửi đến bạn lời khuyên đừng bao giờ tiết kiệm những lời ngợi khen đối với mọi người trong gia đình. Ở khía cạnh khác, lá bài cho thấy sẽ có những tin tức tốt lành từ những người thân ở xa, hoặc trong họ hàng dòng tộc đưa lại trong khoản thời gian tới.

Về tình yêu, lá bài cho thấy những dấu hiệu tốt về tình yêu. Đây là thời điểm thuận lợi để khởi đầu một mối quan hệ mới. Trường hợp bạn đang có vấn đề với mối quan hệ của mình, thì lời khuyên dành cho bạn là thay vì tranh cãi, bạn nên tĩnh tâm để suy nghĩ mấu chốt của vấn đề, và dùng tình cảm chân thành để giải quyết. Về vấn đề vợ chồng, lá bài báo hiệu về một đứa trẻ khỏe mạnh, uyên bác, sâu sắc nếu ra đời vào thời điểm này. Mặt khác, đây là một lá bài hàm ý gia đình hạnh phúc.

Về vấn đề sức khỏe, đây là một thời điểm khá nhạy cảm. Tinh thần của bạn có thể bị chuyện tình cảm chi phối nhiều và ảnh hưởng sâu sắc đến sức khỏe của bản thân bạn. Nếu chuyện tình cảm tốt thì mọi chuyện đều ổn, nhưng ở trường hợp ngược lại thì bạn sẽ chính là người tự đày đọa bản thân mình. Ở trường hợp nếu bạn đang điều trị bệnh tật thì đây là một lá bài tốt cho thấy những chuyển biến theo chiều hướng có lợi của sức khỏe.

Về vấn đề nhiệm vụ, lá bài cho thấy bạn đang thực hiện, hoặc sắp được giao một nhiệm vụ phù hợp với bản thân, đồng thời nó có thể mang lại nhiều thành tích tốt có thể giúp ích cho bạn nhiều trên đường phát triển sự nghiệp. Tuy nhiên, bạn cần kiên trì nếu khởi đầu có trắc trở. Ở vị trí thượng cấp, lá bài nhắc nhở bạn nên quan tâm đến thuộc cấp của mình nhiều hơn, điều này sẽ tạo nên một trường làm việc lành mạnh, kích thích sự năng động, sáng tạo.

Về vấn đề tai nạn mất mát, lá bài không đề cập đến vấn đề này một cách rõ ràng. Tuy nhiên theo một vài quan niệm khác, thì lá bài đề cập đến những mất mát tổn thất liên quan đến tình ái. Đó có thể là những bệnh lây qua đường tình dục do quan hệ không an toàn. Một trường hợp khác, là sự mang thai ngoài ý muốn, hoặc sự bạo hành ngược đãi phụ nữ trong gia đình.

Từ khóa: Niềm vui, sự trù phú, màu mỡ, an lạc, ngôi nhà

của trái tim chân thật. Ngược lại, sự luân chuyển, bất ổn, cảm xúc không thật, quay vòng.

37- Two Of Cups

"Hai mà là một; một người đàn ông và một người đàn bà hòa hợp thành một vị thiên thần, ấy là cõi thiên đường." - Victor Hugo

Sao Kim trong cung Cự Giải

Lá bài mô tả hình ảnh một người con trai trẻ cùng với một người trinh nữ đang trao cho nhau hai chiếc cúp. Treo lờ lững giữa không trung là cây trượng có hai con rắn của thần Hermes (Caduceus of Hermes), song ở giữa lại là một cái đầu của con sư tử màu đỏ có hai cánh. Đằng xa là ngôi nhà ẩn khuất sau những hàng cây xanh tươi. Hình ảnh con sư tử nằm trên cây gậy đôi khi còn gợi đến

hình ảnh của vị thánh Aion. Đây là lá bài báo hiệu về sự khởi đầu và tiếp nối của tình cảm tốt đẹp.

Về công việc, đây không phải là một lá bài tốt. Nó cảnh

báo bạn đang quá tự mãn với những thuận lợi trước mắt mà thiếu sự chuẩn bị cho những rủi ro có thể đến bất cứ lúc nào. Mặt khác, lá bài cho thấy bạn đang xử lý mọi việc một cách cảm tính trong công việc, bạn cần cân bằng lại. Trường hợp bạn chuẩn bị bắt đầu công việc hay dự án mới, thì lá bài báo hiệu đây là thời điểm thuận lợi, đồng thời bạn sẽ có thêm sự giúp đỡ từ các mối quan hệ thân quen nếu gặp trục trặc, khó khăn khi khởi đầu.

Về tiền bạc, lá bài nhắc nhở bạn trong mọi việc cần phải có sự cân bằng giữa lợi ích và tình cảm. Sự tính toán hơn thua quá đáng sẽ dẫn đến sứt mẻ tình cảm giữa đối tác, đồng nghiệp, người thân .v..v. Mặt khác, nếu bạn đang có rắc rối về tài chính thì lá bài báo hiệu vấn đề này sẽ được giải quyết nhờ vào sự giúp đỡ của các mối quan hệ thân quen. Và trong mọi việc, bạn cũng không nên quá cầu toàn, vì có đôi khi hao tổn trước mắt sẽ đem lại lợi ích lâu dài.

Về vấn đề bạn bè, lá bài nhắc nhở bạn đây là khoản thời gian bạn không nên dễ dãi tâm sự, hay chia sẻ bất kì bí mật gì với bạn bè, cho dù rất thân thiết. Bởi vì điều này sẽ dẫn đến những rắc rối khiến mối quan hệ bạn bè rạn nứt. Trong vấn đề đồng nghiệp, hãy cẩn trọng lời nói của bạn trong thời điểm này, và sắp tới. Vì có thể một lời đầy cảm tính trong lúc nóng giận của bạn sẽ khiến bạn gặp những vấn đề khó xử, chưa kể là những người bụng dạ khó lường sẽ lợi dụng lời bạn để chống lại bạn.

Về vấn đề gia đình, người thân, đây là một lá bài tốt. Mối quan hệ trong gia đình bạn rất sâu sắc, những rắc rối mâu thuẫn trong gia đình đều có thể được điều hòa nhờ vào tình cảm sâu đậm. Theo một số quan niệm khác, đôi khi lá bài còn báo hiệu sự xuất hiện, ra mắt của một hoặc vài thành viên mới của gia đình. Thêm vào đó, lá bài còn nhắc bạn nên nhường nhịn trong những tranh cãi với người thân lớn tuổi hơn, hoặc cần bao dung hơn với những người nhỏ tuổi, trong thời gian này.

Về vấn đề tình yêu, đây là lá bài tốt. Nếu bạn muốn bắt đầu một mối quan hệ mới, thì lúc nào hơn lúc này đâu ? Còn trong mối quan hệ, mọi trục trặc đều có thể giải quyết được bằng tình cảm, sự thương yêu, cảm thông với nhau. Cái quan trọng bạn phải mở ra để người kia có thể thấu hiểu được bạn. Và ngược lại. Trong vấn đề vợ chồng, lá bài khuyên bạn cần phải có sự tin tưởng vào người bạn đời của mình, đừng vì những lời gió bay mà gây ra cảnh ghen tuông khiến cả hai đều đau khổ chán chường.

Về vấn đề sức khỏe, đây là một lá bài tốt. Không có gì đáng quan ngại về vấn đề sức khỏe của bạn. Tuy nhiên, lá bài cũng nhắc nhở bạn nên duy trì thói quen tập luyện tập điều độ cho cơ thể. Trong trường hợp bạn hoặc người thân đang điều trị bệnh trong thời gian dài, thì lá bài trao cho bạn lời khuyên, tinh thần thoải mái cùng với niềm tin vào cuộc sống sẽ có tác động tích cực đến vấn đề sức khỏe của bản thân người bệnh.

Về vấn đề nhiệm vụ, thì lá bài cho thấy bạn đang được cấp trên tin tưởng và giao cho bạn khá nhiều việc hệ trọng. Đây là một lá bài tốt, nhưng bạn cũng không nên vì thế mà chủ quan lơ là, vì những điều này có thể là mầm mống dẫn đến trục trặc của bạn trong tương lai. Nếu bạn ở vị trí thượng cấp, thì bạn cần phải tin tưởng thuộc cấp của mình, song vẫn nên luôn theo sát họ tránh sự lạm dụng lòng tin.

Về vấn đề mất mát tai nạn, lá bài không đề cập rõ ràng đến vấn đề này. Tuy nhiên, theo một số quan niệm cho rằng lá bài có thể nói đến những vấn đề lừa dối trong tình cảm, cũng như những mất mát liên quan đến chuyện tình cảm khá nhiều. Mà những lí do dẫn đến sự việc này có thể là do sự quá tin tưởng, hoặc là sự cố chấp vô cùng trong mối quan hệ.

Từ khóa: Tình yêu, sự phản chiếu, hài hòa. Tình bạn, hòa thuận, thông cảm, chân thành. Đạt được những điều vui vẻ trong cuộc sống. Ngược lại, là những ham muốn quá mức, say mê quá độ, khờ dại, khao khát, hành động ngốc nghếch.

38 – Three Of Cups

"Tình bạn xuất phát từ trái tim không thể bị nghịch cảnh đóng băng, cũng như nước chảy từ con suối không thể bị đông lại trong mùa đông." - James Fenimore Cooper

Sao Thủy trong cung Cự Giải

Hình ảnh tiêu biểu của lá bài thường là sự chúc tụng trong buổi tiệc. Mỗi người tham gia buổi tiệc trong sự hứng khởi vì hoàn thành vấn đề. Thường là hình ảnh ba người khác nhau, trong ba bộ đồ khác nhau cùng vui vẻ đại diện cho ba yếu tố: . Lá bài hàm nghĩa về sự kết thúc trọn vẹn, kết quả thành công và sự kết hợp hoàn hảo.

Về công việc, lá bài chỉ rõ công việc thuận lợi thành công một cách nhanh chóng và bất ngờ. Những phần việc gây cản trở khó khăn lúc trước, nay được giải quyết trọn vẹn. Nếu là lúc bắt đầu một dự án hay công ty thì đây quả là một

lá bài may mắn. Những trở ngại nếu có sẽ nhanh chóng được giải quyết, và công việc sẽ diễn tiến nhanh hơn mong đợi của mọi người. Thậm chí việc đàm phán cũng nên suy nghĩ mà thực hiện trong thời điểm này. Nếu đang thực hiện việc kêu gọi vốn hay đề nghị đầu tư thì đây là cơ hội không thể bỏ qua. Lá bài còn ám chỉ việc bạn được thăng tiến về địa vị hay quyền lợi.

Về tiền bạc, lá bài là hình ảnh tích cực về mặt tiền bạc. Mọi xung đột về tiền bạc, hay mất mát tiền bạc trước đó được bù đắp trong giai đoạn này. Những phần tiền tưởng mất đi có thể được có lại. Chi tiêu có thể sẽ trôi chảy, và những thứ bạn chọn để chi tiêu đều rất hợp lý. Đừng ngại ngùng chi tiền cho những cuộc vui nếu bạn thấy không có trở ngại gì. Những cuộc vui đám đông có thể mang lại cho bạn nhiều mối quan hệ tốt và thuận lợi sau này.

Về bè bạn, đồng nghiệp, bạn đang trong một nhóm hay ekip làm việc cực kỳ hiệu quả và phối hợp xuất sắc. Bạn sẽ thấy hài lòng với những sự thay đổi nhân sự nếu có. Những người bạn thân có thể được tìm thấy trong giai đoạn này. Những trò chơi tập thể hay những buổi ngoại khóa có đông người tham gia sẽ là cơ hội tốt để phát triển các mối quan hệ xã hội. Tin tưởng vào những người bạn và đồng nghiệp thân cận vì họ sẽ hết lòng bảo vệ bạn trước mối nguy hiểm.

Về gia đình, người thân, lá này đặc biệt thuận lợi khi gia đình bạn đang trong thời kỳ rạn vỡ. Những cuộc gặp mặt sẽ suông sẻ và bình tâm dần. Nên tạo nhiều cơ hội để nói chuyện và trò chuyện, mọi gút mắc trước đó sẽ được giải quyết nhanh chóng, đơn giản đến không ngờ. Nếu gia đình bạn đang rất hòa thuận, hãy tạo các cơ hội vui chơi và giải trí chung với gia đình như các buổi tiệc, các sự kiện, hay các chuyến dã ngoại, nó sẽ để lại nhiều kỷ niệm đẹp cho bạn.

Về tình yêu, vợ chồng, lá bài hiếm hoi thể hiện sự hòa thuận tình yêu ở mức cao. Những mâu thuẫn trước đó từ các vấn đề sẽ được giải quyết trong thời kỳ này. Vì tiền bạc được thông suốt, hãy dành ra một ít để tổ chức một kỳ trăng mật để nung ấm tình cảm. Những rắc rối từ phía bạn bè của đối phương cũng có thể được giải quyết nhanh chóng. Nếu tỏ tình, thì đây là cơ hội ngàn năm có một cho bạn.

Về sức khỏe, lá bài mang lại nhiều thông điệp tốt lành. Nếu bạn gặp căn bệnh trầm kha, thì lá bài này báo hiệu là bạn sắp được gặp một bác sĩ giỏi có thể giải quyết vấn đề của bạn. Những xui rủi tai nạn trước đó cũng sẽ được hồi phục nhanh chóng. Đây là lá bài hoàn hảo cho các vấn đề bệnh tật hay tai nạn. Bạn cũng nên cẩn thận chứ đừng ỷ lại vào lá bài, dù sao thì không bị vẫn tốt hơn là bị, phải không ?

Về nhiệm vụ, thượng cấp: nhiệm vụ nhận được sẽ nhanh chóng giải quyết. Kèm theo đó là sự thăng tiến và tưởng thưởng chóng vánh. Thượng cấp nếu được bổ nhiệm mới sẽ nhanh chóng vào nhịp của cả ekip và bạn không cần lo lắng về vấn đề đổi vị trí trong ekip làm việc. Lá bài cũng cho thấy một thượng cấp dễ chịu và hòa nhã, sẵn sàng tham gia cuộc vui cùng mọi người chứ không phải một người khắc khổ và chai sạn.

Về mất mát, tai nạn, thật hạnh phúc vì cả quãng thời gian này, bạn sẽ gặp rất ít, hoặc chỉ những thứ vặt vãnh. Những vấn đề lớn sẽ không diễn ra vào quãng thời gian này. Đây là dịp để bạn lấy lại sức và chuẩn bị cho cuộc chạm trán sắp đến. Đừng quá lo âu và áp lực nếu xuất hiện những nhân tố mới. Mọi thứ sẽ diễn ra đúng kế hoạch của bạn. Cứ thoải mái tham gia vào những cuộc vui tập thể vì những tai nạn nếu có sẽ nhanh chóng lành.

Từ khóa: sự dư dật, kết luận, hoàn hảo, niềm vui, hạnh phúc, chiến thắng, hoàn thành, niềm an ủi, chữa bệnh, chóng vánh, công văn, thành tích. Sự cảnh giác, mạo hiểm trong kinh doanh.

39 - Four of cups

"Đã đến lúc phải từ bỏ lối chờ đợi những quà tặng bất ngờ của cuộc sống, và phải tự mình làm nên cuộc sống." - Lev Tolstoi

Mặt Trăng trong cung Cự Giải

Lá bài thường miêu tả hình ảnh một chàng trai trẻ đang ngồi tựa vào gốc cây lớn trên triền đồi. Hai tay chàng khoanh lại, trước mặt là một bàn tay từ trong đám mây đang đưa lại cho chàng một chiếc cúp. Xa hơn một chút, là ba chiếc cúp đang xếp thành hàng. Hình ảnh lá bài làm ta gợi nhớ đến hình ảnh những vị ẩn sĩ hoặc xa hơn là hình ảnh của Phật Đà ngồi ngộ đạo dưới cây Bồ Đề. Lá

bài thường ẩn ý sự chiêm nghiệm, xa rời, đủ đầy, bỏ qua những cơ hội chưa đúng thời điểm.

Về công việc, lá bài thường cho thấy bạn đang đứng trước

sự thay đổi mới, hoặc cơ hội mới. Tuy nhiên, cơ hội đưa đến này vẫn có điều gì đó chưa rõ, và bạn nên suy xét cẩn thận. Ở khía cạnh khác, đây không phải là thời gian tốt để bạn chuyển đổi hoặc bắt đầu công việc hay dự án mới, bởi vì có những điều bạn cần phải xem xét, rà soát lại trong kế hoạch của mình để tránh những rắc rối về lâu dài. Với lá bài này, bạn nên hành động chậm rãi mà chắc chắn.

Về vấn đề tiền bạc, đây là thời gian sẽ có những lợi ích, hoặc một số tiền đưa lại cho bạn thông qua những mối quan hệ thân tình. Tuy nhiên, bạn cần phải đắn đo cân nhắc thật kỹ trước khi nhận chúng. Sự vội vàng không phù hợp trong thời điểm này. Trường hợp bạn dự tính vay mượn hoặc cho ai đó vay mượn, thì lá bài cho thấy tiềm lực tài chính của bạn vẫn ổn, không cần phải mượn thêm bên ngoài. Còn về chuyện cho vay, thì nếu không thể từ chối được, hãy cho người kia mượn một phần so với khoản tiền mong muốn.

Về vấn đề bạn bè, lá bài cho thấy bạn đang tự khiến bản thân trở nên ngăn cách với các mối quan hệ xung quanh. Một phần là do có những chuyện bạn không thể bày tỏ được, phần khác là vì bạn vẫn chưa hiểu hết ai là bạn gần, ai là bạn xa. Về đồng nghiệp, lá bài cho bạn lời khuyên là nên chủ động tạo mối quan hệ với những người làm chung với bạn, sự thân thiện luôn giúp bạn có được nhiều lợi thế hơn trong công việc.

Về vấn đề gia đình, người thân, lá bài cho thấy có một sự ngăn cách giữa mối quan hệ của các thành viên trong gia đình, họ hàng dòng tộc do những sự việc trong quá khứ gây nên. Tuy tình cảm của mọi người trong gia đình vẫn như một dòng chảy không dứt, nhưng vì nhiều lí do hoặc đơn thuần là do ngại nhường bước mà vẫn còn xa cách nhau. Bao giờ cho bằng bây giờ để làm lành, để thể hiện tình cảm của mình với người thân. Vì đời người trăm năm đã là hữu hạn, kiếp sau chắc gì có gặp nhau mà để nói với nhau một câu quan tâm.

Về vấn đề tình yêu, đây không phải là một thời điểm thích hợp để bạn bắt đầu một mối quan hệ, cho dù đang có cơ hội mở ra với bạn. Điều bạn nên làm là nên xem xét bản thân lúc này có sẵn sàng để bước vào mối quan hệ mới không. Về vấn đề vợ chồng, lá bài diễn tả một sự im lặng bế tắc. Cả hai đang cố tìm hiểu nhau như mọi thứ không được như ý. Lá bài nhắc bạn đây là thời gian để bạn chiêm nghiệm xem xét lại chặn đường đã đi qua, trước khi đối mặt và giải quyết các vấn đề của hai vợ chồng.

Về vấn đề sức khỏe, lá bài nhắc nhở bạn cần phải chú ý đến bản thân nhiều hơn, vì dường như bạn đã xem thường những dấu hiệu trục trặc mà cơ thể đang cố gắng cảnh báo bạn. Trường hợp bạn đang phải điều trị trong thời gian dài, thì lá bài cho thấy yếu tố tâm lý sẽ có ảnh hưởng rất lớn đến cơ thể cũng như căn bệnh của bạn. Những bài tập nhỏ để vận động cơ thể, cũng như thiền định sẽ có ích cho bạn.

Về vấn đề nhiệm vụ, lá bài cảnh báo rằng bạn đang bỏ lỡ một cơ hội đang ở trước mặt, hoặc sẽ đến trong thời gian tới. Vì lý do cơ hội có nhiều rủi ro mà khiến bạn phải suy nghĩ. Lời khuyên dành cho bạn là hãy dứt khoát, quyết đoán và tùy vào cái giá bạn phải bỏ ra để đạt được thành công khi nắm lấy cơ hội này. Trường hợp bạn ở vị thượng cấp, thì thời điểm sắp tới bạn nên tránh sơ suất mà bỏ lỡ đi những hạt giống tài năng có thể phát triển tốt.

Về vấn đề tai nạn, mất mát, lá bài không thể hiện vấn đề này rõ rệt. Song theo một số quan điểm thì những mất mát ở là bài liên quan đến vấn đề tình cảm, những chuyện cũ tích lũy trong quá khứ, những hố thẳm ngăn cách trong mối quan hệ. Lời khuyên cho bạn là hãy học cách tha thứ, vì đời người là vô thường, nay còn giận giận hờn hờn, mai đã nghìn trùng cách xa, người tiễn đưa người đi qua đời.

Từ khóa: Sự buồn chán, không hài lòng với hoàn cảnh hiện tại. Lá bài của sự suy niệm. Mệt mỏi, chán ghét, sự kết thúc được báo hiệu trước cho thành quả và dư dật đã có, sự bất mãn, không vừa ý. Ngược lại, báo hiệu mối quan hệ mới, dự cảm cho tương lai,sự tương phản và đối lập.

40 - Five Of Cups

"Can đảm đôi khi chẳng có gì khác hơn ngoài việc sẵn lòng từ bỏ những điều quen thuộc." - Raymond Lindquist

Sao Hỏa trong cung Bọ Cạp

Lá bài thường một khung cảnh u ám, có người đàn ông đang che khuất gần hết mặt mình trong tấm áo choàng màu đen. Bên dưới chân người này là ba chiếc cúp đã đổ, chỉ còn lại hai chiếc. Trước mặt ông là một con sông ngăn cách ông với tòa lâu đài phía trước. Con cầu bắt ngang dòng sông tượng trưng cho lối thoát cho những đau khổ của người đàn ông để bắt đầu tiếp chặn đường.

Về vấn đề công việc, đây là một lá bài trong xấu có tốt. Lá bài hàm ý công việc của bạn đang hoặc sẽ có trục trặc khiến bạn phải đau khổ. Tuy nhiên, những khó khăn sẽ qua đi rất nhanh khi bạn làm chủ cảm xúc và sử dụng chúng

như nguồn sức mạnh lớn, thì con đường phía trước tuy không ngắn nhưng bạn đã thấy được mình phải làm gì. Nên cẩn trọng với những kế hoạch công việc, dự án bạn đang và sẽ thực hiện trong thời gian này.

Về vấn đề tiền bạc, bạn nên cẩn thận những tranh cãi, mất mát, buồn phiền liên quan đến tiền bạc trong thời gian này. Lá bài khuyên bạn nên ngừng đúng lúc, đừng vì cái lợi trước mắt mà làm ảnh hưởng đến mối quan hệ thân tình lâu dài. Vì niềm tin mất đi khó có thể lấy lại được, còn tiền bạc mất đi thì vẫn có thể kiếm lại được. Phải nhớ là phía sau chữ tiền còn có chữ bạc, nếu cố chấp vì tiền mà không từ thủ đoạn thì sớm muộn cũng chẳng có kết cục tốt đẹp.

Về vấn đề bạn bè, lá bài hàm ý về những sự thất vọng trong mối quan hệ bạn bè được thể hiện dưới hình thức cãi vả, mâu thuẫn đổ vỡ. Trường hợp chuyện này đã xảy ra thì lá bài nói với bạn là tình cảm trong mối quan hệ này vẫn còn, có chăng là do đau thương và cái tôi quá lớn làm việc hàn gắn khó khăn. Ngược lại thì đây là thời điểm để bạn suy ngẫm và giải quyết mâu thuẫn tiềm tàng. Về đồng nghiệp, thời điểm này hãy cẩn thận đồng nghiệp hành xử không đẹp với bạn do mâu thuẫn về lợi ích.

Về vấn đề gia đình, người thân, lá bài diễn tả về những đau

khổ, buồn phiền liên quan giữa tình cảm gia đình với các vấn đề lợi ích , tài chính. Hoặc những tranh chấp trong họ hàng dòng tộc. Mấu chốt vấn đề là chuyện lợi ích, đôi khi chỉ vì hai chữ này mà khiến người thân trở mặt thành thù. Lá bài khuyên bạn trong nên trở mặt quyết tuyệt với người thân, họ hàng mà cần phải chừa đường để sau này còn nhìn mặt nhau.

Về tình yêu, lá bài cho thấy bản thân bạn thời điểm này vẫn chưa sẵn sàng bước vào một mối quan hệ mới vì bạn vẫn còn ôm trong lòng những tình cảm, cũng như vết thương cũ. Trong mối quan hệ tình yêu, thì bạn phải hiểu một điều, khi người ta không yêu mình thì tất cả những gì bạn làm chỉ là dư thừa, trái tim người đã quyết chí ra đi là thứ cứng rắn nhất trên đời. Tình yêu không có đúng hay sai, chỉ là còn yêu nhau hay không ? Hết yêu, người ta sẽ tặng bạn trăm ngàn lý do để chia tay. Có những lúc, bạn cần phải chấp nhận đau khổ để trưởng thành. Về vợ chồng, thì hôn nhân là sự gắn kết thiêng liêng chứ không phải là trò chơi bố mẹ như thủa thơ ngây. Dù giận nhau đến đâu, bạn cũng đừng nói gì khờ dại khiến mọi chuyện tồi tệ.

Về sức khỏe, lá bài cảnh báo bạn sức khỏe của bạn có thể bị ảnh hưởng do bạn lao động nặng quá sức. Đồng thời, những vết thương, bệnh cũ cũng có thể tái phát trở lại trong khoản thời gian sắp tới. Với trường hợp bạn hay người thân đang điều trị bệnh trong thời gian dài, thì lá bài cho thấy tinh thần của người bệnh đang bị suy sụp, và có thể dẫn đến những ảnh hưởng tiêu cực đến sức khỏe. Điều mà bạn có thể làm phải tự vực dậy bản thân mình, cũng như bên cạnh động viên, hỗ trợ người thân.

Về vấn đề nhiệm vụ, thời gian sắp tới bạn nên thực hiện mọi nhiệm vụ được giao chậm lại để tránh những sai sót có thể khiến mọi công sức bạn bỏ ra tiêu tan. Lá bài còn cảnh báo về những trục trặc bất ngờ. Ở vị trí thượng cấp, bạn nên rộng lượng để tha thứ cho những lỗi lầm của người khác, song đừng bao giờ quên những lỗi lầm này. Lỗi lầm lặp lại nhiều lần sẽ trở thành sai lầm lớn, hãy nhớ để khiến cấp dưới bạn không tái phạm.

Về tai nạn, mất mát, lá bài báo hiệu về những mất mát về tình cảm của bạn trong đời sống. Nó khiến bạn đau khổ khôn cùng, bởi những mất mát này không thể cứu vãn hoặc sửa chữa được. Và đây là khoản thời gian bạn nên tránh việc dịch chuyển ở các vùng sông nước, biển vì điều này không tốt cho bạn. Nếu bạn đang có công việc phải thực hiện ở những vùng sông hồ biển cả thì nên chú ý đặt an toàn lên hàng đầu.

Từ khóa: Sự mất mát; cái chết; sự thất vọng sau cuộc vui. Sự thừa kế; di sản; sự truyền thừa không như ý. Sự thống nhất; kết hôn. Quà tặng; thành công táo bạo. Lòng tốt được đền đáp. Ngược lại, tin tức, liên minh; mối quan hệ bà con, sự trở lại, các dự án sai lầm.

41- Six Of Cups

"Nỗi buồn là di sản của quá khứ; sự nuối tiếc là nỗi đau của ký ức." - Khuyết danh

Mặt Trời trong cung Bọ Cạp

Hình ảnh tiêu biểu của lá bài thường là hình ảnh bé gái

quay mặt về phía phải, trong một khu vườn cũ, đầy hồi ức. Các cốc được xếp đầy hoa đẹp như những hồi niệm đẹp của quá khứ. Em bé nhìn vừa hạnh phúc vừa tiếc nuối những cái đã qua. Ý tưởng chính của lá bài là sự thay đổi môi trường, môi trường mới lạ, có thể mang nuối tiếc về quá khứ và chống chọi với hiện tại khắc nghiệt.

Về công việc: Lá bài chắc chắn không phải là một điều may mắn cho công việc. Công việc hay dự án của bạn đang rơi vào hoàn cảnh mới. Một vài lý do có thể kể ra như mất việc làm, công ty sa thải, tinh giảm biên chế. Hoặc công ty phải đổi địa điểm, đổi vị trí công việc … Vấn đề là những thay đổi này theo chiều hướng tệ đi. Bạn có xu hướng rơi vào trạng thái nuối tiếc cái cũ, những kỹ niệm và hoàn cảnh cũ. Lời khuyên là cố gắng tìm kiếm cơ hội trong vai trò mới, thay vì tiếc nuối, hãy tiến lên.

Về tiền bạc: Những món tiền trợ cấp hàng tháng sẽ sớm biến mất, những lợi nhuận từ các mối quan hệ cũ sẽ sớm không còn. Vấn đề túng thiếu có thể sảy ra, nhưng lá bài cho rằng không quá nhiêm trọng. Nhưng bạn chắc chắn không hài lòng về hoàn cảnh này. Bạn nên bắt đầu cho kế hoạch chi tiêu mới và kế hoạch đầu tư mới cho tương lai. Những phương pháp hay hoạch định cũ cần được cập nhật lại và biến đổi mới cho phù hợp hoàn cảnh mới.

Về bè bạn, đồng nghiệp: Lá bài là sự đổ vỡ các mối quan hệ. Những người bạn cũ hay cộng sự cũ sẽ đồng loạt mất đi. Bạn sẽ cảm thấy đơn độc trong môi trường của mình. Sự đổ vỡ đó có thể đến từ việc họ rời khỏi bạn, nhưng cũng có thể đến từ việc bạn rời khỏi họ. Đây là cơ hội để thiết lập các mối quan hệ mới chứ không phải than vãn về ê kíp làm việc cũ. Lá bài đôi khi cũng thể hiện sự quay trở lại của các mối quan hệ cũ. Có khi bạn chuẩn bị đón một đồng nghiệp cũ đến làm việc cùng hay một người bạn cũ dọn đến gần nhà chẳng hạn.

Về gia đình, người thân : lá bài một mặt ám chỉ sự chia ly hay từ bỏ các mối quan hệ cũ. Bạn có thể phải rời xa mọi người một thời gian, có thể là đi công tác dài ngày hay luân chuyển công việc. Hoặc tệ hơn, có thể là người thân hay bản thân bạn sẽ phải từ bỏ mọi người. Những vấn đề nghiêm trọng hơn về sinh tử cũng nên được tính đến dù có thể hoàn cảnh của lá bài không bi đát đến vậy.

Về tình yêu, vợ chồng : Tình cảm vợ chồng mang một hàm ý tươi sáng hơn đối với nhữn mẫu người cô đơn. Bạn sẽ sớm gặp được người yêu thương trong mộng. Nếu là người đã ly dị, bạn có thể gặp một người mới phù hợp hoặc quay trở lại với người cũ. Bạn có thể gặp khó khăn lúc ban đầu với những mối quan hệ này, nhưng nó sẽ ổn định và sớm mang lại cho bạn niềm vui. Một hoàn cảnh mới không phải lúc nào cũng xấu.

Về sức khỏe: Lá bài này không nhắc gì đến sức khỏe, nhưng nó báo hiệu một sự không thoải mái trong môi trường mới. Nếu bạn dị ứng với gió lạnh, mùi biển, hay sự ẩm ướt của rừng già thì lá bài có thể báo trước cho bạn là bạn sắp được tiếp xúc với các tác nhân khó chịu đó. Dù sao thì đó cũng không phải là vấn đề nghiêm trọng, và bạn sẽ sớm vượt qua được nó. Đôi khi sự chịu đựng là thử thách tốt cho một tinh thần thép và kiên cường.

Về nhiệm vụ, thượng cấp : Thượng cấp của bạn có thể sớm thay đổi. Nhiệm vụ của bạn cũng vậy. Lá bài thể hiện rõ sự thay đổi môi trường và hoàn cảnh. Điều bi đát là nếu bạn đang trong một hoàn cảnh hết sức khó chịu thì sự thay đổi sắp tới sẽ càng khó chịu hơn. Lời khuyên là bạn nên tiếp tục cố găng để vượt qua những thử thách này.

Về mất mát, tai nạn: Lá bài này lại ám chỉ đến những tổn thương thời niên thiếu của bản thân người bốc. Đó có thể sự ảnh hưởng của các tai nạn, bệnh tật lúc thơ ấu, hay những tổn thương về tâm lý do những biến cố trong gia đình hay từ xã hội mà họ phải trải qua. Mặt khác, nó ám chỉ về các chứng bệnh về đường tiêu hóa, ngộ độc thực phẩm liên quan đến trẻ em.

Từ khóa: quá khứ, kỷ niệm, nhìn lại, thời thơ ấu, hạnh phúc quá khứ, mối quan hệ mới, kiến thức mới, môi trường mới, khuôn viên không quen thuộc. Tương lai, đổi mới, vượt qua hiện nay.

42- Seven Of Cups

"Có một số người sống trong thế giới mộng mơ, và có một số người đương đầu với thực tế, và rồi có những người biến thế giới mộng mơ thành hiện thực. " - Douglas H. Everertt

Sao Kim trong cung Bọ Cạp

Lá bài diễn tả hình ảnh một người đàn ông đang đứng trước

bảy chiếc cốc trôi nổi trước mặt mình. Mỗi chiếc cốc đều chứa đựng mỗi thứ khác nhau. Chúng có thể đại diện cho thành công, danh vọng, sự hiểm độc, giả trá, nguy hiểm ..v.v. Và quan trọng hơn, người đàn ông vẫn chưa rõ phía sau những chiếc cốc là điều gì đang chờ đợi vì có một màn sương mù đang che khuất mọi thứ. Màn sương này chính sự mơ mộng, huyễn hoặc đang phủ lên tâm trí của người đàn ông.

Về công việc, đây là một lá bài của sự ảo tưởng. Cho dù

bạn chuẩn bị tìm việc, hoặc đang làm hay là chuẩn bị một dự án mới, thì điều cần thiết cho bạn là nên tìm về thực tại để lên kế hoạch cho công việc mình, nhất là phương án để đối phó với trục trặc có thể xảy ra bất ngờ. Ảo tưởng ra một tương lai thành công với nhiều thứ hấp dẫn sẽ khiến bạn mụ mị đi, và dần dần thiếu nhạy bén trước những nguy cơ có thể đang đến gần. Nguy cơ bao gồm nguy hiểm và cơ hội, sự tỉnh táo bén nhọn sẽ giúp ta đương đầu với giông tố và nắm lấy cơ hội trong tay.

Về tiền bạc, hãy cẩn thận với lòng tham của bạn. Lá bài đang cho thấy bạn có nhiều mối lợi ích gắng liền với những mối quan hệ. Nếu bạn chỉ ích kỷ muốn gom hết về phía mình thì sự đổ vỡ mối quan hệ là điều hiển nhiên. Hãy lấy phần dành cho bản thân và chối từ phần không phải của mình, dù chẳng ai biết nếu bạn lấy. Trong thời gian này, hãy thận trọng với những nhu cầu tài chính cũng như những lời ngỏ cộng tác hay vay mượn tài chính.

Về tình bạn, với vấn đề này thì lá bài dành tặng cho bạn lời khuyên, trong chuyện tình cảm thì có những lúc nên mắt nhắm mắt mở để trong những thời điểm nhạy cảm để giữ mối quan hệ. Chẳng có ai hoàn hảo, cũng có những lúc bạn bè của bạn sẽ làm bạn tổn thương như bạn sẽ có đôi làm họ tổn thương. Nhưng tổn thương đó quan trọng hay tình bạn quan trọng. Câu trả lời là của bạn. Về vấn đề đồng nghiệp, đây là thời điểm bạn không nên đánh giá người khác cho dù bên ngoài biểu hiện là gì. Bạn cần phải dùng lý trí để nhìn sâu vào bên trong để xem mục đích của họ với bạn là gì.

Về gia đình người thân, đây là một lá bài tốt về tình cảm gia đình. Tuy nhiên, cách biểu hiện tình cảm này đôi khi hơi thái quá khiến cho bạn hoặc những người được bạn quan tâm sẽ cảm thấy hơi khó chịu. Ai cũng sẽ phải thay đổi, kể cả cách biểu hiện yêu thương cũng nên thay đổi để phù hợp. Trong vài trường hợp, lá bài hàm ý bạn sẽ nhận được những món quà có giá tinh thần cao từ người thân, họ hàng.

Về tình cảm, lá bài thể hiện sự bối rối, lẫn lộn, ảo tưởng trong tình cảm của bạn ở giai đoạn này. Vì vậy, dù bạn đã yêu hoặc đang muốn tìm người yêu thì cũng nên suy nghĩ thật kỹ, rằng bạn muốn gì trước khi có quyết định hay hành động trong thời gian này. Trong chuyện tình cảm gia đình, thì thay vì suy tưởng quá nhiều thứ trong đầu thì bạn và bạn đời của mình nên ngồi lại và bắt đầu nói gì đó để khơi thông nguồn nước cảm xúc đang dồn nén trong lòng.

Về sức khỏe, hãy cẩn thận với những áp lực công việc, cuộc sống có thể bạn khiến bạn trở nên cáu kỉnh, thiếu tập trung cũng như tệ hơn là có rắc rối với các bệnh tâm lý. Lời khuyên cho bạn nên đi ra ngoài để hoạt động, hãy tham gia vào những bộ môn như thiền, Yoga, thể thao, hay đơn giản là đi đọc bài Tarot cho người khác. Những việc này sẽ giúp bạn trở nên khá hơn.

Về nhiệm vụ, hãy thận trọng! Bạn nên bắt tay vào công việc của mình, đồng thời nên có một kế hoạch cụ thể thay vì để tâm trí mình được tự do tưởng tượng về những thành công về sau. Bạn muốn đi đến đích phải bắt đầu bước từng bước nhỏ. Trường hợp bạn ở vị trí thượng cấp, thì nên có sự quan tâm cũng như thử thách để xem trong những người bạn đã chú ý, ai sẽ là người đáng để bạn đặt niềm tin và đào tạo.

Về vấn đề tai nạn, mất mát, thì lá bài không đề cập quá rõ ràng. Tuy nhiên, theo một số quan điểm khác thì đôi khi lá bài hàm ý về những trường hợp tai nạn do say xỉn, thậm chí hành động điên rồ do sử dụng thuốc kích thích. Thỉnh thoảng, lá bài lại hàm ý về các chứng bệnh liên quan đến rối loạn tâm lý như hưng trầm cảm hay tâm thần phân liệt ..v.v.

Từ khóa : Sự thành công huyễn hoặc, phản chiếu, dự án. Tình cảm, chọn lựa, ảo tưởng. Sự thành công không kéo dài do lười biếng, hưởng thụ dục vọng. Mưu trí trong cuộc chiến. Ngược lại, là bê tha, ham muốn, tính ích kỷ trong tình yêu và tình bạn. Gian dối, lời hứa chưa được thực hiện. Bạo hành phụ nữ. Quyết định.

43- Eight Of Cups

"Khi sống sung túc, phẩm hạnh lớn nhất là sự điều độ; Khi gặp tai họa, phẩm hạnh lớn nhất là sự kiên cường." - Raymond Lindquist

Sao Thổ trong cung Song Ngư

Hình ảnh tiêu biểu của lá bài thường là một người đàn ông chán nản, thối lui từ bỏ tám chiếc cốc đang ở sau lưng mình để tiến về phía sa mạc và núi. Dáng diệu riệu rã, mệt mỏi chứng tỏ ông đã cố gắng hết sức trong thời gian trước, nhưng không đạt được kết quả gì. Lá bài ám chỉ chung có các hoàn cảnh mà ước mơ (công việc hay tình cảm) được xây dựng trong cố gắng mà không đạt được như mong muốn. Đôi khi, lá bài này cũng được hiểu như một người chân thành, đạo đức từ bỏ các lợi lộc, danh vọng mà không vướng bận gì.

Về công việc: Một quãng thời gian dài đầu tư cho công việc, dù mang lại những thành quả lo lớn, vẫn không thỏa mãn được những điều cần tìm kiếm. Đôi khi những thành quả to lớn trong mắt người khác, không phải là thành quả mà ta thật sự muốn hướng đến. Nên bắt đầu suy nghĩ về việc tìm hướng đi mới trong công việc, một khởi đầu đầu tư mới, một bước ngoặc hoặc cái nhìn mới. Chịu từ bỏ những cung cách cũ để đạt thành quả mới. Người ta hay có xu hướng thõa mãn với những thành quả hiện tai mà ít khi chịu thay đổi. Lá bài nhắc nhở những ước vọng lớn lao còn bị bỏ quên trong quá khứ, nay có dịp để thực hiện.

Về tiền bạc: Tiền bạc dư dả trong thời điểm này là cơ hội cho những cú đầu tư mới. Tiền bạc ổn định là đặc tính của lá bài này. Nó nhắc ta sử dụng tiền bạc một cách hữu ích theo cách mới, hơn là đầu tư và chi tiêu vào những thứ lâu nay vẫn làm. Việc vay mượn trong thời kỳ này nhìn chung thuận lợi, cho dù có vẻ mạo hiểm. Nếu có ai đó gợi ý việc kinh doanh hay gợi ý những ý tưởng làm ra tiền, thì đây là lúc bắt tay vào việc. Sự chán nản hay sự từ bỏ theo hướng thất bại không nằm ở lá này. Nhưng việc quyên góp từ thiện hay đóng góp xã hội là một gợi ý không tồi với lá này.

Về bè bạn, đồng nghiệp: Lá bài nhìn chung cho thấy sự

thiếu tâm huyết hoặc thiếu những tri kỷ. Nó rõ rằng sự thiếu hụt lòng tin ở bè bạn hoặc đồng nghiệp. Tuy nhiên, nó không cho thấy sự yếu kém của đồng sự vì công việc vẫn trôi chảy. Nó thiếu người bạn có cùng tầm nhìn, ước mơ vĩ đại hay sự nhiệt huyết ban đầu. Hãy cẩn thận nếu người hùn vốn, các cổ đông cũ, hay các nhà đầu tư chiến lược của bạn vì bạn bắt đầu có cái nhìn và hoạch định khác khá nhiều so với họ. Nếu các lá bài kèm theo mang những yếu tố bội phản, hãy hoạch định sự thay đổi cẩn trọng hơn.

Về gia đình, người thân: Sự chán nản hẳn không quan hệ với yếu tố gia đình và người thân trong lá này. Nếu có, trừ khi bạn đang làm việc trong mô hình kinh doanh gia đình, hoặc có dính đến yếu tố gia đình. Đừng quá lo lắng vì đây không phải lá bài xấu cho tình cảm gia đình hay người thân. Ngược lại, nó sẽ cho thấy sự ủng hộ vô bờ bến của gia đình nếu đi kèm các lá bài thuận lợi khác về mặt tình cảm. Ngay cả khi đi kèm với các lá bài xấu, nó vẫn chủ yếu ảnh hưởng đến các vấn đề kinh doanh hơn là bị can dự vào vấn đề gia đình.

Về tình yêu, vợ chồng : Chuyện tình yêu bắt đầu vào thời kỳ nhàm chán nếu bạn đang có cuộc tình tươi đẹp. Nếu bạn đang thời kỳ dò xét hay thử thách, lá bài cho thấy long tin đang bị lung lay. Trong nhiều trường hợp, lá bài không cho thấy sự thất bại rạch ròi, hoặc thắng lợi nhất thời. Nó chỉ cho thấy sự không phù hợp về mặt lý tưởng của bạn. Hãy soi rõ mối quan hệ, xác định rõ điều mình muốn và cần. Đôi khi người ta hay lầm lẫn thứ người ta muốn và thứ thật sự mang lại hạnh phúc.

Về sức khỏe: Một lá bài tốt cho sức khỏe, nhìn chung. Sự chán nản trong lá bài chỉ mang lại tai họa khi bạn đang trong thời kỳ chống chọi với bệnh tật. Hãy nhớ rõ là lá bài không hề có bất kỳ yếu tố nào thất bại. Điều nguy hiểm nhất là thiếu lòng tin về hướng đi chung, hoặc thiếu sự chia sẽ tầm nhìn. Nếu có cơ hội thử những phương pháp mới, lá bài ủng hộ việc đó.

Về nhiệm vụ, thượng cấp : Rất đáng tiếc khi bạn không thể chia sẽ quan niệm làm việc và mục tiêu công việc với thượng cấp. Thậm chí mục tiêu này làm bạn thất vọng. Lời khuyên trong trường hợp này là không có gì hết. Bạn đã xác tính điều mình muốn làm rồi đúng không ? Hãy toan tính cho kỹ trước khi làm và nghĩ đến hậu quả được mất. Nó sẽ cho phép bạn cân nhắc nhiều hơn. Hãy chú ý đến những lá bài kèm theo, nó có thể cung cấp nhiều thông tin hơn về thành bại của vấn đề này.

Về mất mát, tai nạn : Lá bài không ám chỉ bất cứ điều gì về

mất mát hay tai nạn. Nó thuần túy nhắc về rủi ro. Nhìn chung, lá bài ít nhiều mang tính tích cực khi bạn biết mình nên làm gì và vì vậy, rủi ro là điều có thể tiên liệu được. Lá bài kèm theo sự mất đi tài sản, tiền bạc theo nghĩa tự nguyện và có kiểm soát. Nó không phải sự mất mát của bạn, nhưng nhiều người có thể nhìn nhận điều đó như là sự mất mát. Dù sao, nó cũng không phải điều quan trọng trong lá bài này.

Từ khóa: Thành tựu tạm thời; sự trì trệ, chán nản, từ bỏ những thành công về mặt vật chất để hướng đến mục tiêu cao hơn. Hành trình, du hành. Sự khốn khổ không rõ nguyên nhân.Ngược lại là sự bất ổn, chuyến đi không mục đích, mắc kẹt, nản lòng.

44- Nine Of Cups

"Một cuộc sống trong nhung lụa làm cả những tâm hồn mạnh mẽ nhất cũng trở nên phù phiếm." - Edward Bulwer Lytton

Sao Mộc trong cung Song Ngư

Lá bài một tả hình ảnh một người đàn ông béo tốt đang ngồi khoan tay trên một cái ghế gỗ hình chữ nhật. Sau lưng ông là một cái bàn lớn hình bán nguyệt được phủ bởi một tấm vải màu xanh thẫm. Trên đó là những chiếc cốc lớn. Trang phục của ông cho thấy đây là một người thành công, hạnh phúc, sung túc. Chiếc nón màu đỏ tượng trưng dục vọng, tham lam đang tiềm tàng bên trong của

người đàn ông này. Chín chiếc cốc, nằm sau lưng ông ta nhưng ông ta xoay lưng lại, và không hề chọn lựa bất cứ chiếc nào.

Về công việc, đây là một lá bài tốt. Nó cho thấy sự thành công, hài lòng của bạn khi mọi thứ trở nên thuận lợi và suông sẻ hơn. Nếu bạn đang chuẩn bị tìm kiếm một công việc hoặc đang chuẩn bị có thay đổi thì đây là một thời điểm tốt. Tuy nhiên, nếu bạn đang làm việc thì lá bài báo hiệu hai sự kiện. Một là sẽ có nhiều cơ hội đến với bạn, và bạn cần suy nghĩ trước khi lựa chọn. Thứ hai, có nhiều việc dồn dập diễn ra và bạn không thể cán đán mọi thứ một mình, bạn sẽ cần đến sự giúp đỡ của đồng nghiệp.

Về tiền bạc, bạn sẽ không phải lo lắng gì về nguồn tiền của bản thân trong thời gian sắp tới. Tuy nhiên, bạn cần phải biết cách chi tiêu một cách hợp lý chứ không phải là phung phí vào những việc không cần thiết, vô bổ. Mặt khác, nếu bạn muốn đầu tư tiền bạc vào nhiều lĩnh vực cùng một lúc thì bạn cần phải cân nhắc lại kế hoạch của mình, vì giai đoạn này bạn phải tự biết vừa đủ và lượng sức chứ không nên quá tham lam.

Về tình bạn, đây là thời điểm bạn nên cân nhắc lại những mối quan hệ bạn bè của mình. Để xem ai là bạn gần ai là bạn xa. Tránh chia sẻ quá nhiều chuyện của bạn với những người chỉ quen sơ trong khi đó lại khó bày tỏ với những người đã quen rất sâu, lâu. Trong các mối quan hệ đồng nghiệp, lá bài khuyên bạn hãy nên thận trọng tránh bày tỏ ý kiến, quan điểm cá nhân quá thẳng thắn trong thời điểm này. Vì có thể chuyện đó sẽ đem lại rắc rối không đáng có cho bạn.

Về gia đình, người thân lá bài diễn tả về sự quan tâm, yêu thương quá mức, thậm chí là muốn kiểm soát cả những người mình yêu thương. Sự yêu thương luôn ngọt ngào, nhưng quá mức sẽ khiến con người ta trở nên ngán đến tận cổ. Lời khuyên mà lá bài dành cho bạn, hãy điều chỉnh lại cách quan tâm yêu thương của mình với mọi người xung quanh. Bạn không thể là lá chắn chở che hết suốt cuộc đời những người bạn yêu thương. Đừng chỉ thỏa mãn cảm giác được yêu thương người khác của bản thân. Có thể bạn thích ăn trái cây, nhưng lũ cá, không mặn mà gì đâu.

Về tình yêu, nếu bạn vẫn chưa có người yêu, thì đây không phải là thời điểm tốt để bạn bước vào một mối quan hệ mới. Bạn chưa sẵn sàng. Trong trường hợp, bạn đang có một mối quan hệ, thì lá bài diễn tả một sự ích kỷ trong mối quan hệ, sự vô tâm hờ hững chỉ biết thỏa mãn bản thân. Bạn cần phải quan tâm đến cảm xúc của người yêu bạn hơn, hoặc ngược lại. Trong mối quan hệ vợ chồng, lá bài nhắc nhở bạn cần quan tâm đến cảm xúc của đối phương nhiều, hãy chia sẻ và thấu hiểu nhau nhiều hơn.

Về vấn đề sức khỏe, lá bài cảnh báo bạn về những trục trặc sức khỏe có thể xảy ra một cách đột ngột. Mặt khác, hãy cẩn thận những vết thương cũ, hoặc bệnh cũ có thể tái phát trở lại và nghiêm trọng hơn trong thời gian sắp tới. Hãy chú ý đến những cảm xúc bên trong của bạn, tâm trí của bạn cần được thanh tẩy và làm mới. Vì giữ quá nhiều chuyện trong lòng sẽ khiến tâm trí bạn nặng nề vẩn đục.

Về vấn đề nhiệm vụ, lá bài cho thấy mọi việc, nhiệm vụ của bạn sẽ được thực hiện một cách thuận lợi, trôi chảy. Tuy nhiên, bạn không nên quá tự mãn với những thành quả mà bạn đã đạt được. Trường hợp bạn ở vị trí thượng cấp, thì bạn không nên quá thỏa mãn và hoàn toàn tin tưởng các nhân viên cấp dưới của mình, bạn vẫn phải cần chú tâm theo sát và giúp đỡ họ.

Về vấn đề tài nạn mất mát, thì lá bài không đề cập rõ ràng đến vấn đề này. Tuy nhiên, theo một số quan điểm khác thì lá bài đôi khi có liên quan đến câu " nhàn cư vi bất thiện", hoặc nó thể hiện sự tham lam đôi khi đẩy chúng ta đi quá những giới hạn trong cuộc sống, tình cảm. Lời khuyên dành cho bạn, là phải nhớ đến câu " biết ngừng lại đúng lúc."

Từ khóa : Hạnh phúc; thỏa mãn; tự mãn. Niềm vui; thành công; khắc phục khó khăn; chiến thắng. Ngược lại, sự thật, lỗi lầm, thiếu hoàn thiện, sự phù phiếm. Dễ bị lường gạt.

45- Ten Of Cups

"Những say mê của con người có 3 nguồn gốc: Tâm hồn, trí tuệ và thể xác. Sự say mê tâm hồn làm nảy sinh tình bạn. Sự say mê trí tuệ sinh ra lòng kính trọng. Sự say mê thể xác làm phát sinh lòng ham muốn. Tổng hợp các sự say mê đó chính là tình yêu. " - Danh ngôn Ấn Độ

Sao Hỏa trong cung Song Ngư

Lá bài được diễn tả bằng nhiều màu sắc tươi sáng. Trong đó có hình ảnh một đôi vợ chồng đang ôm nhau cùng nhìn ngắm về phía trước. Bên cạnh là hình ảnh một đôi trẻ nhỏ còn mải mê nhảy múa vui chơi. Đằng xa xa là ngôi nhà, tượng trưng cho những thành quả, sự bảo vệ dành cho con người. Những đứa trẻ đại diện cho lời thề nguyện, tinh thần, sự khởi đầu mới. Cầu vồng đại diện

cho một dấu hiện thiêng liêng, điềm báo may mắn trong nhiều tôn giáo trên thế giới.

Về công việc, đây là một lá bài tốt. Nó thể hiện sự viên mãn để chuẩn bị bước sang một giai đoạn mới. Đây là thời điểm tốt để bắt đầu sự tìm kiếm công việc mới, cũng như bắt đầu vào những kế hoạch, dự án mới. Tuy nhiên, bạn cũng nên có sự chuẩn bị trước vì đây là lá bài của sự hoàn thành, sau đó sẽ có sự chuyển đổi của chu trình, có thể trước mắt mọi thứ đang thuận lợi, nhưng bạn vẫn nên có sự chuẩn bị cho những ngày giông tố có thể đột ngột đến.

Về tiền bạc, lá bài mang đến những dấu hiệu tốt về tiền bạc. Bạn sẽ không phải suy nghĩ quá nhiều về tài chính trong quãng thời gian này. Đôi lúc, bạn còn có thể nhận được sự ủng hộ tài chính từ phía gia đình, hoặc những người thân quen của bạn. Tuy nhiên, đây lại không phải là lúc đầu tư, hay bỏ tiền vào quá nhiều lĩnh vực khác nhau. Vì bạn cần phải tính toán, suy xét kỹ lưỡng thêm một thời gian nữa.

Về vấn đề bạn bè, lá bài nhắc nhở bạn nên dành thời gian để suy nghĩ về các mối quan hệ bạn bè của mình. Sự dễ dãi trong các mối quan hệ sẽ khiến bạn gặp phải những rắc rối không đáng có, như sự thiếu tôn trọng, tin nhầm người. Về vấn đề đồng nghiệp, bạn cần phải lắng nghe từ nhiều phía về một vấn đề, người để có nhìn chính xác. Nếu chỉ tin, nghe từ một phía thì nhiều lúc sẽ khiến bạn chỉ nhìn được một mặt nào đó mà bỏ qua cái tổng thể.

Về gia đình, người thân, đây là một lá bài tốt. Những đứa trẻ sinh ra trong khoản thời gian này là những đứa trẻ đặc biệt, nhạy cảm, và thường quan tâm yêu thương người khác. Nếu trong gia đình bạn đang có trục trặc, thì vấn đề này sẽ rất nhanh chóng qua đi. Đôi khi, là bài còn đề cập đến những món quà bất ngờ từ người thân. Mặt khác, bạn nên tránh nóng giận với những thành viên nhỏ tuổi hơn trong gia đình trong thời gian này.

Về tình yêu, hãy cẩn thận khi bạn bắt đầu mối quan hệ bị chìm đắm trong cơn lũ cảm xúc. Vì khi nó qua đi, thì chỉ để lại sự hoang tàn chán ngán. Lời khuyên cho bạn là không nên quá vội vàng quyết định gì quá sớm, hay vội vã phá rào. Hãy chờ đợi khi những cảm xúc trong cơn thiên tai qua đi, bạn mới có thể nhìn thấy mọi thứ rõ ràng. Về chuyện vợ chồng, một đứa trẻ ra đời vào thời điểm này sẽ mang lại nhiều may mắn cho gia đình bạn.

Về vấn đề sức khỏe, lá bài khuyên bạn hãy cẩn thận sức khỏe của trẻ nhỏ trong gia đình. Trường hợp nữa, là những căn bệnh do di truyền, hoặc trong gia đình tiền sử thì trong thời gian này bạn nên lưu ý để các dấu hiệu của cơ thể, đồng thời đến bác sỹ kịp thời. Đừng bỏ qua bất kỳ dấu hiệu nào, dù nhỏ nhất, vì đó có thể là phần nổi của căn bệnh lớn có thể bộc phát đột ngột.

Về vấn đề nhiệm vụ, trong thời gian này, hoặc sắp tới bạn sẽ được cấp trên tin tưởng và giao phó một nhiệm vụ quan trọng. Sự tin tưởng này sẽ đi kèm với phần trách nhiệm nặng nề, và bạn không được quá tự mãn vì sự tin tưởng này. Tất cả chỉ mới là sự khởi đầu. Trong vai trò thượng cấp, thì đây là giai đoạn bạn nên chú ý để những người có tiềm năng để bạn có thể bồi dưỡng và giúp họ phát triển.

Về tai nạn, mất mát, lá bài không đề cập rõ đến vấn đề này. Nhưng theo một số quan niệm khác, thì đôi khi lá bài ám chỉ đến sự ra đời của một đứa trẻ không mong muốn, hoặc công việc của gia đình không được như ý muốn. Mặc khác, nó đề cập đến những bệnh tình dục liên quan đến yếu tố nữ giới. Tuy nhiên, các quan niệm này khá mơ hồ, chỉ nên tham khảo để biết thêm.

Từ khóa: Thành công trọn vẹn; an toàn; bền vững. Sự an bình; hạnh phúc đích thực. Lòng nhân ái, sự kính mến, đức hạnh, mãn nguyện về tình cảm. Ngược lại, là sự tranh chấp, xung đột, khác biệt.

46- Page Of Cups

"Biết lo toan chu đáo công việc nhỏ mọn với tầm mắt xa rộng, đó là bí quyết để mưu đồ đại sự." - Ngạn ngữ Trung Quốc

Hình ảnh tiêu biểu của lá bài thường là một chàng trai trẻ đang ngắm nhìn một con cá trong cái cốc nước phía tay phải. Vẻ mặt của chàng trai vừa yêu thích vừa ý đồ. Tư thế của chàng trai không vững chắc, và đầy tự mãn. Tư tưởng chính của lá bài là sự tập trung mọi nguồn lực tinh thần vào một công việc nhất định, ý đồ kinh doanh bằng mọi thủ đoạn.

Con người được lá bài miêu tả là những người hướng nội, thiên về trực giác và cảm nhận. Họ giải quyết các vấn đề bằng cảm nhận của bản thân, và dựa trên những giá trị bản thân tin tưởng để quyết định vấn đề. Như lá bài diễn tả, họ là những không lúc nào thôi hiếu kỳ về thế giới xung quanh. Đôi lúc, họ nhìn đời bằng lăng kính màu hồng; mọi vật dù là cỏ cây cũng có một sức sống và tính cách riêng với họ.

Họ là những con người luôn có cái nhìn lạc quan với tất cả. Dù với những người khó tính, cho đến kẻ gian ác thì họ vẫn tin rằng cái thiện, cái tốt đẹp luôn luôn tồn tại bên trong mọi thứ. Và đôi lúc, họ lý tưởng hóa mọi việc. Họ dễ cảm thông với người khác, nhưng vẻ ngoài thường ít biểu lộ cảm xúc thật trừ phi họ gặp tình huống cụ thể gây xúc động thì lúc đó cảm xúc của họ mới bộc phát.

Khi đối diện với thất vọng, đau buồn thì bản thân họ thường tự trách bản thân là do mình cố gắng chưa đủ, và cần phải cố gắng thêm nữa. Điều này là điểm mạnh, cũng như điểm giới hạn của họ. Và điều họ cần là sự cân bằng.

Đây là những con người có trực giác tốt, nên họ có thể dễ dàng cảm nhận được những hơi thở của âm mưu và toan tính đằng sau nụ cười. Nhưng họ vẫn sẽ luôn tin tưởng, dễ cảm thông, và luôn lắng nghe người khác. Họ không phải là người thích xung đột, nên thiên hướng họ thường né tránh xung đột và đáp lại bằng sự im lặng. Tuy nhiên, một khi những giá trị mà họ tin tưởng bị xâm phạm mãnh liệt, thì bản thân họ sẽ bùng nổ hơn bao giờ hết. Và vì vậy, đừng dại dột xúc phạm lý tưởng của những kẻ mơ mộng này.

Bên trong các mối quan hệ, họ là người tận tâm, tinh tế, có thể cảm nhận cảm xúc của đối phương nhanh. Họ luôn mong muốn các mối quan hệ lâu dài, vì vậy họ có xu hướng đáp ứng nhu cầu của người khác, vun đắp và phát triển mối quan hệ. Khi thân quen, họ có thể bày tỏ cảm xúc của mình tốt, bằng nhiều cách linh hoạt. Nhưng bản thân họ, nhiều lúc lại khá e dè nhút nhát trước đám đông xa lạ, không thích xung đột và đặc biệt họ ghét bị chỉ trích. Và có thể dẫn đến phản ứng mãnh liệt, thái quá trong các trường hợp căng thẳng. Họ luôn nghĩ đến người khác, nên khó từ chối các yêu cầu. Khó dứt ra khỏi những mối quan hệ tiêu cực, cũng như khó nghiêm khắc với người khác. Họ đôi lúc lại quá cầu toàn với bản thân và tự tạo cho mình quá nhiều trách nhiệm không thuộc về mình.

Lời khuyên cho họ, đôi lúc chỉ đơn giản là họ cần lắng nghe bản thân và cân bằng lại từ bên trong. Thì họ có thể giải quyết nhiều vấn của cuộc sống.

Về công việc: Một mặt lá bài cho rằng công việc của bạn đang tiến triển tốt và nhanh. Công việc đã đi vào ổn định. Công việc kinh doanh thật sự đã phát triển cực thịnh trong thời gian tới. Tuy nhiên, nó cũng cảnh báo rằng bạn hoặc công ty đang rơi vào cảnh tham công tiếc việc, và đẩy mọi thứ đi quá nhanh. Công ty và dự án đang ngập chìm trong bận rộn và dường như đang nhận thực hiện sản phẩm nhiều hơn khả năng. Những quyết định được đưa ra ngày càng thiếu đi tình người và chỉ chăm chăm lo cho sự nghiệp và công việc. Việc đặt tiền bạc và sự nghiệp lên trước hết mọi thứ hiện tại có thể làm bạn thỏa mãn, nhưng về lâu dài nó sẽ hủy hoại cuộc sống của bạn. Lời khuyên là hãy hạ nhiệt công ty, tăng phúc lợi cho người lao động, tránh ôm đồm quá nhiều công việc cùng một lúc.

Về tiền bạc: Lá bài là sự thuận lợi cho túi tiền của bạn. Bạn quá bận rộn cho việc kiếm tiền và hiện rất thành công. Tuy nhiên guồng máy nhanh chóng đó đang nuốt chửng bạn. Giống như công việc, bạn xử sự ngày càng ít tình người hơn. Nếu đang cho vay, hãy thư thả lại cho những trường hợp khó khăn. Hãy tái đầu tư lại vừa phải và bắt đầu cho bản thân và những người xung quanh một chút thư thả bằng số tiền kếch xù mà bạn tìm được. Lời khuyên là hãy bắt đầu biết tặng những món quà hay lợi ích nhỏ dành cho những người liên quan đến công việc của bạn.

Về bè bạn, đồng nghiệp: lá bài cảnh báo về những người bạn hay đồng nghiệp chỉ chăm chăm lo cho lợi ích và sự nghiệp. Bạn cũng hãy chú ý đến những thực tập sinh, hay đồng nghiệp mới vào công ty vì có những cảnh báo nghiêm khắc về sự lừa dối hay dụ dỗ đi kèm trong lá bài này. Lời khuyên đưa ra là hãy tìm đúng bạn để chơi và hãy quan tâm đến bạn bè đồng nghiệp của bạn, vì có khi chính bạn trong mắt họ mới là kẻ bo bo thăng tiến bất chấp thủ đoạn.

Về gia đình, người thân: Lá bài cho thấy cả hai mặt của vấn đề. Nếu đi học, hay làm việc ngoài xã hội, bạn hay con cháu của bạn thể hiện sự hiếu học và chăm chỉ trong con đường sự nghiệp. Điều đó có thể làm cha mẹ bạn hay bản thân bạn tự hào. Ngược lại, nó cũng cho thấy bạn hay con cháu của bạn chỉ chăm chăm lo cho sự nghiệp mà ít quan tâm đến gia đình. Lời khuyên là bạn nên dành thời gian nhiều hơn cho gia đình và người thân; còn nếu là con cháu của bạn, hãy khuyên chúng về sự cân bằng giữa cuộc sống gia đình và công việc.

Về tình yêu, vợ chồng : Cùng tương tự vấn đề gia đình, việc bạn quá chú tâm vào công việc, thâm chí bất chấp mọi thứ để đạt được thành tựu trong sự nghiệp có thể phá hủy thành quả trong tình yêu. Bạn có thể đạt được trọn vẹn hơn nếu biết cân bằng các vấn đề của cuộc sống. Lá bài cũng cảnh báo những mối liên hệ lợi dụng giữa việc kinh doanh và tình cảm. Cẩn thận nếu bạn thấy mình đang trong hoàn cảnh đó, bạn đang rơi vào một toan tính sai lầm đấy.

Về sức khỏe: Vấn đề sức khỏe là một vấn đề nhỏ trong lá bài. Bạn sẽ không bị những tình trạng nguy hiểm trong giai đoạn này. Tuy nhiên, sự căng thẳng và mệt mỏi trong công việc có thể là một điểm trừ cho sự hoàn mỹ của lá bài. Việc cố gắng đạt được kết quả bất chấm mọi thứ có thể gây nhiều mối nguy hiểm tiềm ẩn sau này. Dù vậy, kết quả của sự toan tính hiện tại sẽ không tác động trực tiếp lên sức khỏe thời kỳ này.

Về nhiệm vụ, thượng cấp : Bạn đang nhận một nhiệm vụ tham vọng hoặc thượng cấp của bạn ngày càng tỏ rõ lòng tham vọng đối với tiền bạc và sự nghiệp. Và bạn hình như cũng đang bị cuốn vào vòng xoáy đó. Bạn hãy dũng cảm xác định ranh giới giữa những nhiệm vụ có thể làm, và những nhiệm vụ không thể làm nếu không sử dụng những gian dối. Hãy chấp nhận từ chối và giảm tốc độ thăng tiến của bản thân để đạt sự an toàn trong công việc.

Về mất mát, tai nạn : Rủi ro lớn nhất mà bạn có thể gặp là từ sự gian dối của chính bạn để đạt được kết quả sự nghiệp. Sự thiên lệch này tùy vào mức độ mà có sự tương ứng trong mất mát hay tai nạn. Tuy nhiên, lá bài không ám chỉ sự mất mát trực tiếp, thể hiện rõ trong giai đoạn này như mất tiền bạc, hay rắc rối trong công việc mà nó ám chỉ những sự mất mát vô hình như mối quan hệ, sự thông cảm, hay lòng cảm kích do chính cách hành xử của bạn. Lời khuyên là hãy suy nghĩ nhiều hơn về lòng khoang dung, sự cao thượng hay sự sẻ chia.

Từ khóa: hiếu học, tin tức, tin nhắn, ứng dụng, phản ánh, thiền định, kết nối với kinh doanh. Hương vị, thiếu kiên định, phụ thuộc, dụ dỗ, lừa dối, xảo.

47- Knight Of Cups

"Chỉ có nhiệt tình, nhiệt tình hết mức mới có thể làm cho tâm hồn thăng hoa. " - Diderot

Lá bài mô tả một chàng hiệp sĩ đang cưỡi con ngựa trắng chậm rãi bước tới. Trên đầu chàng đội chiếc mũ kim loại, và dưới chân mang đôi giày kim loại, điểm giống nhau ở đây là điều có biểu tượng đôi cách, một tượng trưng của thần Hermes. Trên áo chàng là hình ảnh những con cá màu đỏ, trước mặt chàng là một dòng sông nhỏ đang uốn khúc chảy. Xa xa hơn nữa, là những đồi núi trập trùng tiếp

nối nhau, tất cả chúng đều có màu đỏ thẫm.

Lá bài này thường được gắn với cung hoàng đạo song ngư, tuy nhiên, tính cách của con người được lá bài thể hiện thường phức tạp hơn nhiều so với những gì mà cung hoàng đạo có thể biểu hiện. Đồng thời, phương pháp sử dụng tính cách cung hoàng đạo cũng có điểm khuyết thiếu vì chúng ta có đến mười sáu lá mặt, trong khi chỉ có mười hai cung hoàng đạo. Mặt khác, chúng ta có nhiều phương pháp để tiếp cận với tính cách của người được lá bài đại diện. Ví dụ như Knight Of Cups thường được các nhà huyền học trong hội Golden Dawn, cụ thể là ông Mathers (tác giả của cuốn Book T) gán với đặc tính là fire of water, diễn dịch theo cách hiểu dưới góc nhìn tính cách thì đây là con người được gắn với sự phức cảm của nước và lửa, bên ngoài bộc lộ các phần của nước, nhưng bên trong ẩn tàng các đặc tính của lửa. Phương pháp khác, dựa trên nền tảng của tâm lý học phân tích của Jung, thì ta có thể xem xét cũng như gán các lá mặt với mười sáu kiểu tính cách được phân loại trong MBTI dựa trên các đặc tính hướng nội, ngoại hay lý trí hoặc cảm xúc.v.v Dựa vào phân loại tính cách này, ta có được tính cách của Knight Of Cups là ENFJ – The Givers. Với bốn đặc tính : Hướng ngoại - Trực giác - Tình Cảm - Nguyên Tắc. Nghĩa là dạng người này thường có cách biểu hiện tính cách là cảm xúc hướng ngoại - giải quyết mọi thứ xung quanh họ theo cảm tính (đây là phần nước). Đồng thời, họ suy nghĩ và đánh giá mọi thứ bằng trực giác của bản thân (phần lửa). Hãy nhìn vào lá bài, các biểu tượng về dòng sông, đôi cánh, màu đỏ của con cá, của núi đồi đều có một sự liên quan nhất định với những mặt tính cách của người được lá bài đại diện.

Đi sâu hơn vào tính cách của con người mà lá bài đại diện, ta thấy, đây là một con người nhiệt tình, luôn quan tâm đến người khác. Coi trọng cảm xúc của người khác. Nhiều lúc quá chú tâm vào sự quan tâm, tán thành của người khác đối với họ. Giàu trí tưởng tượng, khả năng sáng tạo phong phú. Giỏi trong việc cư xử với mọi người, nhưng lại cực kỳ nhạy cảm với những lời chỉ trích, phê bình. Họ là những người hài hước, vui vẻ, lạc quan, nên thường là người truyền cảm hứng cho những người xung quanh. Với một mối quan hệ tình cảm đã tan vỡ, thì họ luôn có khả năng vượt qua nỗi đau khổ, dẫu vậy, họ vẫn thường mặc định mình luôn là người có lỗi trong mối quan hệ. Ở khía cạnh khác, họ là những người có xu hướng yêu thương, và bảo bọc thái quá. Thậm chí, là muốn áp đặt ý chí của mình lên những người mà họ yêu thương. Có xu hướng trốn tránh đối mặt với các mâu thuẫn, hoặc giải quyết nó một cách đầy cảm tính, thiếu sự suy xét phân tích gốc rễ của vấn đề. Tuy nhiên, họ lại là những người có khả năng quản lý tài chính tốt.

Con người được lá bài Knight Of Cups đại diện là một con người uyên bác, yêu thích sự tìm tòi khám phá. Đồng thời là người cực kỳ nhạy cảm với những ý đồ, âm mưu đang nhắm vào mình. Họ là những con người có sức quyến rũ kì lạ, là kẻ có cái nhìn toàn cảnh. Trong tính cách của mình, họ đôi lúc lại là người ít khi chú ý đến nhu cầu của bản thân mà coi trọng nhu cầu của người khác, vì vậy, họ dễ bị tổn thương tâm lý sâu sắc bởi những kẻ lợi dụng lòng tin của họ, đồng thời họ thường hay tạo ra gánh nặng tâm lý cho bản thân.

***

Về công việc, đây không phải là một thời điểm tốt. Sự chi phối của cảm xúc sẽ làm cho bạn thiếu đi sự suy xét cẩn thận. Không thể vì viễn cảnh tươi đẹp mà người khác vẽ ra trước mắt bạn mà bạn chìm đắm trong cảm giác thành công, vì muốn đạt được những điều đó bạn phải đổ mồ hôi, nước mắt. Hai thứ ấy mới là chân thật, mới không dối lừa bạn. Dù bạn đang làm gì, thì thời điểm này hãy gạt những cảm xúc sang hết một bên, hãy óc lý trí của mình để lập nên một bản kế hoạch cụ thể cho bản thân.

Về tiền bạc, cái mà bạn theo đuổi là cảm giác mới lạ. Vì vậy, trước khi quyết định chi tiêu vào một thứ gì, đừng vì cảm giác thích thú nhất, vì bạn sẽ cảm thấy chán nếu nó không có ích lợi thiết thực. Mặt khác, thời điểm sắp tới bạn sẽ có nhiều rắc rối liên quan đến công việc, gia đình khiến bạn bắt buộc phải chi tiền ra. Vì vậy, bạn nên chuẩn bị tinh thần từ thời điểm này. Song, đôi lúc lá bài ám chỉ đến một khoản tiền được người phương xa đưa lại.

Về bạn bè, lá bài nhắc nhở bạn không nên quá tính toán quá rạch ròi với bạn bè trong thời gian tới. Đồng thời, bạn cũng nên nhắm mắt tạm thời bỏ qua một vài hành động không phải của bạn mình. Rồi từ từ tìm hiểu vì sao họ cư xử như vậy, để có cách giải quyết. Về đồng nghiệp, đây không phải là thời điểm để bạn tranh cãi tay đôi, hay nói chuyện thẳng thắn về những rắc rối nhắm vào bạn có ác ý. Lời khuyên dành cho bạn, cần phải bình tĩnh, làm đúng việc của mình, không sai nguyên tắc thì không ai có thể lợi dụng để công kích bạn.

Về gia đình, người thân, lá bài ám chỉ về sự nhường nhịn trong gia đình. Có những lúc người lớn quan tâm thái quá khiến người trẻ trong gia đình phản ứng lại một cách dữ dội, khiến mối quan hệ bị rạn nứt. Lá bài dành cho bạn lời khuyên, thực ra tình yêu thương là tốt, nhưng một tình yêu thương mù lòa sẽ đẩy người được yêu thương xuống vực thẳm. Hãy nhường nhịn, tránh đối đầu, cũng như kiên trì vào ước mơ mà bạn đã chọn. Chính bạn phải thực hiện, đuổi theo nó, chứ không phải là ai khác.

Về tình yêu, sự thất thường trong tính cách đôi khi lại là một nguyên nhân chính yếu khiến bạn vẫn chưa tìm được ai. Ngay cả trong một mối quan hệ thì điều này cũng sẽ khiến mối quan hệ gặp trục trặc lớn. Cần có một sự điều chỉnh, cân bằng cảm xúc bên trong. Về gia đình, đôi lúc lá bài hàm ý về một cuộc hôn nhân không như nguyện. Mặt khác, lá bài nhắc nhở bạn nên tránh to tiếng với bạn đời của mình. Hãy im lặng. Vì sự cãi vã qua lại sẽ làm mọi việc đi xa hơn. Thêm vào đó, lá bài cảnh báo bạn có thể đang quan tâm con cái mình quá mức khiến chúng trở nên thiếu nhạy bén với mọi thứ xung quanh.

Về sức khỏe, có những lúc việc kiềm chế cơn giận không phải là cách hay. Nó sẽ khiến nguồn năng lượng tích tụ trong người bạn, khiến bản thân bạn trở nên cáu gắt, dễ bị kích thích, dễ nổi nóng hơn. Hãy bộc phát cơn giận của mình, nhưng đừng đánh mất lương tâm, đơn cử như nóng giận to tiếng, chứ không phải miệt thị, mạ ly, xúc phạm người khác. Hay đơn giản hơn, hãy đi đâu đó ra ngoài tìm nơi vắng vẻ để hét lên thật to cho con sư tử giận dữ dịu lại.

Về nhiệm vụ, nếu bạn được giao hoặc đang thực hiện nhiệm vụ công việc trong thời gian này, thì bạn nên trao đổi rõ ràng với sếp phụ trách của mình, cũng như tham khảo ý kiến để có cái nhìn toàn cảnh với việc mình đang làm. Điều này sẽ có ích cho bạn. Ở vị trí thượng cấp, bạn nên góp ý thẳng thắn với cấp dưới của mình. Nhưng với một thái độ tôn trọng họ, vì dù họ là cấp dưới của bạn thì về cơ bản họ vẫn là những con người. Thái độ nói chuyện kiểu ban ơn, trịch thượng sẽ khiến họ bị tổn thương về mặt tâm lý.

Về tai nạn, mất mát, lá bài báo hiệu sự lừa đảo, dối trá hoặc thủ đoạn gian xảo đang nhằm vào bạn trong công việc. Cũng như sự hiển lộ của những sai lầm khó tha thứ từ quá khứ trong chuyện tình cảm. Mặt khác, lá bài còn báo hiệu về những chuyến đi không thuận lợi trong thời gian này. Trường hợp xấu nhất là những tai nạn liên quan đến sự bất cẩn, hay say xỉn, có thể dẫn đến những hậu quả nghiêm trọng.

Từ khóa : Chuyến đi; tiếp cận; sự xuất hiện của một sứ giả. Giải pháp, đề xuất, lời mời, khuyến nghị. Lợi ích; hài lòng, món tiền bất ngờ. Ngược lại, sự trì trệ lười biếng, lợi dụng lòng tin, mưu mẹo, xảo quyệt.

48- Queen Of Cups

"Tình yêu là một tình cảm vĩ đại nhất, nó sáng tạo nên những điều kỳ diệu, nó sáng tạo nên những con người mới, nó làm ra những giá trị vĩ đại nhất của con người. " - A. Makarenko

Lá bài thường được miêu tả với hình ảnh một người phụ nữ trưởng thành đang ngồi mơ màng bên cạnh bờ biển. Tay phải đang nâng chiếc cốc với hình dáng lạ thường với hình ảnh của hai thiên thần, một cách nhẹ nhàng. Tay trái lại chạm nhẹ vào chiếc cốc. Trên đầu của bà đội một chiếc vương miện màu vàng, được chạm khắc tinh tế. Trên ngai thiêng bằng đá, được chạm khắc những hình ảnh

của các vị tiên biển - Siren, những tạo vật quyến rũ, nguy hiểm trong thần thoại. Dưới chân bà, là những viên đá sặc sỡ đầy sắc màu. Xa xa là mỏm núi đá nhô ra gần biển khơi.

Queen of cups, hay nữ hoàng của những chiếc cốc, là lá bài

có đặc tính nước mạnh nhất trong bộ bốn lá mặt của bộ cốc, đều mang đặc tính của nước. Hãy chú tâm đến các biểu tượng, hình ảnh được mô tả trong lá bài, mỗi thứ đều có một ý nghĩa nhất định. Như hành động nâng chiếc cốc thánh, tưởng chừng rất nặng được bà nâng đỡ một cách vô cùng nhẹ nhàng, dịu dàng. Đi kèm với lá bài này, thường đại diện cho một người từng trải, với vẻ bề ngoài hiền lành dịu dàng, nói năng điềm đạm, từ tốn. Thì bên trong người này lại chất chứa một biển cảm xúc, sâu thẳm, mênh mông. Là một con người luôn luôn đứng về phía những người yếu kém bị áp bức, luôn đi theo tiếng gọi của thiên lương. Thường thường, họ là những con người sống hướng nội, có xu hướng duy tâm. Có khả năng thấu hiểu cảm xúc, tâm trạng của những người xung quanh một cách tự nhiên. Họ có một sức hút mạnh mẽ đầy mê hoặc với những người khác, hệt như những vị tiên biển - Siren trong thần thoại.

Họ luôn sẵn lòng giúp đỡ người khác, tuy nhiên lại rất nguyên tắc trong đời sống của mình. Là những con người của đam mê và sáng tạo, nên họ thường cảm thấy chán ngán với các công việc phải lặp lại đều đặn, hoặc quá chi tiết. Hiếm khi họ yêu thích sự thể hiện bản thân quá mức. Thêm vào đó, họ kỹ năng giao tiếp tốt, đặc biệt là khả năng viết lách. Ở khía cạnh khác, họ là những người có trực giác cực kỳ nhạy bén, nên họ thường hay hoài nghi mục đích hành động của người khác. Có thể họ có mối quan hệ rộng rãi, nhưng cực kỳ ít bạn thân. Vì họ luôn hướng tới những mối quan hệ lâu bền.

Mặt khác, họ có xu hướng sống khép kín. Ít khi bộc lộ tâm sự trong lòng cho người khác, dẫu là cả bạn thân. Điều này đôi lúc khiến họ trở nên dễ cáu gắt, nóng giận chỉ vì mọi chuyện dồn nén quá lâu. Là người có xu hướng cầu toàn, nên thường đặt ra yêu cầu quá cao đối với bản thân cũng như những người xung quanh. Không quá giỏi trong việc quản lý tiền bạc, cũng như khả năng chi tiêu quá mức luôn là căn bệnh nặng mà họ mắc phải. Đại đa số những người được lá bài đại diện, thường không quá khéo tay, hay gặp trục trặc với các vật dụng đòi hỏi sự tập trung tỉ mỉ cao.

Đừng bao giờ lừa gạt lòng tin của họ. Bởi vì, họ sẽ không bao tin tưởng lần thứ hai đối với những người đã từng dối gạt khiến họ tổn thương sâu sắc. Họ có thể tha thứ, nhưng không bao giờ quên.

***

Về vấn đề công việc, thời gian sắp tới bạn cần thận trọng. Vì sẽ có những rắc rối từ các quyết định thiếu sáng suốt trong quá khứ bắt đầu bộc lộ ra. Tiếp đó, trước khi muốn giúp đỡ người khác trong công việc, bạn nên xem xét kỹ tính cách của người đó. Chỉ giúp người đáng giúp. Mặt khác, khi bạn ra quyết định gì trong thời gian này thì cần phải quyết đoán, đồng thời tránh để cảm xúc bản thân ảnh hưởng lên quyết định, vì nó có thể để lại nhiều rắc rối.

Về tiền bạc, lá bài cho thấy bạn sẽ nhận được sự giúp đỡ từ những người thân quen của mình, nếu bạn đang gặp khó khăn về tài chính. Tuy nhiên, bạn không cần phải đắn đo quá nhiều vì sự giúp đỡ này. Bạn cần được giúp đỡ. Mặt khác, bạn cần phải chú ý đến nguồn tài chính của mình. Việc chi tiêu một cách cảm tính sẽ khiến bạn nhanh chóng rơi vào tình trạng " tiền khô cháy túi", lời khuyên là bạn không nên giữ tiền mặt quá nhiều trong người.

Trong vấn đề tình bạn, lá bài khuyên bạn nên để tâm trí thoải mái hơn, đừng để việc sai lầm của bạn mình khiến bản thân nặng lòng. Tha thứ được thì nên bỏ qua. Đừng vì những chuyện nhỏ nhặt không nói chất chứa trong lòng, để khi nó bốc phát sẽ như những cơn sóng thần xé nát tình bạn. Còn về vấn đề đồng nghiệp, bạn không nên vì mối quan hệ mà cả nể dẫn đến đánh mất các cơ hội tiến thân trong công việc. Cần phải có một nguyên tắc rõ ràng giữa tình cảm và công việc.

Với chuyện gia đình, người thân thì lá bài thường đề cập

đến bản thân bạn, hoặc một người thân trong gia đình. Nó thể hiện sự quan tâm chăm sóc chu đáo, sự yêu thương vô bờ một cách thầm lặng. Nhưng đồng thời lá bài cảnh báo bạn về những hành động đôi khi thiếu lý trí, về sự bảo bọc quá mức với những người mình thương. Và đôi khi điều này trong nhiều trường hợp sẽ gây ra tác dụng tiêu cực. Ở khía cạnh khác, lá bài khuyên bạn nên quan tâm nhiều đến những người lớn tuổi trong gia đình, bằng cách thể hiện tình cảm, hay những món quà nho nhỏ...

Về tình yêu, trường hợp bạn chỉ mới bắt đầu một mối quan hệ thì điều quan trọng là tìm hiểu lẫn nhau chứ không phải là mơ mộng về điều đối phương sẽ làm cho mình. Mặt khác, bạn cần phải nhớ rằng bạn có thể yêu nhiều người nhưng chỉ có thể kết hôn với một người. Vì vậy, khi yêu hãy cứ là tình nhân ngọt ngào chứ đừng đến ngày lấy nhau rồi sau đó nhìn nhau chán ngán. Ở khía cạnh vợ chồng, lá bài nhắc đến sự chia sẻ trách nhiệm lẫn nhau trong cuộc sống về kinh tế, cũng như việc nuôi dạy con cái. Tình yêu là sự chia sẻ chứ không phải là thầm lặng hi sinh rồi tự tỏ ra cao thượng.

Về sức khỏe, trong thời gian này, lá bài khuyên bạn nên cẩn thận với những bệnh cũ có thể tái phát trở lại. Đồng thời, bạn nên để bản thân được thư giãn bằng cách trở về thiên nhiên bằng những chuyến du lịch. Mặc khác, lá bài có thể ám chỉ để đến việc căng thẳng tinh thần, trầm cảm, các vấn đề tâm lý... Bạn không nên coi thường các trạng thái này mà nên đi đến bác sĩ chuyên khoa để được tư vấn.

Với chuyện nhiệm vụ, lá bài không báo hiệu về nhiệm vụ cụ thể. Tuy nhiên, đây là thời điểm, những người đồng nghiệp hay bạn bè cần sự giúp đỡ của bạn trong công việc hơn bao giờ hết. Có thể họ lên tiếng nhờ vả, hoặc không. Nhưng họ thực sự cần giúp đỡ. Còn trong vị trí cấp trên, bạn không nên để cấp dưới lợi dụng tình cảm tốt đẹp của mình. Hãy tỏ ra nghiêm khắc đúng lúc, sẽ giúp ích cho bạn và cả cấp dưới.

Về tai nạn, mất mát lá bài không đề cập đến vấn đề này một cách cụ thể. Chỉ nên lưu ý một điều là bạn, hoặc người thân của bạn có thể bị lợi dụng lòng tin khiến tình cảm bị tổn thương. Tuy nhiên, mất mát này nặng về mặt tinh thần nhiều hơn. Theo một số quan niệm không chính thống, chỉ nên tham khảo, thì lá bài cảnh báo về những tai nạn liên quan đến ao hồ, sông nước.

Từ khóa : Ngay thẳng; tận tâm; thông thái; có tầm nhìn. Một người khôn ngoan, người vợ; người mẹ tốt. Thành công, hạnh phúc. Ngược lại, thì đôi khi thiếu quyết đoán, nước đôi. Thiếu tin tưởng, xấu tính, sự nhục nhã và đồi bại. Thành công nhưng phát sinh các vấn đề rắc rối.

49 – King Of Cups

"Tình cảm giống như sức gió thổi lay cuộc sống, lý trí là người cầm lái nắm vững phương hướng, con thuyền không có sức gió không thể chạy về phía trước, không có người cầm lái sẽ mất phương hướng." - Kerdon

Hình ảnh tiêu biểu của lá bài thường là người vị vua ngồi trên ngai vàng trên biển. Tay cầm vương trượng, tay kia cầm cốc nước. Mặt hướng về phía phải, sắc sảo và suy tính. Sau lưng là hình ảnh con tàu rượt đuổi cùng cá heo. Lá bài lấy ý tưởng về sự trách nhiệm, sự ràng buộc chặc chẽ giữa cá nhân, hoặc sự phụ thuộc, yêu sách. Lá bài đặc trưng riêng về những cá nhân liên quan đến khoa học và các ngành kỹ thuật.

Tính cách của những người được lá bài đại diện là những người bên ngoài có khả năng giao tiếp khéo léo, thông minh, hài hước. Nhưng đôi lúc lại hơi dễ thiếu quyết đoán.

Họ có trực giác tốt, và có thể dựa trên trực giác để suy luận nhiều vấn đề. Họ có thiên hướng về khoa học lẫn nghệ thuật.

Họ có thể nắm bắt cảm xúc của đối phương nhanh chóng, và đồng thời có thể tạo động lực cũng như cảm hứng để người khác có thể hoàn thành tốt công việc. Họ tôn trọng sự cân bằng, nên luôn có tư duy cùng tiến, cùng thắng với mọi người. Họ song phẳng, rõ ràng nên dù đôi lúc chịu sự chi phối cảm xúc bên trong thì bản thân vẫn có thể ra những quyết định rõ ràng. Song khi gặp khó khăn trong việc ra quyết định thì họ thường trốn tránh, hoặc im lặng.

Bản thân họ là những con người thuộc nhóm cảm xúc, trực giác và có thiên tính hướng nội trong tình cảm nên họ luôn quan trọng các mối quan hệ như gia đình, bạn bè, và người yêu. Song họ vẫn là những con người độc lập, nên cách họ quan tâm có thể hơi khác so với thường thức. Họ trân trọng các mối quan hệ, nhưng lại dễ chôn sâu trong lòng các cảm xúc tiêu cực diễn ra trong quá khứ. Họ có thể tha thứ nhưng lại khó lòng quên.

Như một vị vua của biển khơi, trái tim họ bao dung và cơn thịnh nộ của họ rất cuồng bạo. Khi bao dung, họ có thể chấp nhận vô vàn lỗi lầm của bạn vì họ cảm nhận được sự chân thành. Nhưng khi nổi giận, họ sẽ đánh vào những điểm yếu của người khiến họ tổn thương, một trả bằng mười, vì sự lừa dối, phản bội lòng tin. Họ có thể bí ẩn, kín kẽ nhưng luôn thẳng thắn. Nếu bạn đánh bại họ bằng khả năng của mình, thì họ vẫn tôn trọng bạn. Song nếu kẻ nào đó lợi dụng niềm tin của họ để chiến thắng thì họ sẽ giữ sự hận thù trong lòng cho để khi có thể báo thù. Thời gian không làm mọi thứ trong lòng họ phai nhạt mà càng khiến chúng trở nên sâu sắc.

Trong cuộc sống, họ thường hay có xu hướng chìm đắm với thế giới riêng của mình, hay đơn giản là những niềm mê say nên người ngoài thường cảm giác họ thiếu quan tâm với mọi thứ. Mà bản thân họ cũng thường không bao giờ tranh cãi với những thứ mà bản thân cho là tẻ nhạt. Họ có xu hướng cầu toàn, chi phối nên dễ rơi vào trạng thái căng thẳng khi mọi thứ vượt mức kiểm soát. Đôi lúc, họ lại là những kẻ không thực tế vì nhiệt huyết và lý tưởng của bản thân hệt như một nhà văn hay một nhà khoa học mãi sống trong thế giới bản thân. Nên đôi khi họ vụng về trong những việc con con đời thường.

Họ là những con người thường chôn giấu tình cảm trong lòng, nên dù có đau khổ bên chừng nào thì họ cũng sẽ im lặng chịu đựng. Và thường thường, họ khó có thể quên những người đã đi qua đời mình.

Về công việc: Công việc được xây dựng từ những người có thiên hướng kinh doanh, vì vậy công ty, dự án đang được điều hành và hoạt động chuyên nghiệp. Tuy nhiên, sự khô cứng trong cách giải quyết và sự tập trung vào công việc ở mức cao khiến cho những vấn đề xung quanh bị bỏ rơi. Điển hình như vấn đề đào tạo nhân sự, các khóa nâng cao sự liên kết trong công ty, phát triển tầm nhìn trở nên thiếu sót. Công ty, nhà máy là tập hợp những người giỏi, nhưng chưa chắc là một tổ hợp hoàn hảo. Lá bài cũng cảnh báo về những kẻ hai mang, không thủy chung, sẵn sàng đổi lòng nếu cần thiết cho sự nghiệp. Lời khuyên là nên đào tạo và truyền lửa để công ty trở nên gắng kết hơn.

Về tiền bạc: Bạn có nguy cơ thất thoát lớn trong thời gian này. Cho dù công việc hay các vốn vay của bạn đang hoạt động sinh lãi, thì sự thất thoát này vẫn diễn ra. Lá bài cho thấy nó liên quan đến các hoạt động pháp luật, hoặc các yêu sách, bất công từ đối tác. Bạn cần phải chú ý hơn đến các vấn đề này. Mặc khác, lá bài cũng cảnh báo những kẻ hai mang, vô lại có thể cướp bóc trắng tài sản của bạn. Hãy cẩn thận với các giao dịch tiền bạc vì mức độ nghiêm trọng của lá bài này hơn hẳn các lá bài khác về sự mất mát.

Về bè bạn, đồng nghiệp: Lá bài thể hiện bạn đang sống trong môi trường cạnh tranh. Những người đồng nghiệp và bè bạn đều có sở trường trong công việc. Nói chung bạn không thể có sự phàn nàn nào về chuyên môn. Đây là điều tốt. Ngược lại, lá bài cũng có những cảnh báo nhất định về các loại bạn vô lại, bất công và đê tiện, những người này dù có tài năng, nhưng sẵn sàng quay ngược đầu giáo vào bạn để đảm bảo sự nghiệp cho họ. Bạn cần tỉnh táo để biết ai thật sự là bạn. Lá bài cho thấy, sự phản bội này sẽ sớm diễn ra.

Về gia đình, người thân: Lá bài không đề cập nhiều đến gia đình và người thân. Nó chỉ cho thấy vấn đề về ràng buộc hay phụ thuộc trách nhiệm được thể hiện trong thời kỳ này. Ở chiều tích cực, sự ràng buộc giúp cho gia đình chặc chẽ thêm, các vấn đề bạn gặp phải sẽ được gia đình giải quyết giúp đỡ. Ở chiều tiêu cực, sự phụ thuộc quá đáng dễ gây nên sự khó chịu trong gia đình. Nếu bạn đang có ý định nhờ vả chiện gì đó ở người thân, thì nên suy nghĩ về mức độ ràng buộc của vấn đề với gia đình của mình, vì trong thời kỳ này, không phải mọi yêu cầu của bạn sẽ được đáp ứng.

Về tình yêu, vợ chồng : Lá bài cho thấy các vấn đề pháp luật liên quan đến trách nhiệm và ràng buộc. Nếu bạn và người yêu đang chuẩn bị những thủ tục pháp lý thì quãng thời gian này thật sự đầy cam go. Trong thời điểm này, rất có thể một trong hai người sẽ có chuyện gì đó dối gian dấu giếm. Lá bài thể hiện rõ sự nghiêm trọng nếu điều đó sảy ra. Lời khuyên là hãy sống đàng hoàng và tốt nhất là đừng có mà dối trá trong quãng thời gian này.

Về sức khỏe: Lá bài không cảnh báo trực tiếp về sức khỏe, nhưng giáng tiếp qua các yếu tố khác. Các yêu sách hay sự bội phản, các hành vi vô lại hay hai mang của chính bạn hay của người khác đều gây ảnh hưởng xấu đến tình trạng của bạn. Vì lá bài bao gồm cả các hành vi cướp bóc nên bạn có thể gặp những trường hợp nguy hiểm. Hãy cẩn thận hơn trong quãng thời gian này, nhất là khi mang trong người nhiều tài sản.

Về nhiệm vụ, thượng cấp : Trong nhiệm vụ, lá bài cho thấy bạn sẽ hài lòng về nhiệm vụ này vì nó phù hợp hoàn toàn với sở trường của bạn, nhất là về các mặt tính toán hay trách nhiệm. Vấn đề pháp luật nếu có sẽ là một thuận lợi chứ không phải khó khăn. Thượng cấp lại là một hình ảnh không may mắn, bạn sẽ ít nhiều bị các hành vi yêu sách, hay bất công trong thời gian này, dù có thể chỉ là gián tiếp.

Thượng cấp sẽ tương đối khó khăn với bạn vì những bất đồng hay hiểu lầm này.

Về mất mát, tai nạn : Lá bài là sự cảnh báo rõ rệt về hoàn cảnh mất mát hay tai nạn. Bạn sẽ mất đi một số tài sản quan trọng trong quãng thời gian này. Chú ý là mức độ và cường độ của vấn đề này rất lớn, và lá bài là một trong những lá kém may mắn nhất trong chủ đề này. Không chỉ vậy, các hành vi đê hèn, phản bội của người khác còn gây ra không ít khó khăn thậm chí mất mát lớn hay tai nạn. Lời khuyên là bạn nên chuẩn bị tốt cho những gì có thể sảy ra, và hi vọng là nếu có sảy ra thì bạn cũng sẽ ứng phó kịp thời.

Từ khóa: Quý ông, người đàn ông kinh doanh, pháp luật, thiên tính, có trách nhiệm, xử lý bắt buộc, vốn chủ sở hữu, nghệ thuật và khoa học, xưng pháp luật, khoa học và nghệ thuật, thông minh sáng tạo. Không cao thượng, kẻ hai mang; hành vi vô lại, yêu sách, bất công, phó, scandal, cướp bóc, đáng kể mất mát.

CHƯƠNG 5 : ẨN PHỤ (MINOR ARCANA) – BỘ TIỀN (PENTACLE SUIT)

50- Ace Of Pentacle

"Con người có vật chất mới có thể sinh tồn, có lý tưởng mới nói đến cuộc sống. Bạn muốn hiểu sự khác nhau giữa sinh tồn và sống? Động vật thì sinh tồn, con người thì sống." - Victor Hugo

Tương ứng với nguyên tố đất

Đại diện cho các cung Ma Kết, Kim Ngưu, Xử Nữ

Lá bài mô tả hình ảnh một bàn tay lớn từ trong đám mây đang đưa ra, nâng đồng tiền lớn trên đó có khắc biểu tượng của ngôi sao năm cánh (một số quan niệm cho rằng đây là một cái đĩa kim loại, hay một chiếc bùa sử dụng trong giả kim, hoặc môn huyền học khác). Bên dưới là một khu vườn có rất nhiều hoa lily trắng, xung quanh là một hàng rào được trồng bằng hoa hồng đỏ, có một

chiếc cổng vòm dẫn về phía xa xa có những núi đồi trùng

điệp nhấp nhô.

Về vấn đề công việc, lá bài báo hiệu về sự khởi đầu thuận lợi cho một công việc mới hoặc các dự án mới. Đồng thời, trong cơ hội mới mẻ này bạn có thể nhìn thấy được nhiều tiềm năng để phát triển về sự nghiệp của bản thân. Tuy nhiên, đây chỉ mới là sự khởi đầu và bạn cần có sự tính toán lâu dài về thuận lợi cũng như khó khăn. Không nên quá tự mãn với những thành tựu nhỏ mà bạn đạt được trong khoản thời gian này.

Về vấn đề tiền bạc, với lá bài thì tiền bạc sẽ không còn khiến bạn phải suy nghĩ quá nhiều. Các cơ hội kiếm tiền sẽ đến với bạn, may mắn hơn, bạn còn có thể nhận được tiền bạc từ người khác. Tuy nhiên, số tiền có thể chỉ vừa đủ với các nhu cầu của bạn. Vì điều này, lá bài khuyên bạn nên chi tiêu một cách hợp lý, hoặc cân nhắc kỹ trước khi cho người khác vay mượn. Trong trường hợp bạn muốn mượn một số tiền lớn, thì bạn nên xin lời khuyên từ những người có kinh nghiệm trong lĩnh vực bạn muốn bỏ tiền vào.

Với chuyện bạn bè, lá bài khuyên bạn không nên quá để ý đến những chuyện nhỏ nhặt quá nhiều. Mặt khác, nên có một sự rõ ràng trong chuyện tiền bạc, đời sống riêng tư của nhau. Trong khoản thời gian tới, có thể bạn thân của bạn sẽ cần đến sự giúp đỡ thiết thực của bạn trong cuộc sống, hay đơn giản là các vấn đề về tài chính. Về chuyện đồng nghiệp, lá bài này chỉ rõ rằng bạn nên xem đồng nghiệp mình là một đối thủ cạnh tranh lành mạnh, vừa là bạn vừa là đối thủ, chỉ có như vậy bạn mới thể phát huy được khả năng của mình trong công việc.

Về vấn đề gia đình, người thân, lá bài cho thấy tình cảm trong gia đình bạn, giữa anh chị em, cha mẹ được thể hiện bằng những hành động quan tâm thiết thực, nhiều hơn là những lời nói tình cảm. Mặt khác, lá bài còn ám chỉ sự quan tâm về vật chất quá mức mà thiếu đi sự bộc lộ tình thương của cha mẹ với con cái. Tiền bạc đôi khi mất đi còn có thể tìm lại, những tình cảm rạn vỡ thì khó hàn gắn vết thương lòng. Đôi lúc, lá bài còn hàm ý về những món quà của người thân từ phương xa đưa đến.

Về tình cảm, lá bài này khi xuất hiện thường nói đến sự khởi đầu các mối quan hệ rất thực tế, không hề mơ mộng lãng mạn mà thay vào đó là những hành động quan tâm chăm sóc lẫn nhau. Tuy nhiên, một trong hai hoặc cả hai tận sâu bên trong vẫn còn nhiều lo lắng, băn khoăn và suy nghĩ để xem xét có thể đi được với nhau về lâu dài hay không ? Lá bài khuyên rằng, nếu bạn thực sự thương người kia thì ở trong trường hợp này, hãy bộc lộ tình cảm mình bằng những hành động ấm áp, lời nói dịu dàng. Còn về chuyện vợ chồng, lá bài hai bạn đang lo lắng về cơm áo gạo tiền để vun đắp cho gia đình của mình, nhưng đồng thời hai bạn cũng nên dành khoản thời gian cuối tuần để cho riêng mình với bạn đời. Để giữ ngọn lửa tình cảm mãi cháy.

Về sức khỏe, đây là một lá bài tốt về mặt sức khỏe sinh lý. Tuy nhiên, lá bài cũng nhắc nhở bạn đôi khi nên có sự điều độ trong sinh hoạt cũng như không nên làm việc liên tục, điều này có thể khiến bạn căng thẳng . Mặt khác, lá bài ám chỉ đến những áp lực mà bạn đang phải chịu đựng có thể khiến tâm lý của bạn có rắc rối, khiến bạn bị ảnh hưởng trong đời sống. Lời khuyên dành cho bạn là nên nghỉ ngơi thư giãn để lấy lại tinh thần thì mới có thể làm việc đạt hiệu quả cao nhất.

Về nhiệm vụ, trong thời gian tới bạn sẽ được được cấp trên giao phó cho một nhiệm vụ công việc không quá phức tạp song sẽ là cơ hội để giúp bạn có thể phát triển sự nghiệp về sau. Hãy nắm lấy cơ hội này, đừng chần chừ! Ở vị trí thượng cấp, lá bài cho thấy bạn phải ra tay để nâng đỡ một ai đó trong công việc. Điều này có sự ảnh hưởng không nhỏ của những chuyện xảy ra trong quá khứ. Lời khuyên cho bạn, giúp đỡ tạo cơ hội chứ bạn không thể trở thành ô dù che chắn cho kẻ khác. Ân tình phải trả, nhưng công việc là công việc. Đừng để công tư lẫn lộn.

Về tai nạn, mất mát, lá bài ám chỉ để những hành động ám muội, lợi dụng thời điểm khó khăn của kẻ khác để chèn ép, đầu cơ trục lợi. Những hành vi làm giàu, kiếm tiền một cách nhanh chóng. Bạn có thể là nạn nhân cũng có thể là người đang thực hiện những chuyện trên. Hãy thận trọng, vì nếu bạn làm những điều này thì rắc rối lớn có thể đến với bạn vào một khoản thời gian không xa. Còn trường hợp bạn nhận thấy những dấu hiện bị lợi dụng, thì nên bình tĩnh để nhìn nhận vấn đề trước khi quyết định.

Từ khóa : Sự mãn nguyện; hài lòng hoàn toàn, thịnh vượng; phát triển; hạnh phúc. Sự thông minh đột xuất; vàng. Ngược lại, mặt xấu của sự giàu có, tin tức xấu, lợi nhuận, ám ảnh về tiền bạc. Đây là lá bài thuận lợi hiếm có trong các quân bài.

51- Two Of Pentacles

"Người bi quan trách gió, người lạc quan hi vọng gió đổi hướng, người thực tế thì điều chỉnh cánh buồm." - Lessing

Sao Mộc trong cung Ma Kết

Lá bài mô tả hình ảnh một người đàn ông trẻ đang giữa hai đồng tiền trong tay tạo nên hình ảnh của biểu tượng vô cực đang luân chuyển theo hai đồng tiền trên tay của ông. Tuy nhiên, người đàn ông đang ở trong trạng thái bấp bênh, không hề vững vàng. Phía sau lưng, là biển cả đang nổi sóng. Con thuyền ngoài xa đang nhấp nhô theo từng đợt sóng dữ. Những hình ảnh này hàm ý

về khả năng điều chỉnh thích ứng của chủ thể với hoàn cảnh luân chuyển bên ngoài.

Trong công việc, lá bài báo hiệu về sự thay đổi trong thời điểm sắp tới. Trạng thái thuận lợi có thể bị yếu tố bên ngoài ảnh hưởng dẫn đến đổi chiều hay trì trệ, hoặc ngược lại. Lời khuyên dành cho bạn, là nên tận dụng nội lực bên trong để làm mọi thứ trở về đúng quỹ đạo cân bằng, hoặc giữ cho bản thân chịu ảnh hưởng tiêu cực ở mức độ thấp nhất. Đồng thời, đây không phải là thời điểm tốt để bắt đầu các dự án, hay kế hoạch mới.

Với vấn đề tiền bạc, lá bài hàm ý về một sự cân bằng trong tài chính. Những kế hoạch, dự tính cần huy động nguồn tiền đều cần phải được cân nhắc kỹ lưỡng trong thời gian này. Ở những trường hợp nhỏ hơn như cho người khác vay mượn, mua một món đồ đắt giá, thì bạn nên tính toán kỹ lưỡng tránh tình trạng chi ra quá mức khiến bạn phải chật vật với tình trạng tài chính trong những tháng sắp tới. Đây là thời gian để bạn tích lũy lực lượng để sẵn sàng đủ sức mạnh để phát triển khi những cơ hội đến với bạn trong tương lai.

Về bạn bè, ngoài những mối quan hệ cũ, thì đây là thời điểm tốt để bạn bắt đầu các mối quan hệ mới. Nhất là các mối quan hệ bạn bè trong công việc, điều này đồng nghĩa bạn sẽ bỏ ra một khoản đầu tư về công sức, tiền bạc, tình cảm với những con người mới. Phải chấp nhận sự thử thách mới có thể biết được ai là bạn gần, ai là bạn xa! Trong các mối quan hệ đồng nghiệp, lá bài cho thấy sự hài hòa cân bằng trong các vấn đề lợi ích, tình cảm. Đây là thời gian tốt để bạn tạo thiện cảm với các bạn đồng nghiệp của mình bằng sự quan tâm, những hành động nhỏ đầy tinh tế.

Gia đình, người thân, lá bài cho thấy sự quan tâm chăm sóc đầy trách nhiệm của người thân, các bậc cha mẹ, bên cạnh đó, lại là sự kì vọng quá cao đối với con trẻ trong gia đình, ở những lĩnh vực không thể phát huy được hết tài năng tự thân. Mỗi đứa trẻ là một con người khác nhau, một thân phận! Gia đình có thể yêu thương, bảo vệ, nhưng không thể tước sự lựa chọn theo ý nguyện riêng của con trẻ. Lá bài nhắc nhớ về việc cần bằng giữa sự góp ý cần thiết, mà không phải là sự ép buộc độc tài.

Về tình yêu, những mối quan hệ vội vã, nồng cháy bắt đầu trong khoản thời gian này sẽ có xu hướng đi xuống nhanh. Bạn cần cân bằng lại cảm xúc,khao khát của mình, để có thể có cái nhìn toàn cảnh. Mặt khác, trong mối quan hệ thì lá bài để cập đến sự cân bằng, chia sẻ trách nhiệm quan tâm chăm sóc lẫn nhau giữa cả hai người. Với chuyện vợ chồng, hàm ý của lá bài chính là sự chia sẻ giữa tình cảm, trách nhiệm về kinh tế, nuôi dạy con cái...

Sức khỏe, là tài sản đầu tiên của chúng ta. Bạn cần nhận thức rằng bán sức khỏe để kiếm tiền thì sẽ phải đốt tiền để tìm lại sức khỏe. Thường thì chúng ta thường rơi vào trường hợp sau. Vì vậy, lá bài nhắc nhớ chúng ta cần cân bằng giữa công việc và giữ gìn sức khỏe của bản thân. Hãy dành thời gian cuối tuần để nghỉ ngơi, và tạm gác công việc lại. Bên cạnh đó, lá bài còn là dấu hiệu cảnh báo về trục trặc trong sức khỏe những người thân của bạn đang ở phương xa.

Với nhiệm vụ, đây là thời gian mà bạn không nên làm nhiều nhiệm vụ cùng một lúc mà thiếu đi mục đích cần đạt được. Hãy xác định mục đích bản thân cần đạt được, và chỉ gánh nhiều nhất là hai nhiệm vụ trong cùng thời gian. Bạn nên ưu tiên sắp xếp công việc theo mức độ quan trọng và cần thiết. Ở vị trí thượng cấp, lá bài đề cập đến việc xem xét tăng thêm phúc lợi cho nhân viên cấp dưới, cũng như sự thể hiện tình cảm đúng thời điểm sẽ có lợi cho bạn.

Về tai nạn, mất mát, lá bài thường đề cập đến những trục trặc liên quan đến công việc, tài chính, do chịu sự tác động của các yếu tố bên ngoài, thời tiết, sự biến động thị trường, tình hình chính trị thế giới... Mặt khác, nó cho thấy rủi ro của việc đầu tư tiền bạc ra nước ngoài. Theo một vài quan niệm khác, lá bài báo hiệu về những tai nạn liên quan đến sông biển, vì vậy cần tránh việc liên quan đến sông biển trong thời gian này.

Từ khóa : Sự thay đổi; cân nhắc; cân bằng. Sự bối rối, lo lắng, khó khăn. Ngược lại, là sự thích ứng một cách miễn cưỡng. Viết lách, thư tín, bức thư dài. Thiếu khả năng kiểm soát, rắc rối bị phóng đại so với thực tế.

52- Three Of Pentacles

"Công việc là cái thú của cuộc sinh tồn. Đời sống không mục đích, đời sống không gắng gỏi thì thật là tẻ nhạt. Sự lười biếng đem đến sự rã rượi, sự rã rượi sinh ra sự chán chường." - Amiel

Sao Hỏa trong cung Ma Kết

Hình ảnh tiêu biểu của lá bài thường là hình ảnh một nhóm bao gồm một người mang hình ảnh kiến trúc sư hoặc thợ nề, còn lại là các quý tộc và giới tu sĩ đang chiêm ngắm và bàn thảo kế hoạch. Hình ảnh cổng vòm hoặc công trình gợi ý đến một công việc khó khăn, và người thợ đạt đến trình độ thạo việc. Hình ảnh này rất tiếc lại không diễn tả đầy đủ được hàm ý riêng biệt của lá bài

này. Đây là biểu hiện của sự chuyển biến chuyên nghiệp, khi một người từ cấp độ học viêc chuyển sang cấp độ cao cấp hơn, như một kiến trúc sư trưởng. Nó bao hàm sự tăng tiến về mặt nhận thức và trình độ, hoặc diễn tả sự thăng tiến về mặt chức tước.

Về công việc: Thăng tiến lên một bước quan trọng trong công việc và sự nghiệp. Lá bài cho thấy một trình độ mới, một chức vụ mới được cấp phát. Nếu bạn đang chờ đợi sự chuyển mình trong công việc thì đây chính là thời cơ. Nếu có một cơ hội thăng tiến, ví dụ như một sự luân chuyển nhân sự, hoặc một lời đề bạt, bạn đang có cơ hội rất sáng. Một điểm chú ý, sự thăng tiến và thay đổi này dựa vào nền tảng sự ổn định trong công việc của bạn, vì vậy, nó không bao gồm sự bỏ việc, đổi công ty hay những sự thay đổi có tính đột nhiên.

Về tiền bạc: Tiền bạc không phải là chủ đề chính, tuy nhiên, vẫn chứa đưng nhiều yếu tố tích cực. Sự tăng tiến về nhận thức và trình độ, cũng như thăng tiến về chức tước, đều là các yếu tố có lợi cho tiền bạc. Việc đầu tư nếu có, cũng thuận lợi. Vay mượn nhìn chung cũng mang lại lợi nhuận. Tuy nhiên, lá bài không mang yếu tố thuận lợi nếu bạn thay đổi định hướng đầu tư hay thay đổi cung cách vay mượn. Lá bài chỉ thuận lợi khi bạn tăng vốn hoặc tăng về khối lượng, chứ không đảm bảo sự thay đổi đột ngột.

Về bè bạn, đồng nghiệp: Hoàn toàn thuận lợi. Bạn đang có

mối quan hệ tốt với cộng đồng nghề nghiệp. Lá bài cho phép bạn tăng cường sự ủng hộ của đồng nghiệp và bè bạn với sự nghiệp của mình. Bạn nên tận dụng thời cơ để phát triển những mối quan hệ mới thông qua bạn bè và đồng nghiệp. Trong trường hợp bạn gặp những sự cạnh tranh không có thiện ý đến từ đồng nghiệp, thì bạn chỉ cần chuyên tâm vào công việc của mình. Vì sự việc này chỉ hành động nhất thời. Bạn cũng không nên quá khó chịu, nhường nhịn đôi chút sẽ mang lại cho bạn nhiều bất ngờ thú vị

Về gia đình, người thân : Lá bài báo hiệu về sự phát triển thuận lợi của các thành viên trong gia đình về công việc. Lá bài còn thể hiện sự quan tâm chăm sóc kỹ lưỡng, nhưng có xu hướng áp đặt khiến nảy sinh nhiều bất đồng bên trong. Thời gian sắp tới, bạn nên tránh tranh cãi với những người lớn tuổi trong gia đình, hoặc trong họ hàng về các vấn đề mang tính tư tưởng cá nhân. Mặt khác, trong các trường hợp khó khăn về công việc, tình cảm thì bạn có thể tìm đến những người thân trong gia đình để tìm lời khuyên, sự chia sẻ.

Về tình yêu, vợ chồng : Trong mối quan hệ tình cảm, lá bài cho thấy một sự vun đắp, quan tâm, chăm sóc lẫn nhau. Tuy nhiên, các bạn nên tránh sự quan tâm quá mức nặng nề, mang tính chủ quan cá nhân, mà cần tập trung để kết nối với nhau để hiểu được đối phương mong muốn điều gì. Về chuyện vợ chồng, lá bài cho thấy sự hòa hợp trong mối quan hệ, sự chia sẻ trách nhiệm trong công việc gia đình, nuôi dạy con cái. Thời gian sắp tới là thời gian thuận lợi nếu các bạn đang mong muốn có con.

Về sức khỏe: Quá khứ vất vả có thể ảnh hưởng không nhỏ đến sức khỏe của bạn ở tuổi trung niên. Bạn nên có một sự điều tiết, cân bằng lại cho cơ thể. Tuy nhiên, lá bài cho thấy sự ổn định về mặt sức khỏe trong thời gian này. Nếu bạn đang phải đương đầu với bệnh tật, thì lá bài mang lại cho bạn những tín hiệu tốt. Bên cạnh đó, đối với người lớn tuổi thì nên tránh làm việc quá sức vì tâm lý sợ cảm thấy bản thân vô dụng.

Về nhiệm vụ, thượng cấp : Thời gian đến, bạn sẽ nhận được các nhiệm vụ có vai trò quan trọng để giúp bạn thu hút danh tiếng, tạo bước đệm lớn trong sự nghiệp. Điều may mắn là bạn có nhiều sự hỗ trợ từ đồng nghiệp lẫn cấp trên. Ở vị trí thượng cấp thì đây là thời điểm để bạn ra sức bồi tài giúp đỡ có những người có tài năng. Trong tương lai, họ sẽ là những cánh tay đắc lực để giúp bạn trên con đường phát triển sự nghiệp.

Về mất mát, tai nạn : Lá bài không đề cập nhiều đến những vấn đề này. Tuy nhiên, nó cảnh báo về những trục trặc liên quan đến công việc, sự phá đám, cản trở, những trò trẻ con, sự mất mát niềm tin vào những đồng nghiệp. Trong gia đình, lá bài thể hiện sự định kiến của thế hệ trước khiến thế hệ sau cảm thấy khó có thể hòa hợp trong mọi vấn đề của cuộc sống. Từ đó đưa đến việc mối quan hệ bị đóng băng, và tạo ra hố sâu khó lấp đầy giữa gia đình.

Từ khóa: Công việc thực tại; mang tính sáng tạo; hợp tác. Tạo dựng, thiết lập, thương mại. Lá bài dành cho giới quý tộc, danh tiếng, vinh quang. Ngược lại, sự tầm thường trong công việc, nhỏ nhen, trẻ con, yếu đuối, cố chấp và bảo thủ.

53- Four Of Pentacles

"Bỏ ra một xu để mua một vật vô ích cũng là phải giả cái giá quá đắt. " - Caton Le Censeu

Mặt Trời trong cung Ma Kết

Lá bài thường được diễn tả với hình ảnh một người đàn ông

đang ngồi trên một chiếc ngai bằng đá, tượng trưng cho vị trí, thành quả hiện tại. Và ông ta ngồi xoay lưng lại với thành phố phía sau. Bốn đồng tiền, một trên vương miện, một được ôm trong lòng, hai ở bên dưới chân. Thần sắc trên khuôn mặt ông diễn tả, dường như ông cho đây là tất cả những gì mình có. Tấm áo màu tím sẫm trên người biểu 

trưng cho một niềm tin sâu sắc vào điều ông đang tin. Thành phố sau lưng, đại diện cho năng lượng, tư tưởng, sự bảo vệ, di sản thừa kế.

Về công việc, đây là một lá bài cho thấy bạn đã có được

một vài thành quả trong công việc của mình, song sự tự mãn đã khiến bạn đánh mất cơ hội để phát triển thêm. Sự cố chấp vào cái cũ, không thay đổi cho hợp thời thế, sẽ khiến bạn dần dần bị đào thải. Nên có sự thay đổi, chuyển mình, tránh tách biệt với xu thế chung. Đồng thời, lá bài nhắc nhở bạn sẽ gặp trục trặc với đối thủ cạnh tranh trong cùng lĩnh vực, cần quyết đoán để tránh để mất cơ hội.

Về tiền bạc, lá bài cho thấy sự ổn định về mặt tài chính, nguồn tiền thu vào nhiều chi ra ít. Trong hiện tại thì thoạt nhìn có vẻ là dấu hiệu tốt, nhưng về lâu dài thì nguồn tiền này bị chôn chân, không lưu động để đem lại nhiều hơn. Lá bài này khuyên bạn nên khôn khéo trong việc để nguồn tiền của mình được luân chuyển. Mặt khác lá bài còn đề cập đến những tài sản được thừa kế từ người thân ở xa trong gia đình. Đôi khi, lá bài còn đề cập đến sự ám ảnh của tiền bạc lên tinh thần con người.

Về bạn bè, đây không phải là một lá bài tốt. Bạn thường cố bám vào những mối quan hệ cũ, ngại tiếp xúc và thường khiến người khác có ác cảm về bản thân bạn. Mặt khác, sự cố chấp sẽ đẩy bạn đến những cuộc chiến tranh lạnh mà ai là người thắng thì tình bạn đều thua. Một sự im lặng, để tìm hiểu gốc rễ vấn đề là điều cần thiết trong thời điểm này. Với đồng nghiệp, hãy chia sẻ sự thành công của mình với những người xung quanh, giúp đỡ bạn bè làm cùng mình, sẽ có ích cho tương lai của bạn.

Về gia đình, người thân, lá bài diễn tả về sự ngăn cách giữa các thành viên trong gia đình do sự xung đột trong tư tưởng. Sự độc đoán, cố chấp của người đứng đầu sẽ ảnh hưởng tiêu cực lên tâm lý của trẻ nhỏ trong gia đình. Tình huống xấu, là sự ly khai khỏi gia đình, hoặc việc tự cô lập bản thân. Nhưng quan trọng là việc đối thoại để giải quyết mâu thuẫn, việc cố tình trốn tránh hay lao vào tranh cãi nảy lửa không phải là điều khôn ngoan. Mặt khác, lá bài ám chỉ đến những món quà do họ hàng xa đưa đến.

Về tình yêu, sự cố chấp theo đuổi hình bóng hoàn hảo trong tình yêu, là nguyên nhân chính khiến bạn rơi vào tình trạng cô đơn. Mặt khác, trong mối quan thì việc cố chấp hi sinh nhân danh tình yêu thường chỉ khiến cả hai cảm thấy mệt mỏi. Tình yêu là sự chia sẻ, chứ không phải là lặng lẽ chịu đựng. Trong chuyện vợ chồng, sự hà tiện trong chi tiêu sẽ là nguyên nhân chính dẫn đến những xung đột lớn, bạn nên cân nhắc giữa tiết kiệm và keo kiệt, những gì đáng chi tiêu thì chi.

Về sức khỏe, đây không phải là lá bài tốt. Việc bạn dè sẻn tiền bạc quá mức, thậm chí bỏ mặc việc khám sức khỏe định kỳ, cũng như tự uống thuốc khi cơ thể có trục trặc, về lâu dài sẽ khiến sức khỏe của bạn xấu đi trầm trọng, đồng thời khó phát hiện sớm sự tiềm tàng của các căn bệnh nguy hiểm. Mặt khác, lá bài có những dấu hiệu về việc tái phát của những căn bệnh cũ trong khoản thời gian tới. Trường hợp, bạn hay người thân đang phải điều trị, thì lá bài cho thấy sự ảnh hưởng tiêu cực của những thói quen xấu trong quá khứ lên việc phục hồi sức khỏe.

Về nhiệm vụ, sự thiếu quyết đoán, chần chừ sẽ làm bạn đánh mất cơ hội thăng tiến trong thời gian sắp tới. Thành quả mà các nhiệm vụ trong quá khứ mang lại khiến bạn thỏa mãn, nhưng đối thủ của bạn sẽ có thời gian để vượt lên trước. Ở trường hợp thượng cấp, sự tham lam vun vén cho bản thân sẽ giết chết sự nghiệp của bạn. Một người tướng giỏi, nhưng không có binh lính thì khó thành công. Càng cho đi nhiều, thì lợi ích bạn thu lại càng nhiều. Lòng rộng bao nhiêu, thế giới càng lớn bấy nhiêu.

Về tai nạn mất mát, lá bài cảnh báo về các trục trặc về tài chính, từ việc nhỏ như mất một khoản tiền, cho đến việc đánh mất cơ hội phát triển vào tay đối thủ, từ đó bỏ lỡ một khoản tiền lớn. Bên cạnh đó, sự lệ thuộc vào các chất gây nghiện sẽ khiến bạn gặp những tai nạn đáng tiếc, hay sức khỏe bị suy giảm đáng tiếc trong tương lai.

Từ Khóa : Đảm bảo về mặt vật chất; quyền lực; bảo vệ tài sản. Phân chia, quà tặng, tài sản, di sản. Thỏa mãn thực tại. Ngược lại, chướng ngại vật, chậm trễ, đối lập và lo âu.

54- Five Of Pentacles

"Buồn phiền của người nghèo ở chỗ họ không thể có số tiền đó, phiền muộn của người giàu ở chỗ họ không thể liên tục có số tiền đó. " - Hoover

Sao Thủy trong cung Kim Ngưu

Hình ảnh tiêu biểu của lá bài thường là hình ảnh hai hay ba người đi trong thời tuyết, áo quần sộc sệch, cùng khổ. Các nhân vật thường diễn tả thành một gia đình thiếu thốn đang cần sự giúp đỡ. Nhân vật chính thường có vẻ mặt đau khổ, chán chường và mệt mỏi. Lá bài có ý tưởng về sự thiếu thốn và biến cố lớn tiêu cực, dù vậy với một số người, đây là sự thử thách cho tình yêu và gia đình.

Về công việc, công ty hay dự án của bạn đang gặp trục trặc lớn. Không một đường lối giải quyết nào có vẻ khả quan. Mọi mối quan hệ đã được tận dụng nhưng dường như

không hiệu quả. Sự chán nản và buông xuôi đã xuất hiện dần trong đội làm việc và mọi thứ bắt đầu không thể kiểm soát. Hoàn cảnh còn có thể bi đát hơn. Một vài vấn đề khác: thiếu vốn, xoay vốn chậm hay các vấn đề liên quan đến vốn. Bạn gần như chẳng thể làm gì vào lúc này, nhưng lời khuyên là bạn chỉ bị vấn đề về vốn, còn lại về nhân sự hay kỹ thuật vẫn tốt thì nên cố gắng giữ lấy để vượt qua khó khăn.

Về tiền bạc, đây là một cú sốc về tiền bạc. Bạn có thể trắng tay cho các khoảng đầu tư về cổ phiếu, hoặc các khoảng cho vay. Bạn cũng có thể mất một số tiền lớn cho các phi vụ làm ăn mà không thu lại được gì. Bạn cũng nên chuẩn bị cho các tình huống xấu nhất. Lá bài cho biết bạn phải trải qua một thời kỳ khó khăn thiếu thốn tiền bạc, kiệt quệ cùng cực. Tầng xuất và mức độ của các tin xấu tùy thuộc vào sự kết hợp của lá này và các lá khác cùng thời điểm. Nhưng bạn nên vững tin vì tất cả những gì sày đến rồi sẽ qua.

Về bè bạn, đồng nghiệp, trong lá bài này, bạn sẽ gặp phải sự dửng dưng của bạn bè, có thể là vì họ mặc cảm vì không thể giúp gì hơn cho bạn, hoặc họ cũng phải lo cho gia đình họ nên không thể ra tiền cho bạn được. Sự thờ ơ này có thể làm bạn sốc và buồn, nhưng không nên vì thế mà ghét bỏ họ. Sự trợ giúp từ bạn bè gần như là không thể, lá bài đã chỉ rõ như vậy. Tuy nhiên, có lẽ bạn sẽ nhận được những lời cảm thông chân thành từ xung quanh. Lời khuyên là bạn nên lạc quan vì đây là lúc thích hợp nhất để điểm danh lại các mối quan hệ và xác định xem đâu là bạn đâu là bè.

Về gia đình, người thân, lá bài đưa ra hoàn cảnh vật chất cực kỳ kiệt quệ, nhưng đồng thời vẽ nên bức tranh ấm cúng về gia đình. Gia đình và kinh tế gia đình sẽ gặp những biến cố lớn, những vấn đề cũ có thể trở nên nóng bỏng và gây áp lực đến mọi người. Gia đình và bạn phải chịu đựng những nỗi khốn khó nhưng trên lúc nào hết, tình cảm gia đình được nâng đỡ vững chắc. Chính trong hoàn cảnh này, bạn sẽ củng cố được cấu trúc gia đình cùng những giá trị cốt lõi của nó.

Về tình yêu, vợ chồng, tương tự gia đình, tình yêu sẽ được thăng hoa ở trách nhiệm và sự sẻ chia khi vật chất không còn gì nữa. Sẽ có những vấn đề nảy sinh nhưng tình yêu sẽ vượt qua mọi thứ. Bạn không nên đau khổ vì không thể chu cấp cho người yêu, thay vào đó bạn có thể coi đây là một thử thách lớn: hoặc tình yêu vượt qua được và thăng hoa, hoặc tàn lụi. Hãy nhớ vật chất có thể dễ dàng chứng tỏ được giá trị của nó, còn tình cảm thì cần những điều kiện khó khăn mới chứng tỏ được giá trị đó, và không phải ai cũng có điều kiện để nhận thấy chân giá trị của tình cảm.

Về sức khỏe, bạn có thê bị căng thẳng liên tục và triệu chứng đó đeo bám bạn suốt thời kỳ này. Lá bài cũng chú ý đến sự tự hủy hoại bản thân khi cảm thấy thất vọng cùng cực. Sự rối loạn này cũng cảnh báo sự phát điên nhưng ở trường hợp nhẹ hơn, có thể làm trầm cảm hay u uất, nhưng khả năng trầm trọng không phải là không có. Lấy lại bình tĩnh và cố gắng thoải mái để thấy rõ được biến đổi của vật chất. Bạn sẽ có lại tất cả trong nay mai, vì vậy đừng bao giờ bỏ cuộc hay từ bỏ sự sống của bản thân.

Về nhiệm vụ, thượng cấp, bạn có thể nhận được một nhiệm vụ với điều kiện cực kỳ hạn hẹp. Khả năng thành công của bạn gần như không có. Bạn nên nói rõ với người điều hành về vấn đề mình gặp phải, cũng như dự đoán của bạn về tình hình xấu. Bạn vẫn sẽ nhận nhiệm vụ nếu cần, vì đôi khi năng lực của một người không chỉ thể hiện ở sự thành công mà còn thể hiện ở sự hạn chế thất bại ở mức thấp nhất. Thượng cấp có thể đánh giá tốt về bạn nếu bạn chịu dấng thân.

Về mất mát, tai nạn, lá bài là sự ám chỉ trực tiếp đến sự mất mát và hủy hoại, điều này chẳng có gì ngạc nhiên. Tuy nhiên ở lá này, sự trầm trọng là điều đáng chú ý đến. Các vấn đề sẽ tăng độ khó khăn hơn nhiều lần và tình cảnh sẽ bi đát hơn nhiều so với các lá khác. Tuy vậy, bạn đã được cảnh báo trước, bạn cần có thời gian để tĩnh tâm và đối phó tốt với thử thách trước mắt. Gặp hoàn cảnh bi đát không có nghĩa là kết thúc, vì vậy điều cần làm là lạc quan và vững tin, chứ không phải than thở và sầu não.

Từ khóa: Lo phiền, khó khăn vật chất, khốn cùng, không hòa hợp, rối loạn, hỗn loạn, hủy hoại, mất đoàn kết, sự hoang phí.

55- Six Of Pentacles

"Bạn được tha thứ cho hạnh phúc và thành công của mình chỉ khi bạn sẵn sàng hào phóng chia sẻ chúng. " - Albert Camus.

Mặt Trăng trong cung Kim Ngưu

Lá bài diễn tả hình ảnh một người thương nhân giàu có, khoát trên mình một tấm áo màu đỏ. Trong tay là một chiếc cân vàng, một tay còn lại ông đang phân phát tiền bạc cho những người bần cùng, khốn khó. Hình ảnh bàn tay gợi nhớ đến ý nghĩa của sức mạnh, sự bảo vệ, còn chiếc cân lại nhắc đến sự cân bằng. Chúng xuất hiện trong lá bài, hàm ý về việc chấp nhận và chia sẻ thành quả

trong thời gian hiện tại. Như trong cuốn " The Pictorial Key to the Tarot", Waite có viết với đại ý hình ảnh này chính là minh chứng cho sự thành công của bản thân trong sự nghiệp, cũng như lòng tốt với những người khốn khó được xuất phát từ lương tâm của con người này.

Về công việc, lá bài cho thấy sự ổn định trong công việc hiện tại. Nếu như ở lá năm tiền, bạn trải qua thời gian khó khăn, thì lúc này chính là thời điểm may mắn, bạn gặp được sự giúp đỡ, công sức bỏ ra được thu lại xứng đáng. Mặt khác, đây là thời điểm cân bằng, điều chỉnh sửa chữa những thiếu sót của công việc trong quá khứ còn tồn tại. Đây không phải là thời gian để phát triển hay mở rộng công việc, hay khởi đầu dự án mới thì cần cân nhắc kỹ hơn về vấn đề tài chính, pháp lý.

Về tiền bạc, lá bài thể hiện sự chấp nhận với tình trạng hiện tại. Bạn cần biết vừa đủ với sự ổn định tài chính hiện tại. Việc lợi dụng điều kiện khó khăn của kẻ khác để thu lợi sẽ khiến bạn gặp rắc rối lớn với pháp luật. Mặt khác, lá bài còn báo hiệu về những món tiền, quà được người trên đưa đến cho bạn. Nếu bạn dự tính vay hoặc cho người khác vay, thì đây là thời điểm tốt, tuy nhiên, bạn vẫn cần xem xét kỹ lưỡng, đồng thời phải chú ý đến giấy tờ vay mượn.

Về bạn bè, lá bài là sự nhắc nhở về việc bạn cần điều chỉnh cách cư xử với bạn bè, hay các mối quan hệ của mình. Sự nhiệt tình, chân thành là điểm mạnh mà bạn cần phát huy, song nhược điểm mà bạn cần khắc phục thì phần nhiều ở cách thức giúp đỡ, hay là thái độ ban ơn của kẻ trên. Điều này khiến bạn có một khoản cách nhỏ, sâu, khó lấp đầy trong các mối quan hệ bạn trân quý. Còn với đồng nghiệp, hãy cứ bỏ qua sự ghen tị của đồng nghiệp với bạn, chuyên tâm vào công việc, và ngược lại. Sự tham lam, ảo tưởng, ganh ghét trong mối quan hệ này diễn ra khi có sự ưu ái của cấp trên. Lời khuyên dành cho bạn, thành quả được xây dựng trên mồ hôi công sức, chứ không phải sự ghen ghét đầy ảo tưởng.

Về gia đình, người thân, lá bài diễn tả về tình trạng tài chính ổn định trong gia đình. Sự quan tâm chăm, thương yêu được thể hiện bằng những hành động nhiệt tình, nhưng đôi lúc là cứng nhắc, của người lớn trong gia đình. Mặc khác, lá bài thể hiện về những món quà của người thân, hay về sự tranh chấp, bất mãn giữa họ hàng về tài sản thừa kế. Trường hợp gia đình bạn đang gặp khó khăn về tài chính, thì lá bài cho thấy sẽ có được sự giúp đỡ từ những người thân có vị trí cao trong gia đình.

Về tình yêu, trường hợp bạn vẫn còn tìm kiếm người yêu, thì thời gian sắp tới bạn sẽ có nhiều sự lựa chọn. Trong mối quan hệ, thì đây lại không phải lá bài thuận lợi, nó cho thấy sự cho đi quá nhiều, sự mất cân bằng, thiếu sự cảm thông, không sớm thì muộn một hoặc cả hai bạn sẽ bị đè nặng bởi cảm xúc chán ngán, đau khổ. Hay đơn giản, sự quan tâm theo cách bạn muốn, nhưng không phải điều đối phương cần, cũng là nguyên nhân lớn dẫn đến trục trặc tình cảm. Với vợ chồng, nó cho thấy sự xao nhãng trong tình cảm, sự chán ngán. Điều cần làm, là sự quan tâm từ hai phía, những lời nói và hành động ngọt ngào lãng mạn sẽ hâm nóng lại tình cảm.

Về sức khỏe, lá bài thể hiện tình trạng sức khỏe ổn định. Tuy nhiên, có thể đang có những dấu hiệu xấu, sẽ ảnh hưởng nghiêm trọng đến cơ thể bạn, làm sức khỏe bạn suy giảm mạnh. Mặt khác, lá bài thể hiện về sự cân bằng giữa áp lực cuộc sống, công việc với việc thư giãn, giải tỏa năng lượng tiêu cực cho cơ thể sẽ giúp tinh thần của bạn trở nên thoải mái, đón nhận những nguồn năng lượng tích cực, giúp bạn lạc quan hơn trong đời sống.

Về nhiệm vụ, trong thời gian sắp tới bạn sẽ phải nhận khá nhiều nhiệm vụ với tính chất và yêu cầu khác nhau. Bạn sẽ cần đến sự giúp đỡ của cấp trên, cũng như đồng nghiệp để có thể hoàn thành mọi thứ. Trường hợp, bạn nằm ở vị trí thượng cấp, thì thời điểm này bạn cần quan tâm, hỗ trợ nhiều hơn cho nhân viên cấp dưới. Công việc bên dưới suông sẻ, thì công việc của bạn cũng sẽ thu được nhiều lợi ích hơn.

Về tai nạn, mất mát, lá bài báo hiệu về những trục trặc do yếu tố khách quan từ bên ngoài ảnh hưởng trong công việc của bạn. Tuy nhiên, việc ảnh hưởng này cần xem xét thêm những lá bài đi kèm để xét độ tăng giảm. Mặt khác, bạn nên cẩn trọng trong việc vay mượn hay cho người khác vay mượn. Lá bài báo hiệu về dòng tiền mất cân bằng, khiến bạn khó có có khả năng chi trả hay thu hồi nợ trong thời gian sắp tới.

Từ khóa: Thành công sau nhiều nỗ lực, quà tặng, sự hài lòng với những giá trị đáng chú ý. Quyền thế, sự ảnh hưởng của tiếng tăm. May mắn, tự do, công bằng. Sự thịnh vượng hiện tại. Ngược lại, tham lam, ham muốn, thèm khát, ghen ghét, ảo tưởng.

56- Seven Of Pentacles

"Trong cuộc đời có 2 mục tiêu: một là theo đuổi lý tưởng, hai là thực hiện lý tưởng, hưởng thụ thành quả. Chỉ có người sáng suốt mới đạt được mục tiêu thứ 2. " - Smith

Sao Thổ trong cung Kim Ngưu

Lá bài thường được diễn tả với hình ảnh một chàng nông dân trẻ đang cầm chiếc cuốc. Anh ta đã trải qua một thời gian lao động vất vả, và giờ đang nhìn ngắm thành quả của bản thân, đồng thời chờ đợi ngày thu hoạch. Bụi cây xanh tươi, với những đồng tiền, đại diện cho những thành công về khía cạnh vật chất. Ý nghĩa của lá bài thể hiện qua những hình ảnh này thể hiện rằng, càng đến gần

ngày gặt hái thì càng cần chăm sóc và cẩn thận những trục trặc xảy ra do sự lơ là.

Về công việc, đây là thời điểm tốt để bạn chuẩn bị thu gặt

thành quả được tạo nên do công sức bỏ ra trong quá khứ. Tuy nhiên, đây lại không phải thời gian tốt để bạn bắt đầu một công việc mới, hay đầu tư vào dự án mới. Bạn cần phải suy xét tính toán thêm. Mặt khác, bạn cần cố gắng hơn trong công việc, vì lá bài cho thấy bạn có dấu hiệu trì hoãn, tự mãn, cũng như bất cẩn. Điều này làm bạn thiếu đi khả năng nhanh nhạy để ứng biến với các tình huống xấu có thể xảy ra.

Về tiền bạc, lá bài cho thấy về việc chi gấp một khoản tiền lớn trong thời điểm hiện tại là điều thiếu khôn ngoan. Vì lợi ích thu lại sẽ không tương xứng với số tiền bỏ ra. Tuy nhiên, nếu bạn đang trông chờ vào thành quả của việc đầu tư trong quá khứ thì ngày thu hoạch đang đến gần. Mặt khác, sự phung phí tiền bạc của bạn ở thời điểm này sẽ khiến bạn gặp trục trặc về tài chính, tệ hơn là bỏ lỡ nhiều cơ hội mà bạn đã khao khát từ rất lâu trong quãng thời gian tới.

Về bạn bè, lá bài cho thấy sự quan tâm với nhau bằng những hành động thực tế trong mối quan hệ. Tuy nhiên, đôi khi sự quan tâm quá mức dẫn đến sự xâm phạm đời sống riêng tư của nhau, hay ngược lại là đối phương quá vô tâm, thờ ơ. Làm người còn lại cảm thấy mất mát, thất vọng. Điều nên làm là sự bộc bạch tình cảm, cũng như cần có sự tôn trọng người khác, dẫu là trong tình thương. Với đồng nghiệp, lá bài báo hiệu về sự xung đột trong công việc. Đồng thời, đây là thời gian bạn cần kiên nhẫn chuyên tâm vào công việc, bỏ qua điều tiếng thị phi sau lưng.

Về gia đình, người thân, lá bài cho thấy sự yêu thương sâu sắc giữa anh chị em trong nhà, dẫu là lắm lúc tính cách không tương đồng. Trái lại, mối quan hệ giữa cha mẹ và con cái lại có khoản cách lớn, do sự kỳ vọng quá khác, sự khác biệt tư tưởng nên thường làm không khí gia đình nặng nề, có cãi vả nặng lời. Mặt khác, lá bài cho thấy sự lo lắng về những khoản tiền phải vay, hoặc cho họ hàng vay mượn. Nên có sự suy tính, cân nhắc kỹ lưỡng trước khi quyết định.

Về tình yêu, nếu bạn muốn bắt đầu một mối quan hệ mới, thì hiện tại chưa phải là thời điểm thích hợp. Bạn vẫn còn nhiều rắc rối, vướng mắc trong lòng, chưa sẵn sàng để yêu người khác một cách hết mình. Còn trong một mối quan hệ , thì những công sức, tình cảm bạn bỏ ra từ trước đến nay sẽ được thấu hiểu và đáp đền. Trong chuyện vợ chồng, đây là thời điểm hai bạn nên cân nhắc, chia sẻ với nhau về việc tích lũy của cải, để đầu tư cho con cái, cuộc sống trong tương lai.

Về sức khỏe, trong thời gian sắp tới bạn có thể gặp rắc rối lớn về sức khỏe. Việc này là hệ quả của một quá trình tích lũy lâu dài từ nhiều vấn đề như thói quen xấu, các nhân tố tiêu cực, môi trường làm việc độc hại, các bệnh tiềm tàng. Mặt khác, lá bài còn nhắc đến sự nghỉ ngơi, tĩnh dưỡng cơ thể cũng như tâm trí. Sự căng thẳng tinh thần có thể khiến bạn có những hành vi mất kiểm soát, có thể làm tổn thương người khác về tinh thần, hoặc thể chất.

Về nhiệm vụ, đây là thời điểm thoải mái dành cho bạn, giai đoạn vất vả trong quá khứ đã qua. Lúc này, bạn cần phải kiên nhẫn chờ đợi thành quả của nhiệm vụ mình đã thực hiện, cũng như nhìn ngắm toàn cảnh để bổ khuyết cho nó. Nếu bạn ở vị trí thượng cấp, thì đây là thời điểm bạn có thể phát hiện ra những nhân tố mới, cũng như người mà bạn bỏ nhiều công sức dìu dắt sẽ khiến bạn ngạc nhiên với thành tích của họ.

Về tai nạn, mất mát, lá bài diễn tả sự mất mát về tài chính liên quan đến những khoản đầu tư mạo hiểm, sự vay mượn thiếu tính toán kỹ lưỡng. Mặt khác, lá bài còn liên quan đến mùa màng thất bát, công việc bị gián đoạn do chịu ảnh hưởng bởi thời tiết xấu. Ở khía cạnh khác, lá bài còn cho thấy sự phá hoại, cạnh tranh của đối thủ trong thời điểm quan trọng trong công việc, đối với bạn cũng như gia đình.

Từ khóa : Thành công chưa thực hiện được; tiền bạc; tài chính và lợi nhuận. Mâu thuẫn quá độ trong các vấn đề tiền tài, sự khéo léo, chờ đợi. Ngược lại, lo lắng, sợ hãi thất bại, rắc rối những khoản vay mượn. Chướng ngại lớn.

57- Eight Of Pentacles

"Sức mạnh lớn nhất thường chỉ đơn giản là sự kiên nhẫn. "
- Giôxep Côtman

Mặt Trời trong cung Xử Nữ

Hình ảnh tiêu biểu của lá bài thường là một người thợ thủ công đang ngồi chế tác đá.

Vẻ mặt trầm tĩnh, nhẫn nại và cẩn thận. Ông làm việc từng chút một cách kỹ lưỡng và tinh tế. Lá bài ám chỉ chung về các vấn đề kinh doanh cần đến sự tinh tế, tham vọng và sự nhẫn nại, nó đề cập đến cả sự khôn ngoan, xảo quyệt và các mưu đồ lớn. Nhìn chung, lá bài cho thấy một tinh thần chịu đựng và cả sự khôn ngoan không gì sánh được, đi cùng với lòng tham không cùng. Lá bài cũng ám chỉ những người làm nghề nghệ thuật hay kỹ thuật đòi hỏi sự tỉ mỉ, nhẫn nại.

Về công việc: Công việc đòi hỏi sự nhẫn nại nhiều hơn.

Những khó khăn trong thời kỳ này cần sự giải quyết từng chút một và trầm tĩnh. Trong quãng thời gian này, mọi việc làm mang tính cẩu thả hay vội vàng cũng mang lại hậu quả đáng tiếc. Lá bài cho thấy nhiều lợi nhuận từ các phi vụ trung gian hơn là các phi vụ sản xuất trực tiếp, bạn có thể nhận được nhiều hoa hồng từ các phi vụ này. Lá bài cũng cảnh báo những âm mưu thâu tóm của các thế lực xung quanh, vì vậy, nếu thấy xuất hiện những dấu hiệu bất ổn, hãy điều tra thật kỹ lưỡng.

Về tiền bạc: Các dấu hiệu của lá bài cho thấy bạn đang có tham vọng cực kỳ lớn về tài sản. Lá bài không chỉ rõ là bạn đang sung túc hay thiếu thốn, nhưng nhìn chung bạn đang rất cần cù để tích góp trong thời gian này. Có thể bạn đang có những dự định và kế hoạch cho tương lai. Tuy nhiên, đừng nên quá khắc khe với bản thân, bạn vẫn có thể dành chút it để phục vụ cho hiện tại. Việc bạn làm việc quá sức, hay chi tiêu quá khắc khe đều mang lại những điểm tiêu cực. Đặc biệt, lá bài này, ám chỉ trực tiếp đến các hình thức cho vay nặng lãi, hãy cẩn thận với nó.

Về bè bạn, đồng nghiệp: Lá bài chỉ cho thấy những âm mưu đen tối từ bạn bè. Nó có thể là một âm mưu mà bạn gây dựng cùng, hoặc chính bạn là nạn nhân của âm mưu đó. Nếu bạn là chủ mưu, hay chí ít là một phần trong âm mưu đó, rất tiếc là âm mưu đó sẽ thành hiện thực, nhưng hãy nhớ là cái giá mà bạn phải trả cho những âm mưu đó. Nếu bạn là nạn nhân của âm mưu, bạn có thể vượt qua được âm mưu này, dù tổn thất không ít. Lời khuyên là hãy tỉnh táo nhận ra được điều mình thật sự có và thật sự muốn cho dù là chủ mưu hay nạn nhân.

Về gia đình, người thân: Lá bài không có chỉ dẫn nào nhiều cho vấn đề này. Dù vậy, nếu bạn đang có kế hoạch về chi tiêu hay các tham vọng cá nhân thì gia đình sẽ bị cuốn theo đó, dù cho bạn có muốn hay không. Ngoài ra, gia đình của bạn không gặp một vấn đề gì cần phải lo lắng hay giải quyết mà do ảnh hưởng của bạn. Lời khuyên là nếu bạn bắt đầu một tham vọng gì đó, hãy bắt đầu bằng việc nghĩ đến những ảnh hưởng tiêu cực đến gia đình.

Về tình yêu, vợ chồng : Tình yêu vợ chồng trong giai đoạn này sẽ ổn định và nồng ấm. Sự khôn ngoan và trầm tĩnh của bạn giúp bạn vượt qua nhiều vấn đề khó khăn của hai vợ chồng. Tuy nhiên, các kế hoạch của bạn đặt ra cho hai người có lẽ quá sức. Đôi khi nên đặt mục tiêu vừa phải để đạt được trong hạnh phúc và êm ấm, chứ không phải đặt một mục tiêu quá cao, để rồi khi đạt được, bạn vẫn phải hối tiếc về nhiều thứ.

Về sức khỏe: Sự nhẫn nại quá đáng, sự làm việc quá sức, sự tham lam vô độ là những nguyên nhân chính gây nên tình trạng sức khỏe tồi tệ. Trong quãng thời gian này, nguy cơ nhập viện do làm việc quá sức, hay căng thẳng cực độ là rất cao. Lời khuyên không gì hơn là hãy biết nghỉ ngơi đúng lúc, đầy đủ và đừng bao giờ lạm dụng toàn bộ sức lực của mình. Bạn phải sống để còn hưởng thụ thành quả của công việc nữa chứ.

Về nhiệm vụ, thượng cấp: Rất không may là thượng cấp của bạn trong thời gian này sẽ vô cùng tham lam và yêu sách liên tục. Dường như đối với họ, bạn có thể làm mọi thứ mà không cần nghỉ ngơi. Hoặc do chính bạn, quá ham muốn trong thăng tiến, đã tự đề ra cho bản thân mình quá nhiều mục tiêu giải quyết, ôm đồm quá nhiều công việc, và làm cho thượng cấp của bạn nghĩ rằng bạn đủ khả năng giải quyết tất cả. Về nhiệm vụ, may mắn là bạn sẽ nhận được rất nhiều hoa hồng và lợi ích từ các nhiệm vụ này. Dù vậy, cái gì nhiều quá cũng không tốt. Hãy biết chọn lựa miếng bánh ngon mà ăn, chứ không phải ăn tất cả.

Về mất mát, tai nạn : Giống với sức khỏe, tai nạn và mất mát xuất phát từ sự tham công, tiếc việc của bạn. Sự mất mát sức khỏe có thể mang lại nhiều rủi ro nhất. Tai nạn sẽ không diễn ra thường xuyên trong giai đoạn này, vì vậy, bạn có thể yên tâm. Nếu đang chuẩn bị cho tham vọng nào đó, nhất là khi nó ảnh hưởng tiêu cực đến nhiều người, hãy cẩn thận cho các mất mát khác như tình cảm hay danh dự như là sự bồi thường cho tham vọng đó. Suy nghĩ kỹ trước khi làm điều gì đó, có hại cho nhiều người.

Từ khóa: Công việc, việc làm, hoa hồng, nghề thủ công, kỹ năng thủ công và kinh doanh; có lẽ trong giai đoạn chuẩn bị. Thất vọng, hư danh, tham lam, yêu sách, cho vay nặng lãi, sở hữu kỹ năng, tâm trí khéo léo, khôn ngoan và mưu đồ.

58- Nine Of Pentacles

"Cả giàu sang lẫn sự vĩ đại đều không thể mang cho chúng ta hạnh phúc. " - La Fontaine

Sao Kim trong Cung Xử Nữ

Lá bài thường được mô tả với hình ảnh một người phụ nữ cao sang đi dạo trong vườn nho trù phú của mình. Trên người cô vận y phục thướt tha, trong tay cô có một con chim ưng đang đội chiếc mũ trùm đầu. Dưới chân của cô là một con ốc sên đang bò quanh. Những hình ảnh này diễn tả về sự tự chủ tài chính, sung túc, thỏa mãn bản thân. Song khía cạnh khác, nó cũng hàm ý về sự lười biếng, trì trệ, u mê.

Về công việc, lá bài cho thấy những thành công hiện tại của bạn trong công việc, tuy nhiên, mặt tiêu cực lại cho thấy sự hưởng thụ, thỏa mãn sẽ làm mài mòn nhuệ khí tiến lên của

bạn. Ở trường hợp bạn đang tìm kiếm công việc, thì lá bài báo hiệu một vị trí tốt hơn cả sự mong muốn của bạn. Nếu bạn đã ở một ví trí cao trong công việc, thì lá bài cũng hàm ý về sự chia sẻ, hướng dẫn, dìu dắt những con người non trẻ làm việc dưới sự điều hành của bạn. Điều này sẽ mang lại cho bạn lợi ích trên nhiều phương diện trong tương lai.

Về tiền bạc, lá bài diễn tả về sự tự chủ trong tài chính. Những công sức bạn bỏ ra trong quá khứ đã sắp đến thời điểm thu hoạch. Ở khía cạnh khác, lá bài cho thấy sự ổn định về mặt tài chính. Tuy nhiên, sự hưởng thụ là con dao hai lưỡi, nó làm bạn hạnh phúc nhưng cũng khiến bạn mê muội tinh thần, đánh mất mục tiêu tiến lên của bản thân. Vì sự thiếu nhạy bén trong tư duy, sẽ khiến bạn có những hành động chi tiêu, đầu tư, không thu lại lợi ích, thậm chí là thất bại nặng nề. Đây là điều bạn cần phải chiêm nghiệm để xem xét lại bản thân.

Về bạn bè, sự cao ngạo, nông nổi sẽ khiến bạn cảm thấy cô đơn trong cuộc sống. Cho dù bạn có thể có rất nhiều mối quan hệ. Sự nghi ngại khiến bạn đánh mất niềm tin vào bạn bè, vì vậy, bạn tự khép lòng mình vào thế giới riêng. Lời khuyên dành cho bạn, đừng đánh mất niềm tin vào con người. Có thể bạn bị lừa dối khi tin tưởng, nhưng sẽ có nhiều người khác tin tưởng vào bạn. Còn về đồng nghiệp, lá bài có thấy có sự lừa dối, ganh tị từ đồng nghiệp khiến cho dự án công việc của bạn có thể bị trì hoãn, hay thất bại. Cách để điều tiết những mâu thuẫn này chính là sự chia sẻ lợi ích cho những người xung quanh. Chỉ giữ những gì do bản thân tạo dựng nên.

Về gia đình, người thân, lá bài cho thấy nền tảng gia đình vững chắc cung cấp cho bạn một xuất phát điểm cao hơn nhiều người khác. Tuy nhiên, bản thân bạn lại là người muốn tự chủ trong đời sống, muốn đi con đường riêng của bản thân. Vì vậy, những đứa trẻ tương tự bạn có xu hướng thoát ly khỏi gia đình, điều này có thể dẫn đến những mâu thuẫn lớn, nhất là trong mẫu gia đình truyền thống. Cách tốt nhất, là bạn phải sống, phải chứng minh khả năng của bản thân cho gia đình. Mặt khác, lá bài còn cho thấy sự giúp đỡ, chia sẻ kinh nghiệm, ủng hộ tài chính của những người thân, họ hàng dành cho bạn.

Về tình yêu, lá chín tiền là một điểm báo tốt lành cho tình yêu. Nếu bạn đang trong giai đoạn hò hẹn, thì lá bài báo hiệu về một viễn cảnh tươi đẹp, cuộc sống đủ đầy. Trường hợp bạn đang trong thời gian độc thân, thì lá bài lại cho thấy bạn cảm thấy thỏa mãn với cuộc sống hiện tại, chưa sẵn sàng hoặc không có mong ước tìm người yêu. Với cuộc sống vợ chồng, lá bài cho thấy sự tự chủ trong đời sống, sự sung túc trong tài chính. Nhưng đi kèm theo đó là sự lẻ loi, cô đơn, thiếu lửa, nhàm chán trong đời sống vợ chồng. Cả hai cần phải quan tâm đến nhu cầu của đối phương nhiều hơn.

Về sức khỏe, đây là một thẻ bài không tốt cho vấn đề sức khỏe. Thói lười vận động sẽ khiến cơ thể bạn trở nên trì trệ, trí óc bớt nhạy bén. Tuy nhiên, điều này có thể khắc phục được nếu bạn quyết ý. Mặt khác, lá bài cho thấy sự khó khăn gian khổ của cuộc sống quá khứ sẽ khiến cho sức khỏe của bạn trong thời điểm hiện tại có những bất ổn nghiêm trọng mà bạn cố ý làm ngơ đi. Bạn cần đến sự giúp đỡ của bác sĩ, chứ không phải là tự dùng thuốc hay chủ quan cho rằng bản thân hiểu rõ về sức khỏe của mình.

Về nhiệm vụ, đây là lá bài của sự thành công, ổn định. Nó báo hiệu về những thành quả trong quá khứ sẽ giúp bạn rộng đường thăng tiến. Mặt khác, thời điểm sắp tới là thời điểm bạn sẽ nhận lấy trách nhiệm gánh vác, hướng dẫn cho những người mới đến. Đây là thời điểm thể hiện tâm và tầm của bạn, đừng bỏ lỡ điều này. Trong trường hợp bạn ở vị trí thượng cấp, lá bài diễn tả sự ổn định trong sự nghiệp. Tuy nhiên, bạn thiếu đi những người tin cẩn, có thể gánh vác trọng trách. Đây lại là thời điểm mà bạn có thể gặp những người có tài, có thể chia sẻ gánh nặng với bạn.

Về tai nạn, mất mát, lá bài báo hiệu về những sự lừa dối liên quan đến tài chính. Sự cạnh tranh không lành mạnh của đối thủ. Những dự án bất thành do gặp sự phá hoại từ bên trong. Sự đầu tư thiếu tính toán làm thất thoát một lượng tiền lớn. Mặt khác, lá bài còn đề cập đến những bệnh mắc phải do lối sống hưởng thụ, thiếu điều độ. Theo một số quan niệm khác, lá bài còn ám chỉ đến vấn đề bạo hành gia đình, lạm dụng tình dục ở nữ giới.

Từ khóa: Sự khôn ngoan, an toàn, thành công. Sự tăng trưởng, thịnh vượng về vật chất. Chia sẻ càng nhiều, nhận càng nhiều. Ngược, lừa gạt, hành vi vô lại, dối trá, niềm tin sai lệch, dự án bị hủy bỏ.

59- Ten Of Pentacles

"Học vấn do người siêng năng đạt được, tài sản do người tinh tế sở hữu, quyền lợi do người dũng cảm nắm giữ, thiên đường do người lương thiện xây dựng. " – R.Franklin

Sao Thủy trong cung Xử Nữ

Lá bài diễn tả về hình ảnh một cụ già đáng kính đang ngồi nghỉ ngơi sau cánh cổng tò vò. Ở phía sau, là hình ảnh những người thành niên trong gia đình, trong tay đang dẫn một em bé. Trên tay người đàn ông cầm chiếc cuốc, người phụ nữ cầm chiếc khiên hình như một đồng tiền lớn. Hai con chó trung thành đang làm bạn với cụ già. Trên mình ông khoát chiếc áo choàng được  thiêu dệt bằng những biểu tượng huyền bí, đại diện cho tri thức uyên thâm. Lá bài thể hiện cho những thành tựu chắc chắn về vật chất, tài sản thừa kế, sự uyên thâm, tuổi già.

Về công việc, lá bài cho thấy sự ổn định trong công. Ở trường hợp bạn là một người trẻ tuổi, thì lá bài cho thấy bạn được hướng bởi những người có kinh nghiệm. Trường hợp, bạn là người đã trải đời, thì là giai đoạn đỉnh cao trong sự nghiệp của bạn. Tuy nhiên, bạn cần đề phòng sự lợi dụng lòng tin, hay tài sản. Thời điểm này không phải là lúc đầu tư mạo hiểm quá lớn. Đây là thời điểm tích lũy tài sản, củng cố nền tảng.

Về tiền bạc, đây là một lá bài tốt. Nó cho thấy bạn có nền tảng tài chính ổn định, được sự hỗ trợ từ phía gia đình. Nếu bạn dự tính đầu tư cho bất động sản, hay đơn giản là mua sắm cho gia đình, thì đây là thời điểm tốt. Mặt khác, lá bài còn đề cập đến tài sản thừa kế có liên quan đến gia đình bạn. Với lá bài này, dòng tiền trở nên ổn định và phát triển cao nhất. Bạn không cần phải lo lắng về vấn đề tiền bạc trong thời gian sắp tới, nếu trường hợp bạn đang gặp khó khăn về tài chính.

Về bạn bè, lá bài diễn tả về việc quan tâm giúp đỡ từ một phía. Điều này tạo ra danh tiếng, địa vị, song lại đi kèm với sự ban phát hàm ơn, vì thế dẫn đến tình trạng có rất nhiều bạn bè, nhưng hiếm có ai là tri kỷ. Lá bài thể hiện sự đề phòng, nghi ngại tiềm ẩn bên trong, tạo thành một bức tường với mọi người xung quanh. Trong chuyện đồng nghiệp, bạn sẽ được những người có kinh nghiệm lâu năm giúp đỡ, đồng thời lá bài còn ám chỉ đến việc cạnh tranh cho một vị trí cao hơn, mà bản thân bạn cần tranh thủ sự giúp đỡ của đồng nghiệp.

Về gia đình, người thân, ở khía cạnh anh chị em, đây là một lá bài tốt. Còn trong mối quan hệ cha mẹ và con, thì lá bài diễn tả sự quan tâm chăm sóc nhưng đôi khi lại trở thành sự bảo bọc quá mức. Điều này sẽ khiến người con trở nên thụ động, lệ thuộc vào gia đình. Mặt khác, lá bài còn có thể diễn tả về di sản thừa kế. Những mâu thuẫn tranh chấp liên quan đến quyền thừa kế giữa gia đình, và họ hàng. Đi kèm với điều này là những sự lừa dối, lợi dụng tình cảm, để đạt được mục đích.

Về tình yêu, thì đây lại không phải là một lá bài tốt. Một mặt nó cho thấy sự chi phối, kiểm soát của gia đình, họ hàng lên mối quan hệ của bạn, hoặc ngược lại. Mặt khác, lá bài lại ám chỉ trong mối quan hệ có những suy tính về mặt vật chất, điều kiện gia đình trong lúc khởi đầu, chứ không hẳn là tình cảm đơn thuần. Bên cạnh đó, lá bài thể hiện sự cố chấp, nỗi sợ hãi bị tổn thương, sự cô độc của những người đứng tuổi trong các mối quan hệ phức tạp. Trong chuyện vợ chồng, lá bài diễn tả sự lo lắng cho sự nghiệp, tích lũy cho cuộc sống tương lai. Song, nó cũng gợi nhớ đến việc san sẻ gánh nặng giữa vợ chồng, chứ không theo mô hình cũng, vợ là người lệ thuộc vào chồng. Và lá bài cũng nhắc nhớ về việc chú trọng quan tâm những người lớn tuổi trong gia đình, tránh tình trạng bận rộn mà lơi là điều này.

Về sức khỏe, đây là một lá bài tốt về sức khỏe, trong trường hợp bạn còn đang ở giai đoạn thanh xuân. Nhưng nó lại hàm ý về các bệnh của người già, sinh ra do sự suy yếu toàn diện của cơ thể. Lời khuyên cho bạn, là cần chú trọng bảo dưỡng sức khỏe bản thân, cũng như cần quan tâm chăm sóc sức khỏe những người lớn tuổi trong gia đình, bằng cách đưa họ đi khám sức khỏe định kì. Cũng như giúp họ làm những việc nhẹ trong gia đình, tránh mặc cảm bản thân là người dư thừa có thể xảy ra đối với người già.

Về nhiệm vụ, với kinh nghiệm dày dặn của bản thân sẽ giúp bạn giải quyết các nhiệm vụ được giao một cách nhanh chóng. Tuy nhiên, bạn cũng cần cập nhật kiến thức mới không ngừng. Sự cố chấp vào những đỉnh cao cũ, sẽ khiến bạn trở nên dần xơ cứng, có nguy cơ bị đào thải. Ở vị trí thượng cấp, đây là thời điểm bạn bắt đầu nên có sự tính toán việc đào tạo người kế thừa để chuẩn bị cho thời gian nghỉ ngơi của bản thân.

Về tai nạn, mất mát, lá bài ám chỉ về những trường hợp đầu tư mạo hiểm có thể khiến bạn mất trắng. Các rắc rối trục trặc liên quan đến giấy tờ nhà cửa đất đai. Mất quyền thừa kế, do bị lừa gạt. Bên cạnh đó, lá bài đi kèm với các lá mang ý nghĩa xấu, đôi khi còn diễn tả việc mất cắp những tài sản quan trọng, hoặc những trục trặc lớn về tài chính liên quan đến toàn bộ gia đình.

Từ khóa : Sự thịnh vượng; đỉnh cao thành công; sự giàu có. Tuổi già, khôn khéo trong giao thương, tiền bạc. Vấn đề gia đình, tích lũy, phát triển. Ngược, sự lười biếng, may rủi, tử vong, mất mát, trộm cướp. Đôi khi là món quà, hoặc gia sản kế thừa.

60- Page Of Pentacles

"Trong ngày tháng gian khổ phải kiên cường, trong ngày tháng hạnh phúc phải cẩn thận. " - Glaphate

Hình ảnh tiêu biểu của lá bài thường là một người đàn ông trẻ nhìn vào một đồng xu hay cái đĩa vàng nằm ở hai tay về phía trái. Đôi mắt chăm chú nhìn vào đồng tiền như đang suy ngẫm điều gì đó. Gương mặt xúc động lẫn ngạc nhiên, như thể đồng tiền không phải của anh ta. Ý tưởng chính của lá bài là những thông tin tin tức đến bất ngờ, không dự định hay báo trước, những phần tiền từ trên trời rơi xuống.

Mặt dù lá bài này đại diện cho tính cách của những người có thiên tính hướng nội, trực giác song lại là con người thực tế có thể dựa trên cảm giác và các giác quan để nắm bắt các xu hướng, tin tức mới nhanh chóng. Họ chứa đựng trong mình những tính chất của nguyên tố đất thuần chất

nên họ luôn sống cho thực tại, đôi lúc lại mang theo những đặc điểm của một đứa trẻ; khao khát tự do và tò mò với thế giới xung quanh.

Họ đôi lúc sẽ hơi khó hiểu với người khác, vì họ sống khép kín và thường không thể hiện tính cách ra quá nhiều với những người lạ, hay trong đám đông. Họ có một thế giới cảm xúc riêng của bản thân, và họ sẽ khá kiên cường để bảo vệ những giá trị mà họ tin là đúng. Họ là những con người hướng đến hành động, nên thường sẽ khá kiệm lời khi làm việc, và họ mang theo những đặc tính của đất là sự ổn định, vững chắc, kiên cường vào trong cuộc sống của mình. Họ quan tâm những người thân quen xung quanh bằng hành động, là nơi vững chắc và an toàn cho người khác.

Tuy nhiên, trong các mối quan hệ thì giao tiếp và chia sẻ cảm xúc không phải là thế mạnh của họ. Nên đôi lúc, họ gặp khó khăn trong các vấn đề này. Đồng thời, họ thường tự trách bản thân khi có rắc rối xảy đến trong mối quan hệ họ coi trọng. Và một giới hạn khác là họ thường sẽ có những lúc lười biếng, song lại có lúc làm việc quá cực đoan nhưng lại nghĩ rằng bản thân vẫn chưa cố hết sức.

Họ là những con người độc hành, theo chủ nghĩa cá nhân;

không lãnh đạo và không thích bị lãnh đạo. Họ có xu hướng quan tâm đến thiên nhiên, động vật và trẻ em. Họ học tập tốt nhất trong môi trường thực hành, và hướng đến sự ứng dụng. Nghiêm túc trong mọi việc dưới vẻ ngoài trầm lặng. Họ có thiên hướng phát triển về thẩm định, đánh giá, phân tích vẻ đẹp trong lĩnh vực nghệ thuật.

Tuy nhiên, đôi lúc họ lại là người bảo thủ, cố chấp với những phê bình, góp ý trái chiều. Nên dễ có xu hướng bằng mặt không bằng lòng do họ không thích xung đột, tranh luận. Khó chia sẻ cảm xúc, nên người khác thường không thể nắm bắt được suy nghĩ của họ. Sống trong thực tại, đôi lúc trở nên lười biếng và hưởng thụ. Không thích không gian; vật dụng riêng bị xâm phạm và họ sẽ trở nên gay gắt lập tức. Đôi lúc, với những người khác biệt quá nhiều họ trở nên đa nghi và hơi thực tế quá mức.

Họ cứng đầu, cố chấp và bướng bỉnh như một đứa trẻ. Nhưng lại rất đáng yêu. Chỉ cần người khác mang hoa quả và niềm vui đến cho họ. Thì họ sẽ luôn trân trọng bạn!

Về công việc: Lá bài này là sự bổ sung vốn cho công ty. Một khoảng lợi nhuận, vốn hay tiền mặt được chuyển giao một cách thuận lợi và bất ngờ. Nếu vẫn còn đi học, một học bổng hoặc sự giúp đỡ có thể đến với bạn vào ngày mai.

Những tin tức về các quy định và điều khoảng có thể đến bất ngờ trước sự dự đoán của công ty hay dự án. Nếu là một thông tin mới, nhất là các quy định của chính phủ hay cấp trên đến bất ngờ thì đó cũng không phải là điều tốt.

Về tiền bạc: Nếu bạn có những khoảng cho vay hay mượn khó đòi thì đây là cơ hội để lấy lại. Số tiền có thể được hoàn trả trong tích tắt. Những tin tốt lành về tiền bạc như sự tăng cổ phiếu, hay một chính sách công có lợi cũng có thể sảy ra. Ngược lại, lá bài cũng cảnh báo những khoảng chi tiêu kết xù đang làm bạn áp lực, sự lãng phí đến không báo trước làm cho bạn chi tiêu những khoảng kha khá nằm ngoài dự liệu. Nhưng mức độ trầm trọng của vấn đề này không lớn và chỉ trong nhất thời.

Về bè bạn, đồng nghiệp: Sự hợp tác của bạn và đồng nghiệp bắt đầu phát huy tác dụng. Nếu có những sáng kiến mới hay sản phẩm mới, lá bài thể hiện sự thành công của nó. Lá bài đặc biệt thuận lợi nếu bạn bắt tay cùng bạn bè hay đồng nghiệp để chuẩn bị cho các nghiên cứu hay hoạch định mới. Những thông báo bất ngờ có lẽ không phải là một vấn đề trầm trọng với mối quan hệ bạn bè. Lá bài cũng ám chỉ đến những người đỡ đầu cho dự án mới cảu bạn. Lời khuyên là hãy bắt đầu tìm kiến sự hợp tác hay đề xuất các ý tưởng mới trong giai đoạn này.

Về gia đình, người thân : Lá bài ám chỉ một người trong gia đình có khả năng ủng hộ bạn về vốn hay tiền bạc nói chung. Sự trợ giúp này có thể làm tăng cường mối quan hệ của bạn và người ấy. Dù vậy, sự kiện này không hoàn toàn chắc chắn trong lá bài. Có thể đó chỉ là sự giúp đỡ ngắn hạn, hỗ trợ môi giới hay những hỗ trợ tương tự. Lá bài cũng cảnh báo bạn nên tránh lãng phí quá mức số tiền kiếm được cho những chi tiêu không đáng trong gia đình.

Về tình yêu, vợ chồng : Lá bài cảnh báo sự kềm chặt nhau quá mức. Bạn và người yêu dường như đang quản lý nhau quá chặt chẽ. Điều đó có thể là một nhân tố tốt nhưng không phải mọi trường hợp. Các quản lý hiện tại có thể gây hiểu lầm và căng thẳng cho cả hai bên. Thả lỏng và thư thả, bạn sẽ thấy người mình yêu đáng tin như thế nào. Lá bài cũng cảnh báo sự chi tiêu quá mức cho tình yêu, tất nhiên tình yêu cần điều kiện để thăng hoa, nhưng chi tiêu hợp lý hơn để nghĩ đến những dự định trong tương lai như xây nhà, có con, mua xe ...

Về sức khỏe: Lá bài có thể hàm chứa những tin tức bất ngờ về sức khỏe theo chiều hướng ngược lại hiện tại. Nếu bạn đang khỏe mạnh, lá bài cảnh báo những tin tức xấu về sức khỏe. Nếu bạn đang đau yếu, lá bài mang tin tốt lành. Hãy liên hệ với bác sĩ hay khám tổng quát dù bạn đang đau yếu hay khỏe mạnh. Những thông tin sẽ ít nhiều hé lộ sớm về có lợi cho bạn về mặt sức khỏe.

Về nhiệm vụ, thượng cấp : Bạn đang rơi vào những quy định khắc khe mới của thượng cấp hay nhiệm vụ. Bạn rất căng thẳng và nó ảnh hưởng trực tiếp đến bạn. Sự luân chuyển thượng cấp có thể mang cho bạn một ông sếp mới khó khăn và nghiêm khắc. Phong cách làm việc thoải mái cũ có thể không còn nữa và bạn nên chuẩn bị để đối mặt với nó. Việc thay đổi quy định có thể gây xáo trộn cuộc sống và công việc, nhưng không có nghĩa là nó làm chậm sự thăng tiến hay lợi ích cho bạn.

Về mất mát, tai nạn : Lá bài chỉ cung cấp một cái nhìn bao quát về hoàn cảnh mất mát hay tai nạn. Các quy định mới, thông tin mới có thể mang đến cho bạn sự mất mát hay tai nạn nhất định. Một thông tin xấu về sức khỏe, hay công việc có thể tước đoạt của bạn nhiều thứ mà bạn cần. Tuy nhiên, trong lá bài, sự mất mát đó có lẽ không quá nghiêm trọng, nhưng bạn cũng nên chuẩn bị tinh thần để đối mặt với nó.

Từ khóa: Ứng dụng, nghiên cứu, học bổng, phản ánh tin tức, quy định, quản lý. Lãng phí, tản, rộng rãi, sang trọng, tin tức không thuận lợi.

61- Knight of Pentacles

"Lời nhã nhặn, lời ôn tồn, tựu trung là lời mãnh liệt nhất. "
- Glodden

Lá bài diễn tả hình ảnh một người kị sĩ đang cưỡi trên một con ngựa đen. Trên tay ông một đồng tiền lớn. Trong bốn lá kị sĩ, thì hai vị cầm gậy và gươm cưỡi những con ngựa đang lao nhanh đi, vị cầm cúp thì có vẻ đang dịch chuyển từ tốn, còn hình ảnh kị sĩ trong lá bài thì lại đang đứng yên, nhìn ngắm về phía cánh đồng đã được lên luống mới. Tấm vải màu đỏ đại diện cho tinh thần, nội tâm

bên trong của ông. Con ngựa mà ông đang cưỡi được liên kết với yếu tố lửa, sức mạnh, nhiệt huyết. Những cành lá xanh trên mũ của ông, cũng như trên đầu con ngựa cho thấy về sự quan tâm yêu thương, nhân từ bác ái với người khác.

Những lá mặt trong bộ Tarot thường diễn tả về một người có ảnh hưởng lên bản thân bạn, hoặc có đôi khi nó ám chỉ về bạn. Tuy nhiên, bạn không nên nhầm lẫn giữa hình ảnh người kị sĩ với giới tính của người được nói đến. Những hình ảnh với tính tượng trưng cao này thường ám chỉ về mặt tính cách nhiều hơn. Đơn cử như vị kị sĩ cưỡi ngựa đen được đề cập ở trên, được gắn với hai nguyên tố lửa và đất. Bên ngoài, con người được lá bài đề cập đến có thể là con người điềm đạm, từ tốn, sống có trách nhiệm với người khác. Ít bộc lộ cá tính riêng của bản thân với những người mới gặp gỡ lần đầu. Họ sống hướng ra bên ngoài, nhiệt thành vui vẻ, nhưng luôn biết phân rõ giới hạn trong công việc và nghỉ ngơi giải trí.

Mặt khác, họ là những con người sống thực tế, nên trong cách hành động họ thường chú trọng về mặt lợi ích vật chất. Họ luôn sẵn lòng giúp đỡ những người khác với sự yêu cầu lịch sự, đúng mực, và họ cũng cho rằng người khác luôn sẵn sàng giúp đỡ lại mình. Thêm vào đó, họ là con người luôn có những nguyên tắc riêng bất di bất dịch, bất kì hành động dẫu là nhỏ nhất, mang theo sự bất nhã, đều khiến có thành kiến sâu đậm với chủ nhân của hành động đó. Tuy nhiên, họ là những người giỏi che dấu cảm xúc của bản thân.

Với con người mà lá bài Knight Of Pentacles đề cập đến, đừng bao giờ nghĩ rằng, chỉ gặp họ vài lần ở những bữa tiệc là bạn đã trở nên thân thiết với họ. Bản thân họ có thể rất nhiệt tình, vui vẻ, hòa đồng hết mình, nhưng họ luôn dè chừng, dò xét mục đích của người khác. Vì bản thân họ là những người dễ tổn thương, thường gặp khó khăn trong việc kiềm chế cảm xúc của bản thân. Vì vậy, họ thường rất cảnh giác, là luôn muốn dùng thời gian để kiểm chứng một mối quan hệ.

Một đặc điểm nổi bật khác, họ là dạng người thường có xu hướng quan tâm chăm sóc người khác, đi kèm với điều này là nhu cầu muốn gây ảnh hưởng, chi phối lên những người được họ quan tâm. Họ ấm áp, dễ cảm thông, luôn chú ý đến cách người khác nhìn nhận, chấp nhận bản thân họ. Vì vậy, họ có xu hướng hài lòng, thoải mái, vui vẻ khi cho đi, hay đơn giản là thể hiện hành động quan tâm người khác.

Song, họ là những con người thuộc kiểu truyền thống, ít thích thay đổi, yêu thích trật tự, đôi lúc đây là sự cố chấp của con người bên trong của họ. Và một khi kẻ khác vi phạm những nguyên tắc riêng của họ, thì cơn thịnh nộ của họ sẽ bùng nổ hệt như núi lửa phun trào. Thêm vào đó, họ sống coi trọng danh vọng nên thường quá chú tâm cách mọi người nhìn mình. Họ không thích xung đột, phê phán, và thường sẽ phản ứng lại với cảm xúc giận dữ. Một điểm nữa, họ có thể bất chấp tất cả, dẫu là sai trái, để đạt được mục đích của mình.

Không có ai hoàn hảo, và tính cách người được lá bài mô tả cũng vậy. Quan trọng là bản thân dám đối mặt với tự ngã để nhìn nhận, để hiểu chính mình. Mặt khác, khi giao tiếp với người có tính cách như vậy, hãy luôn tôn trọng họ. Điều này sẽ giúp mối quan hệ có một khởi đầu tốt.

***

Về công việc, lá bài diễn tả về suy tính đường đi trong tương lai. Cho dù, hoàn cảnh bây giờ của bạn rất thuận lợi, nhưng vẫn cần phải thận trọng trong việc nhỏ lẫn việc lớn. Việc nhỏ từ lời ăn tiếng nói, sẽ ảnh hưởng việc lớn, mà việc lớn sai một ly đi một dặm. Đây không phải là thời điểm tốt để mở rộng công việc làm ăn, mà là nên ổn định nền tảng, cũng như tập trung đầu tư vào nhân lực, tìm kiếm thêm nhân tài cho doanh nghiệp. Nếu bạn chỉ đơn thuần làm những công việc nhỏ, thì thời gian sắp tới cần khiêm tốn, làm việc đúng nguyên tắc. Vì sự phóng khoáng, không câu nệ, phá vỡ luật lệ sẽ khiến bạn mất thiện cảm với đồng nghiệp, cấp trên.

Về tiền bạc, một mặt lá bài diễn tả bạn được sự giúp đỡ tài chính từ một người được mô tả như trong lá bài. Mặt khác, lá bài là những dấu hiệu tốt đảm bảo về nguồn tài chính của bạn trong thời gian này. Tuy nhiên, nếu bạn được cho vay, hay dự tính cho vay thì cần phải cân nhắc kỹ lưỡng khả năng thu lợi nhuận, cũng như thu hồi vốn. Mặt khác, nếu có làm việc với người có tính cách như Knight of Pentacles, thì bạn cần rõ ràng , nguyên tắc trong việc lợi ích, tiền bạc.

Về bạn bè, đây là một lá bài tốt, nó cho thấy tình cảm sâu đậm, được thể hiện qua những hành động quan tâm rất thực tế, song đôi khi sẽ có những tranh cãi trong mối quan hệ về việc bất đồng quan điểm, do cái tôi của cả hai quá lớn. Tuy nhiên, tình cảm sâu đậm trong mối quan hệ sẽ mài mòn dần cái tôi cố chấp. Hàm ý của lá bài, hãy luôn cân nhắc một điều : tình bạn hay bản ngã của bạn quan trọng hơn. Trong mối quan hệ đồng nghiệp, nên giữ một chừng mực nhất định, không nên đem hết tim gan của bạn cho người khác thấy. Vì tương lai sẽ sinh ra những rắc rối không đáng có.

Về gia đình, người thân, là bài diễn tả tình cảm chân thành, giữa anh chị em trong gia đình. Song nó lại là lá bài không tốt về tình cảm giữa cha mẹ và con cái. Nguyên nhân là sự yêu thương không đúng cách, sự bảo thủ trong cách nuôi dạy con, thiếu tôn trọng con cái, thiếu kiên nhẫn, những điều này có thể khiến tâm lý của đứa trẻ bị ám ảnh sâu sắc. Ở khía cạnh khác, trong các gia đình lớn với nhiều thành viên, thì sự quan tâm đến mức xen vào cuộc sống riêng tư của mỗi cá thể trong đó sẽ khiến những mâu thuẫn nảy sinh dẫn đến các cuộc tranh cãi đáng tiếc. Lá bài mang đến lời khuyên, nếu sự quan tâm mang đến niềm vui, nên làm. Còn nếu quan tâm mà chỉ mang lại nỗi buồn, khổ đau, thì nên ngừng lại và điều chỉnh cách thể hiện sự yêu thương của bản thân.

Về tình yêu, trong trường hợp bạn đang muốn tìm đến một mối quan hệ mới, thì lá bài khuyên bạn nên xem xét lại những thất bại trong quá khứ, cũng như thay đổi bản thân. Còn trong một mối quan hệ, thì tình yêu không phải chỉ có toàn những điều ngọt ngào, mà tình yêu còn là sự chia sẻ trách nhiệm, nâng đỡ lẫn nhau qua cơn khó khăn trong đời sống. Với chuyện vợ chồng, lá bài hàm ý với sự lười biếng trong cuộc sống, hay thiếu quan tâm lẫn nhau sẽ dẫn đến những ức chế tâm lý và dần dần sinh ra mâu thuẫn sâu sắc.

Về sức khỏe, đây không phải là một lá bài tốt. Nó báo hiệu về những trục trặc sức khỏe sẽ bất ngờ xuất hiện trong thời gian tới. Mặt khác, nó còn cho thấy những nguy cơ về sức khỏe đã tiềm tàng do những thói quen xấu, sự lười biếng có thể làm tình trạng sức khỏe của bạn trở nên tồi tệ đi một cách trầm trọng. Điều bạn cần làm là nên cẩn trọng với sức khỏe bản thân trong thời gian tới, và cần đến gặp bác sĩ có chuyên môn ngay khi cảm thấy mệt mỏi.

Về nhiệm vụ, thời gian sắp tới sẽ là một thời gian vất vả với khá nhiều nhiệm vụ. Tuy nhiên, những nhiệm vụ này sẽ đem lại lợi ích to lớn cho bạn. Song, bạn nên chia sẻ lợi ích cũng như cần sự giúp đỡ của người khác mới có thể hoàn thành tốt mọi việc. Nếu bạn ở vị trí thượng cấp, thì đây là thời điểm nên tập trung đầu tư nguồn nhân lực, cũng như các kế hoạch phát triển trong tương lai.

Về tai nạn, mất mát, lá bài báo hiệu về những tranh chấp tài sản thừa kế, dẫn đến rạn nứt mối quan hệ trong gia đình. Các tai nạn liên quan đến các chất kích thích dẫn đến không điều khiển được bản thân. Những nguy cơ rủi ro tài chính có thể thấy trước được, song do sự cố chấp tham lam có thể mất trắng số tiền đầu tư. Cần đề phòng những người tính cách tiêu cực của Knight of Pentacles ảnh hưởng tiêu cực lên công việc, cuộc sống của bạn.

Từ khóa: Khôn khéo; kiên trì trong những vấn đề thực tế. Ích lợi, sẵn sàng quan tâm; giúp đỡ. Trách nhiệm, ngay thẳng toàn diện. Ngược, sự trì trệ, biếng nhác. Sự thực dụng; ngu ngốc, hám lợi và ghen tuông, chán nản và bất cẩn.

62- Queen Of Pentacles

"Đạo sinh chi, đức súc chi, vật hình chi, thế thành chi. (Đạo sinh ra muôn vật, Đức nuôi nấng muôn vật, vật chất làm cho muôn vật có hình, tình thế của hoàn cảnh làm cho muôn vật mỗi vật thành một khác) . " - Lão Tử

Lá bài thường miêu tả một người phụ nữ lớn tuổi đang ngồi bình lặng trên chiếc ngai bằng đá. Một nửa mặt bà bị bóng tối che khuất, bàn tay bà đang ôm một đồng tiền lớn. Trên ngai đá chạm khắc những thiên thần, hoa quả, và chiếc đầu dê tượng trưng cho cung Ma Kết. Những hoa cỏ sinh sôi nảy nở xung quanh bà. Con thỏ màu đỏ chạy ngang qua tượng trưng cho sự dịu dàng, khả năng sinh

sản, dẻo dai, nhanh nhạy, màu đỏ đại diện cho nguồn năng dồi dào.

Tính cách của người được miêu tả bởi lá bài này thường là một người hướng nội, với những giác quan nhạy bén. Họ sử dụng lợi thế này để tiếp xúc với thế giới bên ngoài. Đừng lầm lẫn với lá bài Queen of Pentacles sẽ nói về một người phụ nữ, mà lá bài dùng hình ảnh này như là một hình ảnh nguyên mẫu để đại diện cho tính cách người được nói đến. Đó là sự quan tâm chăm sóc, yêu thương đặc hữu của tính nữ. Đồng thời cũng là sự cảm tính. Với yếu tố ngoại hàm là đất, thì những người được lá bài đề cập đến thường có xu hướng sống muốn quan tâm chăm sóc người thân thương của mình bằng những hành động cụ thể, thực tế.

Song họ cũng là những người rất cố chấp, thường có rất nhiều nguyên tắc riêng của bản thân. Nên cách thể hiện tình cảm của họ đôi khi thái quá, thậm chí là không quan tâm đến cảm nhận của người khác. Đơn giản bạn thích ăn Phở, họ lại thích ăn Bún Bò, thì khi bạn được họ quan tâm thì họ sẽ cho bạn ăn Bún Bò triền miên mà vẫn tự nhủ là đang quan tâm bạn hết lòng. Nhưng đừng lấy làm phiền lòng mà phản ứng tiêu cực với họ. Vì họ sống với nhu cầu muốn quan tâm người khác, muốn cảm thấy mình vẫn còn có ích với mọi người. Sự ruồng rẫy của người họ thương sẽ khiến họ cảm thấy đau khổ tột đỉnh. Vì vậy, bạn hãy dùng lời nói lý lẽ và tôn trọng để họ có thể thấu hiểu được cảm xúc của bạn.

Bên cạnh đó, họ là người sống kín tiếng, không muốn bộc

lộ bản thân quá nhiều. Thậm chí, khi họ bị đối xử một cách bất công thậm tệ, thì họ cũng ít khi bày tỏ các thành tích hay quan điểm của mình nếu không phải bị ép vào bước đường cùng. Do ảnh hưởng của yếu tố đất, nên họ thường ít chú ý đến bản thân nên dễ tham công tiếc việc, và thường dễ rơi vào trạng thái căng thẳng tinh thần, hay tự tạo ra áp lực tâm lý cho bản thân.

Mặt khác, người được lá bài Queen of Pentacles đại diện có yếu tố nội hàm là nước, nên họ thường xử lý mọi vấn đề theo cảm xúc của họ. Vì vậy, họ là những người rất tinh ý, nhạy cảm với cảm xúc của người khác. Song họ thường che dấu cảm xúc của bản thân, thậm chí thường dồn nén cảm xúc tiêu cực cho đến lúc nó bùng nổ với người đã hành xử tệ với họ.

Họ là những người có trí nhớ tốt, giỏi thực hành mọi thứ hơn là lý thuyết. Khả năng làm việc nghiêm túc, thường là chỗ dựa cho người khác. Họ thích những công việc thực tế, thiết thực, và ngược lại cảm thấy chán nản với những công việc đòi hỏi tính sáng tạo cao, trừu tượng. Mặt khác, họ không thích xung đột hay đối đầu trong công việc, đời sống. Vì là người thực tế, nên đôi khi tính cách của họ khá tính toán để làm sao có lợi nhất cho bản thân trong mối quan hệ với những người bình thường.

Họ không phải là người có khả năng thích nghi với hoàn cảnh mới một cách nhanh chóng. Cho nên họ thường có xu hướng níu kéo các mối quan hệ đổ vỡ. Do không giỏi bộc lộ cảm xúc, nên họ thường làm cuộc sống bản thân trở nên nặng nề, xám xịt. Và tốt nhất, bạn đừng làm tổn thương đến họ một cách sâu sắc, vì họ có thể tha thứ cho bạn, nhưng không bao giờ quên.

Về công việc, đây là một lá bài tốt về công việc, công sức bạn bỏ ra trong quá khứ đã gần tới ngày thu hoạch. Mặt khác, lá bài còn ám chỉ về sự giúp đỡ của những người bạn đã quen biết lâu năm. Với doanh nghiệp, thì lá bài báo hiệu về thời gian phát triển định sắp tới. Tuy nhiên cần đầu tư tài chính để phát triển nguồn nhân lực. Bên cạnh đó, còn cần phải có sự liên kết chặt chẽ với các doanh nghiệp cũng ngành khác để ứng phó với thị trường đầy biến đồng. Đồng thời cùng nhau nắm bắt lấy những cơ hội lớn, có lợi cho tất cả.

Về tiền bạc, trái ngược với công việc, lá bài cho thấy bạn cần phải điều chỉnh lại nguồn tiền của mình. Vì khoản thời gian tới bạn sẽ có nhiều việc phải chi tiêu. Mặt khác, bạn cần để nguồn tiền luân chuyển chứ không phải là khư khư giữ chặt, vì điều này không sinh ra lợi nhuận. Cần tính toán kỹ lưỡng trong việc đầu tư buôn bán bất động sản, cũng như việc vay mượn các khoản tiền lớn. Trường hợp bạn muốn hùn hạp làm ăn với người khác, thì không nên bỏ ra một số tiền lớn trong thời điểm này.

Về bạn bè, lá bài diễn tả sự cô lập bản thân, mất niềm tin vào người xung quanh. Mà nguyên nhân là do những tổn thương do đặt niềm tin nhầm người trong quá khứ gây ra. Lá bài dành cho bạn lời khuyên, phải đối diện với sự sợ hãi của mình để vượt qua nó, cũng như cần mở lòng ra. Ai cũng xứng đáng được tin tưởng lần đầu. Với đồng nghiệp, lá bài diễn tả sự cô lập, thành kiến với bạn, hay người rút bài. Nguyên nhân nằm ở cái tôi quá lớn, cũng như sự nổi trội quá mức khiến người xung quanh cảm thấy khó chịu. Để công việc được thuận lợi, thì cần phải điều chỉnh lại thái độ cư xử với mọi người xung quanh.

Về gia đình, người thân, đây là thời điểm tốt nếu bạn đang có dự tính về đường con cái. Mặt khác, những đứa trẻ sinh ra trong thời điểm này thường sẽ có xu hướng sống hướng nội, có phần lớn tính cách mà lá bài miêu tả. Tuy nhiên, lá bài cảnh báo về sự bất hòa, mâu thuẫn giữa anh chị em trong gia đình do sự khác biệt tính cách, hay sự đối xử thiếu công bình của cha mẹ trong thời niên thiếu sẽ để lại những ảnh hưởng tâm lý sâu sắc. Đồng thời, lá bài còn nhắc đến việc xung đột giữa họ hàng về phân chia lợi ích trong việc thừa kế tài sản.

Về tình yêu, lá bài thể hiện một tình cảm sâu sắc, thậm chí đến si mê. Bạn có thể sẽ có những người yêu khác, nhưng sẽ khó mà quên được đoạn tình cảm mà bạn đã từng dâng hiến chẳng giữ lại gì. Tuy nhiên, ở trong một mối quan hệ, bạn nên mở rộng lòng mình, để chia sẻ về quá khứ của mình với đối phương. Cái quá khứ ấy có thể đẹp, hoặc không toàn vẹn, nhưng đây là một cách mở lòng, để người yêu bạn hiểu rõ bạn hơn, và hơn hết là để bạn có thể tự chiêm nghiệm lại bản thân. Trong chuyện vợ chồng, để giữ cho chuyện gia đình yên ấm thì ở vị trí người vợ cần sự nhường nhịn, nhưng không nhẫn nhục mà nên lựa thời điểm chồng bớt nóng giận để nói chuyện rõ ràng, đừng chú ý đến ai đúng ai sai, mà là quan trọng là mối quan hệ vợ chồng.

Về sức khỏe, lá bài báo hiệu sức khỏe của bạn không hề có một vấn đề gì đáng lo ngại. Tuy nhiên, bạn không nên chủ quan mà lười vận động, hoặc sử dụng các chất gây nghiện quá độ. Điều bạn nên làm trong thời điểm sắp, là nên điều chỉnh lại lịch sinh hoạt, dành thời gian để vận động, cũng như cân bằng lại việc sử dụng các chất gây nghiện, vì bạn phụ thuộc quá nhiều vào nó. Mà đánh mất đi tự do của bản thân. Trong trường hợp bạn hay người được xem đang phải điều trị bệnh, thì lá bài mang đến những dấu hiệu tốt cho việc phục hồi sức khỏe.

Về nhiệm vụ, đây là thời gian bạn cần hoàn tất sớm các nhiệm vụ cũ. Vì thời gian sắp tới sẽ có nhiều nhiệm vụ quan trọng, đi kèm với các cơ hội lớn có mà bạn cần chuẩn bị thật kỹ để có thể nắm bắt và thực hiện tốt. Ở vị trí thượng cấp, thì bạn cần phải tỏ nghiêm khắc, kỷ luật, nhưng cũng phải đồng thời từ từ hướng dẫn, giúp đỡ cho nhân viên cấp dưới của mình. Điều này sẽ đem nhiều lợi ích về mặt công việc, cũng như tinh thần cho bạn.

Về tai nạn, mất mát, lá bài không đề cập đến tai nạn mất mát. Tuy nhiên, nó thường ám chỉ việc thiếu tự tin, tính toán quá kỹ lưỡng nên thường dễ đánh mất cơ hội quan trọng trong đời. Theo các quan điểm không chính thống, lá bài thường ám chỉ về các rắc rối về sức khỏe trong thời gian sinh sản. Mặt khác, nó thường báo hiệu cảnh " nồi da xáo thịt", hay " huynh đệ tương tàn" trong gia đình, dòng họ.

Từ khóa: Sự giàu có, quảng đại, sang trọng, an toàn, tự do. Người phụ nữ rộng lượng, có lòng tốt. Ngược, xấu xa, nghi ngờ, sợ hãi, đau ốm. Lòng tin bị đặt nhầm chỗ. Thiếu quyết đoán, dễ thay đổi.

63- King Of Pentacles

"Người nghèo hi vọng được một thứ, người xa xỉ hi vọng được rất nhiều thứ, người tham lam hi vọng được tất cả. " - Mark Twain

Hình ảnh tiêu biểu của lá bài thường là một người đàn ông

có khuôn mặt tối, mặt đăm chiêu do dự. Ông ngồi trên ngai vàng có biểu tượng con bò, tay cầm một đĩa hay đồng tiền vàng. Ý tưởng chính của lá bài là sự chủ động về tiền bạc, sự toan tính chủ đích về tài sản, khôn ngoan khi tính toán nhưng đôi khi quá đà trở thành sự tham lam và xấu xa. Đôi khi lá bài cũng ám chỉ đến những người thành

công và dũng cảm trong công việc. Lá bài cũng ám chỉ sự xếp loại thứ yếu trong cuộc sống.

Lá bài thể hiện cho những người có tính cách sống thiên về giác quan hướng ngoại. Nghĩa là họ sẽ tiếp nhận mọi thứ bằng cách giác quan của mình và tư duy, tương tác mọi thứ bằng lý trí của mình. Và với vẻ bên ngoài trầm tính, điềm đạm họ thường che giấu cảm xúc bên trong của mình.

Họ là con người của những cuộc vui, họ nhiệt tình, vui vẻ hòa đồng trong môi trường thân quen của mình. Họ truyền cảm hứng, lửa nhiệt tình cho những người xung quanh. Nhưng đôi lúc lại khá điềm đạm, nguyên tắc, lịch lãm trong các môi trường lạ với những người chưa quen. Họ thông minh, và suy luận khá nhanh nên lời nói thường không chạy theo kịp suy nghĩa của họ. Nên họ dễ lan man từ ý này sang ý khác, khiến người khác cũng khó theo nổi.

Họ thường rất dễ mến, gần gũi và thường thích những ý tưởng mới, món ăn mới, các sản phẩm thời trang mới. Suy nghĩ của họ đơn thuần, giản dị nhưng sắc bén. Vì họ có thể tranh luận với người khác trong một vài tiếng chỉ xoay quanh những chủ đề đơn giản. Mang theo hai thuộc tính khí và đất, nên con người họ thường dễ mâu thuẫn bản thân nên đôi lúc dễ thay đổi phương hướng. Dễ thiếu quyết đoán trong chuyện tình cảm, hay các vấn đề gia đình rắc rối.

Họ thích sự ổn định, tiện nghi, cũng như muốn đem lại sự ổn định an toàn cho những người họ quan tâm. Tuy nhiên, đôi lúc những hành động quan tâm của họ mang tính chủ quan, nên dễ dẫn tới việc áp đặt lên người khác. Vì họ là những người có tính chiếm hữu cao, đi kèm với việc đôi lúc khá cứng nhắc bảo thủ. Bên cạnh đó, họ còn là những con người tự lập, tháo vát và hiếm khi nổi giận ra mặt.

Trong các mối quan hệ, họ là con người rộng lượng và bao dung. Có khiếu hài hước nên dễ được lòng mọi người. Nhưng đôi lúc, họ lại quá thiên về vật chất, và sử dụng tiền bạc vào việc ăn chơi nhảy múa một cách lãng phí. Họ không thích sự chỉ trích hay lặp lại những lỗi lầm và có thể phản ứng bằng cách im lặng. Nhiều khi, họ giữ riêng những nỗi đau bên trong trái tim của mình. Họ là những vị vua mạnh mẽ trong công việc, nhưng lại là những người trẻ dại trong địa hạt tình cảm vì thế nên họ luôn chạy trốn những rắc rối, luôn lờ nó đi. Và làm như nó không tồn tại, và vì thế các mối quan hệ họ dễ bị hủy hoại nếu không gặp được một người có thể cảm thông với họ.

Họ có thể chấm dứt mối quan hệ, nhưng họ sẽ không bao giờ quên bạn. Trong tình yêu, họ luôn nói ít làm nhiều. Luôn cố gắng bảo vệ, suy tính cho người họ yêu thương. Luôn rộng lượng, bao dung, có chút phàm phu tục tử. Nhưng trên hết, họ là những người sống hết mình vì tình yêu, và những thứ có thể ăn được.

Về công việc: Những toan tính mà bạn và công ty hay dự

án đang thực hiện rất hoàn mỹ, sự thành công sẽ đến như mong đợi. Bạn có một cấp trên có cái đầu khôn ngoan, điều này là lợi thế không gì sánh được. Tuy nhiên, vai trò của bạn trong công ty không được coi trọng, hoặc bị xếp loại thứ yếu. Nhược điểm của lá bài này là sự thành công có thể kích thích những cái đầu tính toán và giành lợi ích về phía mình, sự tham lam vô độ là nguy cơ làm sụp đổ của những thành công tiếp theo. Đối với những người có quyền lực (hoặc ám chỉ bạn, hoặc người xung quanh), sự tham nhũng đôi khi trở nên rất trầm trọng và nguy hại. Nếu bạn có những biểu hiện như vậy, hãy suy nghĩ kỹ về sự nguy hại của nó.

Về tiền bạc, lá bài ám chỉ sự thoải mái trong tiền bạc và chi tiêu, nhưng nó cũng hàm ý sự tham lam và xấu xa được thúc đẩy bởi tiền bạc. Tham nhũng tiền bạc là một trong những thứ lá bài cảnh báo. Lá bài không phán xét bạn, nhưng cảnh báo bạn những điều tồi tệ có thể xảy đến từ những hành vi này. Những gian dối toan tính xấu trong kinh doanh cũng là một phần cảnh báo của lá bài. Nếu bạn rơi vào hoàn cảnh này, hãy tỉnh táo nhé.

Về bè bạn, đồng nghiệp, lá bài một mặt ám chỉ một đội nhóm dự tính tốt cho các kế hoặc, mặc khác cảnh báo về những người bạn hay đồng nghiệp tham lam. Sự hư hỏng, xấu xa cũng được nói đến. Lá này không hàm chứa sự ganh tỵ nên bạn có thể yên tâm nếu sự thông minh và khôn ngoan của bạn tác động đến người khác. Mặc dù vậy, sự thứ yếu được đề cập trong lá bài có thể ảnh hưởng đến sự ganh tỵ của chính bạn với người khác. Trong quãng thời gian này, bạn có thể sẽ thường xuyên cảm nhận sự bất công khi hầu hết các ý kiến thú vị do bạn đề xuất, nhưng lại được giao cho người khác làm. Đừng lo lắng, tất cả đều có chu kỳ của nó, và việc bạn đề xuất ý kiến không phải là không có ai ghi nhận công lao của bạn.

Về gia đình, người thân: Lá bài không ám chỉ nhiều đến gia đình, nhưng sự khôn ngoan toan tính trong kinh doanh hay công việc giúp bạn thăng tiến về sự nghiệp lẫn tiền tài, vì vậy gia đình sẽ có điều kiện nhiều hơn. Chú ý là lá này có chứa cả sự hư hỏng, và tham nhũng trong đó nên bạn cũng đề phòng những tác động tiêu cực trong gia đình. Sự chi tiêu giàu sang hay địa vị cao có thể kèm theo sự tham nhũng hay hư hỏng.

Về tình yêu, vợ chồng: lá bài không ám chỉ trực tiếp đến vấn đề này. Tuy nhiên, sự thuận lợi ở trí tuệ có thể giúp bạn thuận lợi hơn khi mới bắt đầu yêu. Đây là thời điểm dành cho sự giúp đỡ hào phóng và ga lăng nếu gia đình hay bản thân người yêu có vấn đề khó khăn về tiền bạc hay công việc. Sự khôn ngoan của bạn sẽ được đánh giá cao trong mắt nàng. Vì vậy, đừng ngại nêu lên ý kiến, nhận định và cả lời khuyên đối với gia đình nàng hay bản thân nàng nếu có cơ hội.

Về sức khỏe: Lá bài ám chỉ đến tình trạng nguy hiểm cao. Bạn có thể gặp sự cố với những mưu toan xấu xa của bạn. Dừng việc suy nghĩ xấu và các dự án có hại. Tham nhũng cũng là một tác nhân có hại cần được loại trừ. Lá bài có lẽ không ám chỉ những vấn đề sức khỏe quá nhiêm trọng ảnh hưởng tính mạng, nhưng cũng cần được quan tâm.

Về nhiệm vụ, thượng cấp: Bạn sẽ thường bị giao những nhiệm vụ thứ yếu, hoặc bị đánh giá thứ yếu. Điều này sẽ có hại cho sự thăng tiến của bạn. Dù nhận xét đó là chủ quan hay khách quan, bạn cần nỗ lực nhiều hơn trong các nhiệm vụ của mình nhằm cải thiện hình ảnh trước mắt người khác. Lá bài chỉ rõ là bạn có đủ trí tuệ để quản lý các vấn đề khó, vì vậy đừng ngại nhận những nhiệm vụ liều lĩnh nếu có yêu cầu.

Về mất mát, tai nạn: lá bài trực tiếp đề cập đến những nguy hiểm hơn là mất mát. Việc bạn bị đánh giá thấp về năng lực có thể coi là một sự mất mát niềm tin và lòng tự trọng, nhưng nó không nên bị coi là sự xui xẻo. Nó chỉ là nhận xét và cảm nhận, nó sẽ biến đổi theo thời gian, vì vậy đừng lo lắng. Ngược lại điều bạn nên cẩn thận là các vấn đề tai nạn, nhất là nó liên quan đến sự tham nhũng hay bất công do bạn gây ra nhờ vào tiền bạc hay quyền lực mà bạn có.

Từ khóa: Dũng cảm, thực hiện kinh doanh, thông minh, và năng khiếu trí tuệ bình thường, các thành tựu toán học; thành công.Thực dụng, thứ yếu, xấu xa, sự hư hỏng, tham nhũng, nguy hiểm.

CHƯƠNG 6 : ẨN PHỤ (MINOR ARCANA) – BỘ KIẾM (SWORD SUIT)

64- Ace Of Sword

"Quả của trí tuệ có 3 loại: một là suy nghĩ chu đáo, hai là lời nói thích đáng, ba là hành vi công chính. " - Democritus (Hy Lạp)

Lá bài thường được miêu tả với hình ảnh bàn tay của một thiên thần đưa ra nắm lấy thanh kiếm thánh, trên đó có những nhánh cây cùng với một chiếc vương miệng bằng vàng.Những đồi núi xa xa có màu xám xịt. Những ánh vàng đang rơi có hình dạng giống kí tự Yoh trong cổ ngữ Do Thái, sáu cánh vàng rơi tượng trưng cho sáu ngày sáng tạo thế giới trong sáng thế ký.

Về công việc, lá bài báo hiệu thời gian sắp tới công việc của bạn sẽ gặp những trục trặc bất ngờ. Và thời điểm này, bạn cần lên nhiều phương án dự phòng để có thể ứng phó với các sự kiện xảy ra đột ngột. Mặt khác, lá bài diễn tả về sức mạnh tinh thần, khả năng lập kế hoạch tốt, cũng như việc giao tiếp tốt sẽ giúp bạn phát triển công việc một cách thuận lợi. Tuy nhiên, nếu bạn sử dụng khả năng của mình để thu lợi bất chính, thì sẽ có ảnh hưởng lớn cho danh tiếng của bạn về sau này.

Về tiền bạc, bạn cần xem xét lại danh sách các mục chi tiêu trong thời gian vừa qua để có sự điều chỉnh hợp lý về nguồn tài chính. Đây không phải là thời gian tốt để mua sắm quá nhiều, hay đầu tư vào các lĩnh vực mới. Tuy nhiên, nếu bạn dự tính vay mượn để phát triển công việc, thì lá bài lại là tín hiệu tốt. Đồng thời, lá bài còn ám chỉ đến những tranh cãi liên quan đến tiền bạc cho vay mượn giữa bạn bè, người thân. Trường hợp bạn đang chần chừ không quyết trước một cơ hội lớn, thì bạn nên hỏi xin ý kiến của những người có chuyên môn, đã đi trước trong lĩnh vực này.

Về bạn bè, đây là một lá bài tốt, nó cho thấy sự rõ ràng trong mối quan hệ bạn bè. Mặt khác, mối quan hệ bạn bè sẽ giúp bạn có nhiều ý tưởng, suy nghĩ đột phá. Cũng như trở nên cởi mở, vui vẻ hơn. Trong mối quan hệ đồng nghiệp, thời điểm này là lúc mà bạn cần im lặng, tránh bàn tán về người không có mặt. Đồng thời, bạn không nên chia sẻ những chuyện nhạy cảm, để tránh những rắc rối hay điều tiếng thị phi có thể khiến bạn cảm thấy mệt mỏi.

Về gia đình, người thân, lá bài nhắc nhở bạn, gia đình bạn cần cẩn thận với những điều tiếng thị phi có thể ảnh hưởng đến danh dự của gia đình. Mặt khác, lá bài cho thấy nguyên nhân có thể là do những mâu thuẫn, oán hận đã xảy ra trong quá khứ nhưng vẫn chưa giải quyết xong. Ở khía cạnh khác, lá bài đưa ra lời khuyên về việc giao tiếp giữa cha mẹ và con cái trong gia đình, sự so sánh con cái trong gia đình với người khác, hay những lời nói nặng nề sẽ dễ dẫn đến tổn thương tâm lý, cũng như gây ra khoản cách trong gia đình.

Về tình yêu, nếu bạn đang muốn nhắm đến người nào đó, hãy chú ý đến khả năng giao tiếp của bạn. Việc khơi gợi cuộc trò chuyện theo cách khéo léo, duyên dáng sẽ giúp bạn tạo được nhiều thiện cảm với đối phương. Trong mối quan hệ, thì lá bài cho thấy sự sòng phẳng, lý trí, tính toán, điều này sẽ khiến mối quan hệ trở nên nặng nề, phiền não. Ở trường hợp vợ chồng, thì đây là thời điểm cần phải tính toán, kế hoạch lại những khoản chi tiêu trong gia đình để tránh vì tài chính mà có tranh cãi.

Về sức khỏe, thời điểm sắp tới bạn sẽ không cần lo lắng gì về vấn đề sức khỏe. Lá bài mang đến cho bạn những dấu hiệu tốt về sức khỏe, nhất là trong trường hợp bạn vừa trải qua những cơn bệnh nặng. Mặt khác, lá cũng cảnh báo bạn nên nghĩ đến việc thư giãn đầu óc, để giảm tải áp lực tinh thần bằng âm nhạc, phim ảnh, hay đơn giản là mở lòng với một người thân thương, những hành động nhỏ này sẽ đem lại sự bất ngờ ngoài mong đợi của bạn.

Về nhiệm vụ, thời gian sắp tới bạn cần cân nhắc kỹ trước khi quyết định nhận lấy một nhiệm vụ mới. Hãy chú ý, thành quả bạn đạt được có tương xứng với cái giá mà bạn phải đổ ra khi hoàn thành nhiệm vụ này. Đừng vì sự nóng vội hấp tấp mà bạn tự tạo thêm áp lực cho bản thân. Ở vị trí thượng cấp, nếu bạn dự tính giảm thiểu nhân sự trong thời gian này, thì bạn cần có sự chuẩn bị chu đáo, cũng như biện pháp khích thích tinh thần trước khi thông báo. Sự đột ngột có thể gây hoang mang, hạ thấp tinh thần của tập thể nhân viên.

Về tai nạn, mất mát, lá bài cảnh báo về những vụ lừa đảo với qua hình thức những lời ngon ngọt. Có thể là về tình cảm, hay tài sản, hoặc cả hai. Mặt khác, lá bài cho thấy sau lưng bạn đang có người đang ngấm ngầm nhằm vào bạn bằng những điều tiếng thị phi. Bên cạnh đó, lá bài còn báo hiệu về những tin tức không tốt trong gia đình. Nếu bạn chuẩn bị ký kết giấy tờ, hay cho vay, mượn trong thời điểm này cần phải đọc kỹ lưỡng các điều khoản, cũng như nên có xác nhận giao dịch.

Từ khóa: Sự chiến thắng, vinh quang. Cường điệu hóa mọi thứ. Sức mạnh to lớn trong tình yêu lẫn thù hận.Khởi phát suy nghĩ, hướng tư duy mới, ý niệm. Ngược, sự ngại ngùng, vô vọng, tình yêu mù quáng và tuyệt vọng. Ích kỷ và thực dụng.

65- Two Of Swords

"Lý tưởng là ngọn đèn sáng chỉ đường. Không có lý tưởng thì không có phương hướng xác định; không có phương hướng thì không có cuộc sống." - Lev Tolstoy

Mặt Trăng trong cung Thiên Bình

Lá bài thường được miêu tả với hình ảnh một người phụ nữ mặt áo trắng, đang ngồi trên bệ đá xoay lưng lại với biển cả phía sau. Hai tay cô đặt chéo hai thanh gươm dài ngang với vai. Trên mặt cô, hai mắt được bít bằng một tấm vải trắng. Nếu như gươm đại diện cho lý trí, suy nghĩ, thì mặt nước đằng sau lưng cô đại diện cho nội tâm sâu thẳm, các dải đá nhấp nhô tượng trưng cho những vấn

đề mà cô gái đang phải đối mặt để đưa ra quyết định.

Về công việc, lá bài cho thấy bạn có thể gặp phải nhiều vấn đề khó khăn trong công việc trong thời gian tới. Điều mà bạn nên làm là giữ bình tĩnh, và tránh bị ảnh hưởng bởi người khác. Vì bản thân bạn đủ sức kiểm soát giải quyết chúng. Đây không phải là thời gian tốt để kí kết các hợp đồng. Trường hợp bạn muốn phát triển hay bắt đầu một dự án ở lĩnh vực mới, thì bạn nên xin lời khuyên từ những người bạn có kinh nghiệm trong lĩnh vực này. Mặt khác, đây là thời điểm bạn cần giữ đúng lề luật chứ không phải là lách luật trong công việc.

Về tiền bạc, những vấn đề về tiền bạc của bạn sẽ tìm ra hướng giải quyết trong thời gian tới. Lá bài báo hiệu về những cơ hội mang lại một nguồn tài chính cho bạn. Mặt khác, bạn cần cân nhắc cẩn thận với những chi tiêu, đầu tư lớn trong khoản thời gian này. Vì còn những khó khăn ẩn giấu mà bạn vẫn chưa thể tiên liệu được trước. Đồng thời, trong các giao dịch về tài chính, bạn cần phải có giấy tờ xác nhận để tránh những rủi ro đáng tiếc trong tương lai.

Về bạn bè, tình cảm trong mối quan hệ của bạn là một sự sâu đậm nhưng lại hiếm khi bộc lộ ra ngoài, song khi có hoạn nạn thì bạn không bao giờ bỏ rơi bạn bè của mình. Thứ chân tình này nhìn thì trong như nước, song lại cay nồng như rượu. Thậm chí, có những lúc bạn hi sinh niềm tin bản thân vì bạn bè. Trong vấn đề đồng nghiệp, đây là thời điểm bạn cần cởi mở hơn, để hòa đồng cùng hợp tác với nhau. Tuy nhiên, bạn vẫn nên thận trọng vì bạn làm chung vừa là đồng minh vừa là đối thủ chung chiến tuyến.

Về gia đình, người thân, đây là thời điểm cần tránh sự tranh cãi, xung đột gay gắt. Vì bên trong vấn đề có mâu thuẫn vẫn còn nhiều uẩn khúc chưa được làm rõ. Đồng thời đây là thời điểm để bỏ qua những sai lầm của người thân từng phạm phải trong quá khứ. Mặt khác, sự ép buộc của cha mẹ với con cái trong việc lựa chọn con đường tương lai sẽ dẫn đến sự chán nản, tự cô lập của con cái đối với cuộc sống xung quanh. Theo một vài quan niệm khác, lá bài đôi khi còn ám chỉ đến sự dối trá, trở mặt của họ hàng, người thân nếu nằm ở vị trí xấu trong trải bài.

Về tình yêu, lá bài diễn tả sự phân vân, cân nhắc không xác định trong suy nghĩ, cảm xúc. Trường hợp bạn đang đứng trước hai lựa chọn, thì bạn vẫn cần thêm thời gian để xác định bản thân thương ai. Mặt khác, trong mối quan hệ thì thời điểm này bạn nên im lặng, giữ thế cân bằng, không nên tranh cãi với người kia, trong những vấn đề nhỏ nhặt nhất. Với chuyện vợ chồng, sự hoài nghi quá mức sẽ khiến cho đối phương cảm thấy mệt mỏi chán chường. Lá bài đưa đến lời khuyên về việc trao đổi thẳng thắn suy nghĩ, nhu cầu của bản thân với người kia, thay vì suy nghĩ xa vời không hành động.

Về sức khỏe, đây không phải là một lá bài tốt về vấn đề này. Bạn không được cố tính lảng tránh những dấu hiệu mà cơ thể đang cố gắng báo hiệu cho bạn, nó có thể là những sự mệt mỏi liên tục, các giấc mơ lặp đi lặp lại. Mặt khác, lá bài ám chỉ cơ thể bạn đang gặp nhiều áp lực, hoặc bị thiếu nước trầm trọng. Khi lá bài này xuất hiện trong trải bài về vấn đề sức khỏe, bạn nên lưu ý đến những cảnh báo của nó. Và nhớ rằng, đừng tiếc tiền để bảo vệ sức khỏe của bạn.

Về nhiệm vụ, đây không phải là thời điểm chần chừ thiếu quyết đoán, bạn cần phải nắm lấy những cơ hội đưa đến trong thời gian này. Nó sẽ giúp bạn phát triển trong tương lai, song bạn cũng cần phải cạnh tranh để có thể nắm lấy nó. Ở vị trí thượng cấp, bạn cần phải tỉnh táo, tránh nghe thông tin từ một phía rồi vội vã ra quyết đinh, vị trí càng cao thì càng cần cẩn trọng, bạn thu thập thông tin ít nhất từ hai nguồn.

Về tai nạn, mất mát, lá bài không đề cập đến vấn đề này. Song nó báo hiệu về những nỗi phiền muộn, những chuyện rắc rối mà bạn vô tình mắc kẹt vào đó. Theo một vài quan niệm khác, lá bài báo hiệu về sự lừa dối trong tình cảm cảm, sự phản bội, trở mặt trong công việc làm ăn, sự tranh cãi xung đột lừa dối trong gia đình. Tuy nhiên, những quan niệm trên chỉ nên tham khảo thêm.

Từ khóa: Sự cân nhắc, tuân thủ và quân bình. Hiện thân cho lòng dũng cảm, tình bằng hữu, hòa thuận. Bình yên. Ngược, bạn bè giả tạo, dối trá, bội tín, trở mặt.

66- Three Of Swords

"Một nửa thế giới không thể hiểu hạnh phúc của người khác." - Jane Austen

Sao Thổ trong cung Thiên Bình

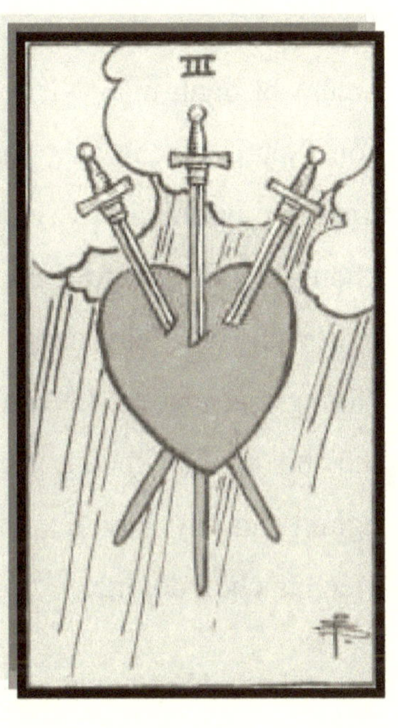

Hình ảnh tiêu biểu của lá bài thường là một trái tim bị đâm xuyên bởi ba cây kiếm. Đây có thể nói là hình ảnh biểu tượng duy nhất của bộ bài. Lá này có nội dung chính là sự phân chia, tha hóa về tinh thần, sự rối loạn hay mất mát của tâm hồn.

Về công việc: Công việc đang ở tình trạng đình trệ. Tinh thần làm việc sa sút. Đây là lá bài tồi tệ về chủ đề này. Sự chia rẽ và mất phương hướng ở công ty, dự án đã đến mức tan rã. Dường như mọi cứu cánh nhằm phục hồi tình trạng cũ đã không còn hiệu lực. Sự suy xụp này không phải nằm ở vấn đề vật chất mà nằm ở vấn đề tinh thần. Lá bài cho thấy vấn đề công việc không chỉ phụ thuộc vào các yếu tố vật chất bên ngoài, mà còn ở yếu tố tinh thần bên trong. Lời khuyên là tìm ra chìa khóa hay gút mắc tâm hồn đang làm rối loạn công việc. Dù vậy, tính khả quan của việc phục hồi thật sự không cao.

Về tiền bạc: Sự đổ vỡ mất mát bởi chính lòng tin và trách nhiệm bị đánh mất. Niếm tin ở hai bên đối tác đã không còn. Nếu đang cho vay, bạn có nguy cơ không thể tiếp tục tìm được người chịu vay; nếu đang đi vay, bạn có nguy cơ không tìm được người cho vay. Vấn đề còn lớn hơn, khi người cho vay hay đang vay cũ, nay sẽ rút lại lời hứa. Những mất mát có thể còn lớn hơn, như đổ nợ, hay không thể thu hồi lại khoảng tiền vay. Lời khuyên là hãy tạm ngừng cho vay, hay đi vay, vì bạn cần cẩn trọng hơn trong việc lựa chọn đối tác.

Về bè bạn, đồng nghiệp: Bè bạn, hay đồng nghiệp tiếp xúc trong khoảng thời gian này thật sự không đáng tin. Sự tha hóa và biến chất đã vào cuộc. Sự biến đổi này có thể do lỗi của bạn, chứ không phải hoàn toàn do hoàn cảnh. Hãy cẩn trọng hơn lúc nào hết đối với các mối quan hệ bè bạn hay đối tác. Lá bài không ám chỉ rằng bạn sẽ bị toàn bộ bạn bè phản bội hay xa lánh, nhưng rõ ràng là bạn sẽ gặp rắc rối thật sự với các mối quan hệ này trong thời gian hiện tại. Lá bài cũng cho thấy sự chia tay hoàn toàn đối với các mối quan hệ về mặt tình cảm. Đó không phải là sự chia tay về không gian do đi công tác, hay công việc dài ngày như các lá bài khác. Một sự chia tay thật sự không thể cứu vãn.

Về gia đình, người thân : Lá bài ám chỉ tương tự đối với tất cả các mối quan hệ tình cảm. Sự thay đổi được trong tâm lý của người thân diễn ra nhanh chóng, ngày càng rõ. Bạn không muốn có sự thay đổi này và làm mọi thứ để chống lại nó. Vô ích, sự rối loạn này sẽ tiếp tục kéo dài và không có hồi dứt. Sự rạng nứt tình cảm diễn ra dễ dàng hơn trong giai đoạn này. Lời khuyên là bạn nên cẩn trọng hành động và lời nói khi nóng giận, vì thường những vết nứt tình cảm xuất phát chủ yếu từ đấy mà ra.

Về tình yêu, vợ chồng : Không khác biệt nhiều so với vấn đề gia đình, người thân. Tuy nhiên, lá bài có thể đi đến những đặc thù về tình yêu: sự trả thù, sự ly dị, hay ly thân. Sự đổ vỡ có thể diễn ra dễ dàng hơn bạn tưởng, đôi khi bởi những lý do khá kỳ dị. Sự thay đổi đã đến mức không thể chịu nổi cho cả hai. Sự rối loạn của cả hai sẽ dẫn đến nhiều rắc rối hơn như gia đình hai bên, con cái, tiền bạc, tài sản … Lời khuyên là nên bình tĩnh trước khi quyết định điều gì, nhất là khi nó ảnh hưởng đến cả những vấn đề sau này như ly thân hay ly dị.

Về sức khỏe: Lá bài nhấn mạnh đến sự suy sụp tinh thần, nhưng so với các lá bài khác, ở mức độ nghiêm trọng hơn nhiều. Khủng hoảng tinh thần hay tâm lý là từ dùng thường được đề cập. Nghiêm trọng hơn như bị các chứng bệnh tâm thần, thậm chí phải nhập viện điều trị. Lời khuyên là chúng ta luôn có các khóa điều trị tâm lý hay tinh thần để giúp đỡ bạn ngay khi bạn gặp các vấn đề mệt mỏi hay căng thẳng, đừng để tình trạng đó kéo dài quá mức. Ở cấp độ nhẹ hơn, một người bạn để tâm sự cũng là những giải pháp tốt.

Về nhiệm vụ, thượng cấp : Bạn và thượng cấp đang có sự đối đầu trực tiếp. Nhiệm vụ được thực hiện cực kỳ chậm chạp. Sự tha hóa ở cả hai bên, bản thân bạn và thượng cấp, đã đến mức không thể điều hòa. Nhiệm vụ được giao đang ở tình trạng rối loạn. Tất cả những vấn đề đó đã có từ trước và chỉ bộc phát vào thời điểm này. Bạn không hẳn là người có lỗi, phải chịu trách nhiệm cho toàn bộ chuyện này. Vì vậy, nếu cảm thấy không thể điều hòa được nữa, hãy thu xếp và thử sức ở vai trò mới, nhiệm vụ mới, hay một lãnh đạo mới.

Về mất mát, tai nạn : Lá bài ám chỉ toàn bộ những mất mát và tai nạn do tinh thần và tâm hồn. Tai nạn mất mát có thể đến từ sức khỏe, nếu tình trạng khủng hoảng của bạn buộc bạn phải nhập viện. Sự ly hôn, ly thân có thể kéo theo sự phân chia tài sản. Sự mất lòng tin ở công việc và tiền bạc, có thể kéo theo sự sụp đổ cả công ty hay dự án, nguồn tiền bạc bị lấy đi mất. Tất cả chuỗi sự kiện này có thể không diễn ra cùng một lúc vì nó còn bị tác động bởi các lá khác, nhưng có thể một vài cặp sự kiện này sẽ đi cùng với nhau.

Từ khóa: buồn khổ, biến mất, vắng mặt, chậm trễ, chia, vỡ, phân tán, sự tha hóa tâm thần, lỗi, mất mát, mất tập trung, rối loạn, rối loạn

67- Four Of Swords

"Bệnh tật làm cho sức khỏe trở thành niềm vui, việc xấu làm cho việc tốt trở thành niềm vui, cái đói làm cho cái no trở thành niềm vui, mệt mỏi làm cho nghỉ ngơi trở thành niềm vui." - Democritus (Hy Lạp)

Sao Mộc trong cung Thiên Bình

Lá bài thường được miêu tả với hình ảnh của một hầm mộ châu âu cổ xưa. Trong đó có một pho tượng của một kị sĩ được tạc trên quan quách của ông. Bức tượng nằm trong tư thế nhắm mắt và đang cầu nguyện. Trên tường có treo ba thanh gươm, bên vách áo quan đá là một thanh gươm nữa. Trên cửa ô là một bức tranh bằng kính màu vẽ về đề tài trong kinh thánh về Đức Mẹ, hoặc một vị thánh mẫu

và một đứa trẻ. Nếu với lá ba gươm là sự buồn rầu, khổ đau, thì bốn gươm là sự hòa hoãn, nghỉ ngơi để có thể phục hồi tinh thần để đương đầu với những thử thách tiếp theo ở năm gươm.

Về công việc, đây không phải là thời điểm để bạn phát triển công việc nhanh chóng. Bạn cần thực hiện mọi thứ trong im lặng. Sự tính toán kỹ lưỡng sẽ giúp bạn có thể ứng phó nhanh chóng với các tình huống phát sinh. Trong công việc, bạn nên dành thời gian để nghỉ ngơi, đồng thời suy tính về con đường phát triển lâu dài của bản thân. Trường hợp bạn đang chuẩn bị một dự án, kế hoạch mới, thì lá bài nhắc nhở bạn cần xem xét lại bản kế hoạch, sự ăn ý của những người làm cùng, nguồn tài chính...

Về tiền bạc, nếu bạn đang trong giai đoạn tài chính khó khăn, thì lá bài mang đến những tín hiệu khả quan là giai đoạn này sẽ chấm dứt nhanh trong thời gian tới. Mặt khác, thời điểm này bạn cần phải tính toán điều tiết nguồn tiền của doanh nghiệp, bản thân, gia đình lại. Ở trường hợp khác, bạn nên lựa lời từ tối khéo léo những khoản vay mượn tiền bạc trong thời gian này, vì bạn sẽ khó thu hồi lại trong thời gian ngắn. Bên cạnh đó, đây cũng không phải là thời điểm thích hợp để mua sắm những vật dụng đắt tiền, vì chúng mang đến những phiền toái không đáng có.

Về bạn bè, lá bài diễn tả sự cô đơn, phòng thủ của một người từng chịu nhiều tổn thương, mất mát trong tình cảm bạn bè. Đây là thời điểm nghỉ ngơi để phục hồi lại niềm tin vào con người cũng như tránh những điều tiếng thị phi ồn ào. Trong vấn đề đồng nghiệp, đây là thời khắc mà bạn nên tránh tham dự vào những cuộc cạnh tranh nhỏ, âm thầm làm việc, đồng thời chuẩn bị cho sự phát triển xa hơn của bản thân trong công việc. Cần đề phòng những người tỏ ra thân cận với bạn, tránh tiết lộ quá nhiều thông tin về công việc.

Về gia đình, người thân, lá bài diễn tả về tình trạng bất hòa, mâu thuẫn của anh chị em trong gia đình, mà nguyên nhân sâu xa đã diễn ra trong quá khứ. Nó có thể tiếp diễn dai dẳng cả một đoạn đời. Bên cạnh đó, lá bài cho thấy, dù bạn đau khổ hay lưu lạc nơi đâu, thì vẫn còn gia đình, có một ngôi nhà tinh thần để quay về nương náu, trú ẩn. Theo những quan niệm khác, lá bài đôi khi còn đề cập đến vấn đề mồ mả, hoặc việc lập di chúc phân chia tài sản thừa kế trong gia đình.

Về tình yêu, nếu bạn đang cô đơn, hoặc chuẩn bị vào một mối quan hệ mới. Thì đây chưa phải là thời điểm thích hợp tìm kiếm, hay bắt đầu. Vì bản thân bạn cần phải tự thấu hiểu chính bản thân mong muốn điều gì, cũng như cần nhiều thông tin hơn trước khi bước vào mối quan hệ. Trong một mối quan hệ, việc bất hòa cãi vả là không tránh khỏi, vào những giây phút bão tố ấy, hai bạn cần im lặng và để đối phương có khoảng không gian riêng để bình tĩnh lại. Với chuyện vợ chồng, lá bài nhắc đến các gánh nặng về kinh tế, đòi hỏi hai vợ chồng phải cùng nhau chia sẻ áp lực.

Về sức khỏe, đây là bài của sự nghỉ ngơi. Bạn cần dành nhiều thời gian để cơ thể có thể hồi phục trước những áp lực trong đời sống tinh thần cũng như vật chất, việc chịu đựng áp lực quá lâu sẽ khiến cơ thể bạn bị suy kiệt. Mặt khác, lá bài cũng cảnh báo về trục trặc sức khỏe có thể xảy ra bất ngờ với những người cao tuổi trong gia đình ở thời gian tới. Mặt khác, đây là thời điểm bạn nên cẩn trọng sức khỏe vì có thể bạn sẽ bị mắc phải những căn bệnh cũ.

Về nhiệm vụ, thời gian sắp tới bạn có thể sẽ phải đứng ra nhận nhiều công việc cùng một lúc, khiến bạn cảm thấy áp lực. Đây là thời điểm bạn cần sự giúp đỡ từ các bạn đồng nghiệp của mình. Ở vị trí thượng cấp, đây là thời điểm nhạy cảm dễ gây ra hiểu lầm giữa bạn với thuộc cấp, bạn nên cẩn ngôn để tránh những hiểu lầm dẫn đến các bất hòa lớn trong tương lai. Mặt khác, bạn cần quản lý phân chia công việc hợp lý, tránh áp lực đổ dồn một người.

Về vấn đề tai nạn mất mát, lá bài thường diễn tả những xui xẻo rắc rối đến một cách bất ngờ, đồng loạt, liên quan đến vấn đề giấy tờ, pháp lý, hay nhẹ hơn là điều tiếng thị phi sau lưng. Trong công việc, hãy cẩn thận sự phá hoại ngấm ngầm. Với tình cảm, nên thận trọng với những mối quan hệ phức tạp. Vì chỉ một bước sai lầm, thì đoạn thời gian tới bạn sẽ rất mệt mỏi, phiền muộn.

Từ khóa: Sự đình chiến, nghỉ ngơi sau khi vượt qua nỗi buồn. Nỗi cô đơn, sự thoái lui. Sự tĩnh tại của người ẩn sĩ. Sự lưu đày. Quan tài và mộ huyệt. Ngược, sự quản lý khôn ngoan, kinh tế, tính thận trọng, tham vọng, sự phòng ngừa, di chúc.

68- Five Of Swords

"Nhân nghĩa làm cao con người. Tiền tài danh vọng làm nhục con người." - Euclide

Sao Kim trong cung Bảo Bình

Hình ảnh tiêu biểu của lá bài thường là hình ảnh ba người đàn ông, một người nhìn theo hai người khác với dáng vẻ khinh bỉ. Hai người khác này đang rút lui và điệu bộ chán nản. Hai thanh kiếm của hai người này nằm vất vưởng trên mặt đất. Người đàn ông vác hai cây kiếm trên vai, một cây cầm trong tay, mũi kiếm chĩa xuống đất. Lá bài ám chỉ chung đến sự chán nản, ô nhục, suy thoái hay

tha hóa. Lá bài còn ám chỉ đến sự tang tóc và chôn cất.

Về công việc: Tuy không xác định được vấn đề gặp phải là gì, nhưng trạng thái công việc của bản đang cực kỳ chán nản. Cảm giác mọi thứ đang ruồng bỏ bạn. Nếu công ty đang trong tình trạng tồi tệ, thì lá bài này cho thấy sự tồi tệ này còn có thể tệ hơn. Nhiều lá bài ám chỉ sự khó khăn trong công việc nhưng thường ở mặt vật chất, lá bài này đặc biệt dành cho lĩnh vực tinh thần. Nó thể hiện sự thất bại trong ý chí chiến đấu, trong suy nghĩ và lý tưởng. Trong trường hợp công ty đang ổn định, nó cho thấy dấu hiệu muốn an phận và không còn nhiệt huyết nữa. Điều cần làm là nên chuẩn bị để đối mặt với các vấn đề này, một khoá huấn luyện kỹ năng mềm về sự năng nổ trong công việc là không hề thừa.

Về tiền bạc: Lá bài thể hiện một tình trạng tiền bạc trung bình. Bạn không quá thiếu thốn, nhưng không có quá nhiều tiền để tiêu phí. Nó thể hiện tình trạng mất phương hướng trong việc đầu tư. Công việc hiện tại của bạn chỉ mang lại số tiền vừa đủ, và bạn cũng đang cam phận với số tiền ít ỏi đó. Lý tưởng và sự chán nản tranh đấu nhau trong tinh thần của bạn. Lời khuyên là hãy tỉnh táo và nhớ rằng điều gì làm bạn hạnh phúc.

Về bè bạn, đồng nghiệp: Lại là một lá bài không may mắn cho tình bạn và đồng nghiệp. Lá bài cho thấy sự phản bội, có thể nhẹ hơn chút là sự bỏ rơi của bạn bè. Bạn đang mất dần những người đáng tin tưởng nhất. Lá bài ám chỉ cả đến sự mất đi bạn bè, đồng nghiệp theo nghĩa về cái chết. Lời khuyên là nếu bạn đang có một mục tiêu điên rồ quá mức, vậy thì sẽ khó mà có ai chấp nhận rủi ro để tiếp tục với bạn. Điều đó không có nghĩa là họ không còn là bạn của bạn nữa. Sự phản bội không phải là một hiện tượng chính yếu trong lá bài này, nhưng bắt đầu từ sự từ bỏ tin tưởng đến phản bội không phải là một con đường xa. Hãy cẩn thận.

Về gia đình, người thân: Lá bài ám chỉ chủ yếu đến bậc trưởng bối của gia đình hơn là tất cả gia đình. Những người lãnh đạo gia đình (cả nam lẫn nữ) bị tác động bởi lá bài này. Nó cho thấy sự mất lòng tin đang ở mức trầm trọng, và những quyết định của bạn sẽ sớm mất đi sự ủng hộ cần có. Bạn nên chuẩn bị tinh thần sớm cho việc này. Việc cần làm là xác định xem vì đâu mà lòng tin đối với bạn bị đánh mất. Củng cố nó và mọi thứ ổn.

Về tình yêu, vợ chồng: Lá bài thể hiện tình trạng vợ chồng không cùng mục đích. Lá bài không phải là sự đổ vỡ tình cảm. Sẽ chẳng có vấn đề ly dị hay ly thân gì trong lá bài. Đây là sự đổ vỡ niềm tin. Quyết định trong gia đình của bạn sẽ ít được tôn trọng hơn. Điều này cũng thường xảy ra sau khi quyết định sai lầm của bạn gây tổn hại nghiêm trọng đến hoàn cảnh gia đình. Niềm tin sẽ dần phục hồi khi tình trạng được giải quyết thoả đáng.

Về sức khỏe: Sức khoẻ chẳng được đề cập đến trong lá bài này. Sự chán nản hay bị bỏ rơi kiến bạn căng thẳng nhưng vấn đề sức khoẻ thì đừng lo lắng. Mọi thứ sẽ ổn.

Về nhiệm vụ, thượng cấp: Bạn sẽ nhận được nhiệm vụ bất khả thi. Thật vậy, ngay cả khi nhiệm vụ được thực hiện tương đối thì thượng cấp cũng vẫn sẽ sớm mất niềm tin nơi bạn. Những đồng sự trong nhiệm vụ cũng sẽ sớm thất vọng với kết quả đạt được. Hãy suy nghĩ kỹ trước khi nhận nhiệm vụ. Tuy nhiên, điều may mắn là lá bài không ám chỉ sự thất bại, vì vậy bạn vẫn có thể hi vọng với tài năng của mình, nhiệm vụ vẫn sẽ được hoành thành. Thượng cấm trong lá bài này không hề đặt niềm tin vào bạn, nếu bạn đang cạnh tranh trong các chức vụ, đây là một lá bài không hay ho gì. Nếu được đề bạt, bạn cũng sẽ nhận được rất ít sự tín nhiệm của người khác. Cần phải nỗ lực nhiều để thu lại được sự tín nhiệm, nhưng đó là một chặng đường dài. Nếu trong quá trình bầu cử, tỉ số sẽ rất xít xao cho dù bạn thắng cử. Nếu bạn đang trong quá trình rút lui khỏi quyền lực, thì người bạn đang tin tưởng giao ghế nóng lại chưa đủ bản lĩnh vào lúc này, hãy rèn cặp thêm.

Về mất mát, tai nạn : lá bài thể hiện sự mất mát lớn, nhưng tại nạn thì không. Sự chán nản nhanh chóng khiến cho bạn mất đi nhiều trợ lực cần thiết. Bạn sẽ phải đối phó với hoàn cảnh một mình. Mất mát niềm tin có thể dẫn đến nhiều mất mát khác, nhưng có lẽ không quá trầm trọng bằng việc mất mát niềm tin. Hãy luôn sẵn sáng cho các tinh huống này. Mở rộng mối quan hệ có thể giúp bạn có được sự "luân phiên" giúp đỡ khi cần thiết.

Từ khóa: Thất bại, tuyệt vọng, ác nghiệt, độc ác, tàn bạo. Tang tóc, buồn thảm, tai ách. Ô nhục, hèn hạ, bất chấp luật lệ. Ngược, tương tự. Sự mất mát, chôn chất, nghi thức tang lễ.

69- Six Of Swords

"Con người có thể thay đổi hoàn cảnh, nơi ở, nhưng không thể thay đổi tâm hồn của mình." - Sitaire

Sao Thủy trong cung Bảo Bình

Lá bài thường được miêu tả với hình ảnh một người lái đò đang chở hai mẹ con trên con đò có cắm sáu thanh gươm. Người phụ nữ trùm kín mình để che dấu sự sầu khổ của bản thân. Chiếc đò đi dọc con sông, bên tay chèo thuyền sóng cuồn cuộn, bên kia lại phẳng lặng. Những điều này thể hiện phản ứng của nội tâm bên trong khi những sự kiện mang tính chất của lá bài xảy

đến. Mặt khác, con sông được thể hiện trong lá bài là con sông Styx, ranh giới giữa trần gian và âm phủ trong thần thoại Hi Lạp.

Về công việc, lá bài cho thấy tình trạng mệt mỏi của bạn

trong công việc. Bạn cần nghỉ ngơi, và san sẻ công việc cho người khác. Nếu bạn muốn thay đổi công việc song còn nhiều vướng mắc, thì lá bài khuyên bạn nên dứt khoát thay đổi vì đây là thời điểm thích hợp. Mặt khác, thay đổi địa điểm kinh doanh, cách bài trí văn phòng làm việc sẽ khiến mọi thứ của bạn suông sẻ hơn. Trường hợp bạn muốn bắt đầu kế hoạch, dự án thì bạn phải tìm kiếm thêm thông tin, sự giúp đỡ từ bên ngoài.

Về tiền bạc, tình trạng khó khăn về tài chính của bạn sẽ có chuyển biến lớn trong thời gian tới. Nguồn tiền được khơi thông, song bạn bây giờ vẫn cần tiết chế bản thân, tránh sự thiếu tính toán trong chi tiêu, hay xa hơn là đầu tư mạo hiểm. Trong trường hợp bạn muốn đầu tư vào lĩnh vực mới thì bạn cần tham khảo những người có kinh nghiệm. Bên cạnh đó, bạn cần rõ ràng về vấn đề tiền bạc với những người làm cùng, sự thiếu minh bạch sẽ đưa đến mâu thuẫn trong nội bộ.

Về bạn bè, sự toan tính, nhỏ nhen, đố kỵ sẽ giết chết một tình bạn chân thành. Nhất là khi dính dáng đến chuyện tiền bạc, dễ khiến bạn bè trở mặt, bạc tình với nhau. Vì vậy, có những lúc cần can đảm vứt bỏ một mối quan hệ đã chết, chỉ đơn giản bằng cách im lặng rời xa kẻ kia. Về mối quan hệ đồng nghiệp, bạn không nên để thành kiến ảnh hưởng đến công việc. Có những lúc bạn cần gạt bỏ sự cảm tính để hợp tác với đồng nghiệp, đồng thời bạn nên chia sẻ, bộc bạch về bản thân để họ có thể thấu hiểu về bạn.

Về gia đình người thân, lá bài báo hiệu về những chuyến đi xa để thăm họ hàng người thân trong gia đình. Mặt khác, lá bài báo hiệu về những phiền não mà gia đình người thân của bạn có thể phải đối mặt trong thời gian tới. Lá bài cho bạn lời khuyên, lời trong lúc nóng giận sẽ làm tổn thương người thân bạn sâu sắc, vì vậy khi mất bình tĩnh bạn nên đi đâu đó cho khuây khỏa cơn nóng rồi mới nói chuyện, bộc bạch với người thân mình. Theo một số quan niệm, bạn nên cẩn thận với trẻ em trong nhà, giữ chúng tránh xa sông nước ao hồ.

Về tình yêu, trong trường hợp bạn và người yêu đang có cãi vả, thì một trong hai bạn cần phải im lặng, lắng nghe, để đối phương nguôi giận. Nếu cả hai đều nóng thì mâu thuẫn sẽ bị đẩy lên cao, tệ nhất là có thể dẫn đến tan vỡ mối quan hệ. Bên cạnh đó, khi bạn vẫn còn độc thân thì đây không phải là thời điểm tốt để bạn bắt đầu một mối quan hệ mới, nếu bạn vẫn còn ưu tư, nhung nhớ những kỷ niệm đẹp đẽ với tình cũ. Với chuyện vợ chồng, lá bài đề cập đến sự chia sẻ, bộc bạch đồng thời thay đổi những thói quen không còn phù hợp sẽ giúp tình cảm tốt đẹp hơn.

Về sức khỏe, bạn không nên đặt hết niềm tin vào một bệnh viện, hay bác sĩ. Bạn nên thử thay đổi thói quen để đến một vị bác sĩ mới, bệnh viện mới. Bạn không thể hoàn toàn giao phó sức khỏe của mình vào người khác. Bên cạnh đó, lá bài cho thấy sự phục hồi từ tốn trong trường hợp bạn vừa trải qua cuộc phẫu thuật, hay điều trị. Đơn giản hơn, lá bài khuyên bạn nên nghỉ ngơi bằng cách thay đổi không khí, hay những chuyến đi chơi xa, sẽ giúp bạn trở nên thoải mái hơn.

Về nhiệm vụ, thời gian sắp tới bạn sẽ phải đối mặt với nhiều nhiệm vụ khó khăn được giao. Bạn cần thêm sự giúp đỡ từ đồng nghiệp của mình, đừng ngần ngại ngỏ lời. Lá bài cho thấy bạn có thể hoàn thành những việc khó này một cách an toàn. Ở vị trí thượng cấp, thì đây là thời điểm bạn cần là người tiên phong, dẫn đầu để thực hiện các việc khó khăn, điều này sẽ tạo động lực cho các nhân viên của bạn. Mặt khác, bạn cần tiết chế tránh chỉ trích gay gắt nhân viên cấp dưới công khai, thay vào đó nên góp ý nghiêm khắc một cách thầm kín.

Về tai nạn, mất mát lá bài thường ám chỉ đến các vấn đề tình cảm. Những mối quan hệ vội vàng, thiếu thông tin sẽ khiến cho cả hai bên, hay đôi khi cả ba, bị tổn thương sâu sắc. Và sự cố chấp bám víu đôi khi càng làm mọi chuyện trở nên phức tạp. Theo một số quan niệm khác, lá bài ám chỉ đến những chuyến du hành bằng được đường thủy không được thuận lợi, suông sẻ, tệ hơn là có thể xảy ra những tai nạn trên đường đi.

Từ khóa: Thành công sau lo lắng và khó khăn. Sứ giả, người đưa tin, chuyến du hành, chuyến hải trình, truyền đạo. Sự minh bạch, thấu hiểu và tập trung. Sự kiêu hãnh nhưng đôi khi khiêm tốn. Ngược, sự tuyên bố, bộc bạch, sự công khai, có thể là lời thú nhận tình cảm; lời cầu hôn. Sự mặc khải, điều bất ngờ. Đôi lúc có thể là kết quả không thuận lợi từ vụ kiện.

70 – Seven Of Swords

"Kẻ phản bội tổ quốc, đầu hàng ngoại bang, vừa không được sự tôn trọng của ngoại bang, vừa bị sự khinh miệt của đồng bào." - Aisopos (Hy Lạp)

Mặt Trăng trong cung Bảo Bình

Hình ảnh tiêu biểu của lá bài thường là hình ảnh một người cầm năm cây kiếm trên tay, phía xa còn hai cây kiếm nữa, gần đó là một doanh trại. Người cầm kiếm dáng vẻ vội vàng hấp tấp, ngoái nhìn lại phía sau. Hai cây kiếm bỏ lại có thể do người vác kiếm không đủ khả năng hoặc không đủ thời gian để lấy toàn bộ. Tư tưởng chủ đạo của lá bài là những hoàn cảnh đảo ngược, biến đổi

thay chiều theo hướng tiêu cực, kế hoạch không hoàn hảo hoặc tình trạng bị vu khống.

Về công việc: Lá bài ám chỉ kế hoạch không đạt được trọn

vẹn. Nếu dự tính ban đầu cho dự án hay công ty, thì đây là báo hiệu rằng những dự tính của mình không hoàn dự được, sẽ phải gặp những vấn đề rắc rối. Các kế hoạch nếu có cũng sẽ bị đảo lộn một phần và không thể kết thúc một cách hoàn hảo. Dù vậy lá bài cũng chỉ rõ là bạn sẽ thành công, nhưng ở chừng mực thấp hơn dự định. Vì vậy, không nên quá lo lắng mà chỉ nên thoải mái với kết quả mình đạt được. Bạn cũng cẩn thận với các trường hợp bị quy trách nhiệm, hoặc bị đổ tội trong công việc nhé.

Về tiền bạc: Lá bài báo trước sự thiếu hụt các khoảng nợ cũ, hoặc sự bấp bênh không mong muốn về tiền bạc. Nếu bạn có khoảng cho vay và đến hẹn lấy lãi hay thu hồi vốn, thì có lẽ bạn không may mắn lấy được toàn bộ. Nếu là một khoảng đầu tư sinh lợi thì bạn sẽ phải đợi dài hơn để thu lại được phần góp của mình. Những kế hoạch thu tiền hay các dự trù về tiền bạc ít nhiều sẽ bị thiếu hụt. Bạn nên chuẩn bị cho mình những thứ nhất thiết phải mua, và những thứ có thể mua sau để cân đối số tiền vào thời điểm này.

Về bè bạn, đồng nghiệp: lá bài là cảnh báo không may mắn về các mối quan hệ bạn bè và đồng nghiệp. Bạn có thể gặp nhiều hiểu lầm hay vu khống bởi những người xung quanh. Bạn bè hay đồng nghiệp có thể là nguyên nhân trực tiếp hay gián tiếp đến các vấn đề này. Bạn nên cẩn trọng trong lời nói và hành động để hạn chế tối đa sự hiểu lầm hay gây hấn vì nó sẽ tạo nên những tình huống phát sinh tiêu cực cho bạn. Mặc khác là lá bài cũng cho thấy một số bạn bè của bạn sẽ tư vấn và hướng dẫn bạn thoát khỏi các vấn đề này.

Về gia đình, người thân: lá bài này không chỉ trực tiếp lên các vấn đề gia đình. Tuy nhiên, nó có thể bị ảnh hưởng gián tiếp từ các vấn đề tiền bạc hay bạn bè. Vấn đề thiếu hụt tiền bạc có thể ảnh hưởng đến các dự định chi tiêu cho gia đình. Bạn có thể hoãn các khoảng chi tiêu đó cho đến khi phù hợp, nhưng nó chắc chắn sẽ gây ra xáo trộn ít nhiều đến công việc và đời sống gia đình. Lá bài cũng ghi nhận rằng bạn có thể tìm được người tư vấn tốt trong gia đình.

Về tình yêu, vợ chồng: Tương dự vấn đề gia đình, lá bài chỉ ảnh hưởng gián tiếp thông qua các vấn đề khác. Sự thiếu hụt có thể ảnh hưởng đến các dự định của bạn như lễ thành hôn, lễ kỷ niệm hay các kỳ trăng mật. Các sự kiện này dường như ít tác động mạnh lên đa số mọi người, nhưng trong vài trường hợp cá biệt đã kể bên trên thì đây là lá bài không mong đợi chút nào. Bạn có thể vẫn tiếp tục các dự định đó với chi phí thấp hơn mà vẫn đảm bảo được tình cảm.

Về sức khỏe: Lá bài hầu như không nói rõ gì đến vấn đề này. Nhưng chú ý rằng sức căng đối với công việc và tiền bạc có thể ảnh hưởng không tốt với sức khoẻ. Vấn đề về vụ khống hay đổ tội có thể khiến bạn ít nhiều bị ảnh hưởng về mặt pháp luật (tù tội chẳng hạn). Trong trường hợp nghiêm trọng, bạn có thể bị suy nhược khi gặp vấn đề với các sự kiện pháp lý. Sự trả thù do hiểu làm hay vu cáo có thể nảy sinh những sự kiện trầm trọng với sức khoẻ của bạn.

Về nhiệm vụ, thượng cấp: Điều chắc chắn là bạn không thể hoàn thành nhiệm vụ với kết quả cao nhất, sự vu cáo và đổ tội cần được đề phòng và tính đến trong suy nghĩ của bạn. Các vấn đề về pháp luật hay trả thù cũng cần được toan tính kỹ lưỡng. Sự vu cáo này có thể ảnh hưởng đến con đường thăng tiến của bạn. Đừng quá lo lắng vì sự việc có thể ở mức độ nhẹ hơn nhiều so với mô tả. Dù sao cũng nên đề phòng khi nói chuyện hay ghi chép trong khi làm nhiệm vụ. Sẽ không ngoan hơn nếu bạn bàn trước với thượng cấp của mình về các khả năng thất bại hay các vấn đề khó khăn sẽ gặp trong nhiệm vụ. Trong trường hợp nó sảy ra, ít nhất thượng cấp cũng thấy là bạn đã dự tính trước như thế nào.

Về mất mát, tai nạn: Lá bài thể hiện rõ các vấn đề vu cáo và đổ tội như đã bàn ở trên. Sự mất mát tiền bạc, tai nạn do vu khống, và những rắc rối về pháp lý do vu khống là những điểm đáng chú ý trong phần này. Điều bạn có thể làm là dự trù trước các sự giúp đỡ nếu cần như luật sư, các nhân vật làm chứng hay thúc đẩy các mối quan hệ tin cậy nhằm hạn chế bớt rủi ro nếu có trong điều kiện thực tế.

Từ khóa: Thiết kế, cố gắng, hy vọng, sự cãi nhau, một kế hoạch thất bại, khó chịu, thiết kế không chắc chắn, tư vấn, hướng dẫn, vu khống, đổ tội.

71- Eight Of Swords

"Mỗi khi đối mặt với thử thách, hãy tìm một lối đi chứ không phải là một lối thoát." - David L. Weatherfod

Sao Mộc trong cung Song Tử

Lá bài thường được miêu tả với hình ảnh một người con gái bị bịt mắt đang đứng yên giữa những thanh kiếm cắm xung quanh. Màu áo của cô có màu đỏ cam, ứng với cung song tử. Còn màu những thanh kiếm màu xanh lam, cùng với màu nước ứng với sao mộc. Vì theo Book T thì lá tám gươm sẽ tương ứng là sao mộc ở cung song tử, vì vậy, lá bài được miêu tả bằng những ẩn ngữ về

màu sắc. Trong sách của mình, Waite cũng hàm ý tình cảnh mà cô gái đang phải chịu đựng chỉ là tạm thời, chứ không phải sự trói buộc vĩnh cửu. Ngọn đồi màu xám tro, có tòa lâu đài mái đỏ tượng trưng cho những vấn đề thực tế mà cô gái trong lá bài cần phải đối mặt.

Về công việc, đây không phải là một lá bài tốt. Nó cho thấy những tin tức xấu có thể đưa đến trong thời gian sắp tới cho bạn. Mặt khác, đây là thời điểm khó khăn cho công ty, doanh nghiệp vì công việc tiến hành không được suôn sẻ. Mặt khác, đây là thời điểm khó khăn đầy chán nản đến để thử thách bạn. Vì vậy, bạn càng cần phải trụ vững vì những công sức bạn bỏ ra sẽ được đền đáp xứng đáng. Trong thời điểm này, không nên bắt đầu các dự án, kế hoạch mới.

Về tiền bạc, trái ngược với công việc thì lá bài mang đến những dấu hiệu tốt về tài chính cho bạn. Dù bạn đang trong giai đoạn khó khăn, thì nó cũng sẽ nhanh chóng chấm dứt. Mặt khác, lá bài cảnh báo bạn cần cẩn trọng trong việc tìm kiếm, mở rộng nguồn thu nhập bằng các công việc mới. Đây không phải là thời điểm thuận lợi để bạn vay mượn, hoặc cho vay, cũng như bỏ tiền để mua sắm hay là đầu tư thêm vào lĩnh vực của bạn. Với lá bài này, bạn nên thận trọng với các rắc rối không lường trước có thể xảy ra liên quan đến tiền bạc.

Về bạn bè, hãy thận trọng với những điều bị che giấu trong các mối quan hệ bạn bè của bạn. Sự thật chính là thanh gươm hủy hoại mối quan hệ một cách nhanh chóng nhất. Mặt khác, trong thời điểm này thì bạn sẽ có được sự giúp đỡ từ phía bạn bè mà chính bản thân bạn phải tự đương đầu với khó khăn của mình. Trong vấn đề đồng nghiệp, hãy cẩn thận những sự chỉ trích ác ý, bạn càng tỏ ra đau khổ thì những kẻ kia sẽ càng đắc ý. Mặt khác, đây là thời điểm bạn cần chuyên tâm giải quyết vấn đề công việc, đừng chú tâm đến miệng lưỡi thế gian.

Về gia đình, người thân, lá bài cho thấy sự xung đột, mâu thuẫn khó giải quyết giữa anh chị em trong gia đình, hoặc họ hàng dòng tộc. Thời gian này, sự chỉ trích sẽ có thể đẩy mâu thuẫn lên cao. Cách thức hóa giải, là nên im lặng đồng thời lùi lại một bước trong các vấn đề liên quan đến lợi ích. Có như vầy, mới có thể giữa được mối quan hệ trong gia đình không tan vỡ. Ở khía cạnh khác, lá bài còn cho thấy thời gian sắp tới, gia đình và người thân của bạn có thể gặp phải nhiều điều miệng tiếng của thế gian trong chuyện công việc lẫn tình cảm.

Về tình yêu, nếu bạn đang tìm kiếm một mối quan hệ, theo kiểu có còn hơn không để tránh tình trạng độc thân thì lá bài khuyên bạn nên suy nghĩ lại, vì có thể bạn đang tự làm khổ mình lẫn đối phương. Trong chuyện tình cảm, thì lá bài lại khuyên bạn cần phải có sự chia sẻ tâm tư của bản thân, sự dồn nén bên trong sẽ dẫn đến những chuyện không như ý, buồn phiền. Với chuyện vợ chồng, việc lờ đi các bất đồng chỉ khiến vấn đề trở nên nặng nề hơn chứ nó không hề biến mất. Bạn và bạn đời của bạn phải đồng thời đối diện với nhau để tìm ra hướng giải quyết vấn đề của cả hai.

Về sức khỏe, đây là thời điểm bạn nên cẩn trọng về sức khỏe. Về mặt thể xác lẫn tinh thần. Những áp lực tâm lý bị dồn nén bên trong sẽ khiến bạn chứa đựng quá nhiều năng lượng tiêu cực, nó khiến cơ thể bạn trở nên nặng nề, trì trệ, dễ suy nhược. Cách đơn giản để giải tỏa là bạn nên tâm sự với vài người bạn, hay chỉ cần viết trên một blog, nơi không ai biết bạn là ai. Để sau này nhớ về một đoạn đời khốn khó này. Nếu bạn vừa trải qua một cuộc phẫu thuật hay vẫn còn trong giai đoạn điều trị, thì tốc độ phục hồi sức khỏe của bạn sẽ khá chậm.

Về nhiệm vụ, thời gian sắp tới sẽ là một giai đoạn khá vất vả với bạn. Khi đối mặt với các nhiệm vụ khó khăn, bạn đừng nên thụ động và cố gắng giải quyết một mình. Hãy nhờ đến sự giúp đỡ từ đồng nghiệp cũng như cấp trên. Ở vị trí thượng cấp, đây là thời điểm nhạy cảm, cần bạn phải đứng ra chịu trách nhiệm, tháo giải khó khăn cùng với cấp dưới chứ không phải là tranh cãi đúng sai hoặc đổ lỗi lên ai đó.

Về tai nạn, mất mát, theo một vài quan niệm đây là lá bài đề cập đến các tai nạn xảy ra bất ngờ, khó phòng bị, đồng thời nó cảnh báo về các xung đột liên quan đến bạo lực trong các mối quan hệ có mâu thuẫn đã lâu. Bên cạnh đó, lá bài còn đề cập đến sự phản bội niềm tin, cũng như sự cạnh tranh gay gắt của đối thủ trong công việc. Đây không phải là thời điểm tốt cho các chuyến đi xa vì nó sẽ chịu tác động của thời tiết xấu.

Từ khóa: Dồn quá nhiều sức vào việc nhỏ, chú trọng vào tiểu tiết bỏ quên đại thể. Tin buồn, sự chán nản trầm trọng, vu khống, chê bai, chỉ trích. Bệnh tật, yếu đuối. Quyền lực bị hạn chế, mâu thuẫn. Ngược, sự bất an, khó khăn, chống đối, bội bạc. Nếu là phụ nữ, là chuyện thị phi lan truyền từ các mối quan hệ của người ấy. Tình huống không lường trước.

72- Nine Of Swords

"Dũng cảm ức chế sợ hãi, khắc phục sợ hãi, chứ không phải là không sợ hãi." - Mark Twain

Sao Hỏa trong cung Song Tử

Lá bài thường được miêu tả với hình ảnh một người phụ nữ đang bưng mặt khóc thảm thương. Chín thanh gươm đại diện cho sự phiền não, tuyệt vọng chắn ngang bên trong thẻ bài. Trên tấm chăn người phụ nữ đang đắp có những ô vuông hệt như một ma phương có các ô mang hình hoa hồng đỏ, một biểu tượng của hội thập tự hồng hoa, mặt khác lại mang tính tượng trưng cho lý trí trong

giả kim học. Bên cạnh đó là các biểu tượng về các hành tinh, cung hoàng đạo trong chiêm tinh. Hình ảnh của lá bài ngoài việc mô tả sự than khóc trong tuyệt vọng thì vẫn hàm ý việc dung lý trí để đối diện với sự thật tàn khốc.

Về công việc thì lá bài diễn tả bạn hoặc doanh nghiệp của bạn sẽ trải qua một đoạn thời gian khó khan vất vả, khi mọi việc nằm ngoài tầm kiểm soát. Điều bạn cần làm lúc này là cần đối mặt với sự thật khó khăn để tìm cách giải quyết vấn đề. Đây không phải là thời gian tốt cho việc bắt đầu các dự án đầu tư, mở rộng trong công việc, hay đơn giản là bạn cần phải suy nghĩ kỹ lưỡng trước khi nhúng tay vào một kế hoạch công việc mới. Lá bài cảnh báo bạn sẽ mắc kẹt với những kế hoạch này mà không thu lại được lợi ích mong muốn.

Về tiền bạc, mức độ phiền muộn của lá bài nhẹ hơn ở vấn đề công việc. Tuy nhiên, lá bài nhắc nhở bạn thay vì ngồi lo lắng suy nghĩ quá nhiều thì hãy hành động. Trước nhất, bạn cần xem xét lại những nguồn thu và các khoản chi tiêu, hãy cân bằng lại nguồn tài chính của bạn. Mặt khác, bạn sẽ cần đến sự giúp đỡ từ người khác để vượt qua khó khăn trong thời điểm này. Tuy nhiên, hãy thận trọng với những khoản vay mượn quá lớn vượt khả năng chi trả của bạn. Đồng thời, nếu bạn ở vị trí người giúp đỡ, nên tránh việc hỗ trợ một khoản tài chính lớn mà nên điều tiết chia nhỏ nó ra.

Về bạn bè, đây là thời điểm nhạy cảm đối với các mối quan hệ của bạn. Những bí mật thầm kín có thể được tiết lộ, sự tuyệt vọng, nghi ngờ, sẽ làm bạn cảm thấy cô độc giữa một cơn ác mộng. Trong thời điểm này, bạn cần sự nghỉ ngơi để lấy lại tinh thần vượt qua những khó khăn trong mối quan hệ bạn bè. Mặt khác, với đồng nghiệp, hãy cẩn thận với những thông tin nhạy cảm của bản thân bạn cũng như tránh bàn tán về đời sống riêng tư của cấp trên. Lá bài cảnh báo những sự lừa dối, lợi dụng trong mối quan hệ đồng nghiệp.

Về gia đình, người thân, lá bài diễn tả về tình cảm anh chị em sâu đậm trong gia đình. Song bên cạnh đó là sự yêu thương thái quá dẫn đến những hiểu lầm kéo dài. Mặt khác, lá bài thể hiện sự hi sinh, gánh vác trách nhiệm nặng nề mệt mỏi của cha mẹ. Điều này đôi khi dẫn đến tình trạng bất hòa xung đột giữa cha mẹ và con cái, do đem những ức chế từ bên ngoài vào gia đình, và con cái lại là đối tượng bị cha mẹ trút những cảm xúc đó lên. Bên cạnh đó, gia đình bạn có thể xảy ra những xung đột với họ hàng, hoặc trong gia tộc ở thời gian sắp tới.

Về tình yêu, đừng để những nghi ngờ tàn phá cõi lòng của bạn. Nếu như bạn mất niềm tin vào người yêu mình, thì dù họ làm điều gì cũng khiến bạn bất an, lo lắng và nghi ngờ. Điều bạn cần làm phải giữ bình tĩnh, để suy xét lại mọi thứ. Mặt khác, bạn cần đối diện và trao đổi với đối phương để làm rõ vấn đề. Trường hợp, bạn đang cô đơn, phiền muộn mệt mỏi và cần đến một mối quan hệ, thì bạn nên tìm những người bạn thân thay vì một người yêu tạm thời. Trong chuyện vợ chồng, nếu bạn đang mang thai ở thời điểm này thì bạn nên cẩn thận, cần tránh suy nghĩ nhiều cũng như quá lo lắng về công việc.

Về sức khỏe, lá bài báo hiệu sự vượt qua những giai đoạn căng thẳng mệt mỏi trong đời sống của bạn. Mặt khác, lá bài đề cập đến việc bạn cần tránh lạm dụng các loại thuốc ngủ, thuốc an thần trong trường hợp bạn bị căng thẳng quá mức. Điều này sẽ gây hại cho sức khỏe của bản thân bạn. Điều bạn cần làm là tự cho phép mình nghỉ ngơi, bằng những ngày chỉ dành cho riêng bạn, hay là một chuyến du lịch xa. Trong trường hợp bạn đang phải chống chọi với bệnh tật, thì lá bài cho thấy yếu tố tinh thần là điều quan trọng để giúp bạn vượt qua khó khăn. Thêm vào đó, lá bài báo hiệu về những tín hiệu khả quan trong việc chữa trị của bạn.

Về nhiệm vụ, sắp tới sẽ là một đoạn thời gian căng thẳng với bạn. Vì bản thân bạn sẽ phải thực hiện nhiều nhiệm vụ khó khăn mà thiếu đi sự hỗ trợ từ cấp trên hay đồng nghiệp. Thay vì suy nghĩ tiêu cực, bạn hãy nghĩ theo hướng tích cực đây là một cơ hội của bản thân, và đồng thời đừng ngần ngại nhờ vả đồng nghiệp. Nhưng nhớ rằng, bạn vẫn phải là người thực hiện chính. Trong trường hợp bạn ở vị trí thượng cấp, lá bài cho thấy bạn phải đối mặt với nhiều áp lực cũng như thiếu người tin cẩn để hỗ trợ bên cạnh. Bạn cần tránh việc lo lắng, nghi ngờ quá nhiều. Sự tin tưởng của bạn sẽ là động lực giúp cấp dưới hang hái trong công việc.

Về tai nạn, mất mát, lá bài cảnh báo bạn về những trục trặc, sự trì hoãn trong các công việc quan trọng. Bên cạnh đó, là sự ảnh hưởng tiêu cực của những người xung quanh đến bạn trong công việc, cũng như đời sống cá nhân. Mặt khác, bạn cũng như người thân cần cẩn trọng về việc sức khỏe bị suy giảm do thói quen xấu, hoặc trường hợp bệnh cũ tái phát nghiêm trọng hơn.

Từ khóa: Tuyệt vọng, khổ tâm. Cái chết, sự thất bại, sẩy thai, sự trì hoãn, gian trá. Tín ngưỡng chân thành, thầy tế, tu sĩ. Ngược, sự hoài nghi khôn ngoan, niềm lo sợ có căn cứ, trói buộc, sự hổ thẹn.

73- Ten Of Swords

"Đừng đếm những gì bạn đã mất, hãy quý trọng những gì bạn đang có và lên kế hoạch cho những gì sẽ đạt được bởi quá khứ không bao giờ trở lại, nhưng tương lai có thể bù đắp cho mất mát." - Ngạn ngữ Anh

Mặt Trời trong cung Song Tử

Hình ảnh tiêu biểu của lá bài thường là hình ảnh một người nằm sấp, bị đâm từ sau lưng bởi 10 thanh kiếm. Đây là hình ảnh chết chóc không thường thấy ở bộ bài. Dù vậy, lá bài không ám chỉ sự bội phản hay đâm sau lưng, mà chỉ đại diện chung cho sự đau khổ tột độ, phiền não và những lợi ích tạm thời, không vĩnh viễn và sớm mất đi. Lá bài thể hiện rõ đây là một trong những lá bài tiêu cực nhất của cả bộ bài.

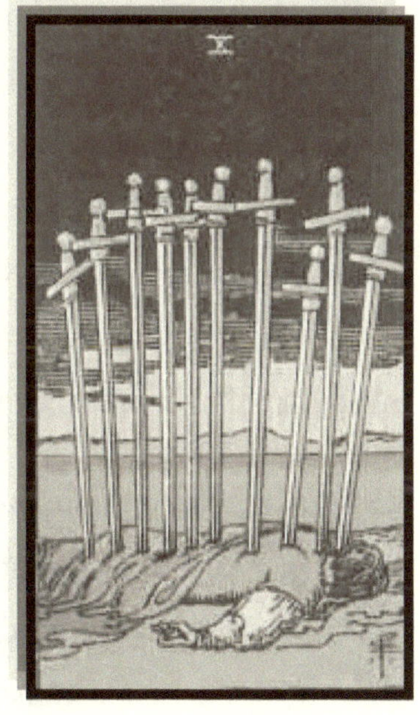

Về công việc: Lá bài ám chỉ lợi thế kinh doanh của bạn sẽ

sớm mất đi. Trong việc học hay việc làm, lá bài cho thấy sự đi xuống dốc của năng lực và kết quả. Lá bài có ám chỉ đến quyền lực hay quyền hạn bị tịch thu, hay bị tước đoạt. Lời khuyên là dự án công ty hay xí nghiệp của bạn đang trong thời kỳ khó khăn, hãy tận dụng nguồn tài sản đã tích tụ từ trước để giải quyết. Nếu công ty chỉ mới khởi nghiệp, hãy dành thời gian tìm kiếm sự giúp đỡ. Bạn không thể một mình giải quyết vấn đề này.

Về tiền bạc: Nguồn lực về tiền bạc sớm cạn kiệt. Các mối làm ăn cũ đã quá già để có thể tiếp tục. Bạn sẽ sớm mất đi nhiều lợi thế và quyền lực. Lá bài còn ám chỉ sự mất khách hàng và bạn gặp phải nhiều sự cố liên quan đến khách hàng. Lá bài đôi khi thể hiện một khoảng lợi nhuận đến tức thời nhưng không bền lâu. Nó là một kiểu như ta có thể lấy được dễ dàng nhưng thật sự lại không phải vậy. Hãy cẩn trọng với những mối làm ăn mới.

Về bè bạn, đồng nghiệp: Bạn trong thời điểm này sẽ gặp nhiều hoàn cảnh trong đó cần sự ủng hộ của bạn bè và đồng nghiệp. Nhưng sự ủng hộ đó chỉ kéo dài ngắn ngủi. Nếu trong một vòng tín nhiệm hay bầu cử, bạn sẽ có lợi thế ban đầu, nhưng sẽ mất dần hiệu quả qua các vòng sau. Kể cả tầm ảnh hưởng của bạn đối với bạn bè, trong thời điểm này, cũng sẽ không tồn tại lâu được. Lời khuyên là hãy bắt đầu củng cố các mối quan hệ để giữ nó lâu nhất có thể. Không nên đặt nhiều hi vọng vào các kết quả do tín nhiệm trong giai đoạn này.

Về gia đình, người thân : Gia đình và người thân sớm gặp chuyện phiền não. Lý do không được lá bài thể hiện rõ ràng. Nhưng có thể thấy sự phiền não này không phải nhỏ, và tầm ảnh hưởng cũng không phải ít. Lá bài cũng ám chỉ hoàn cảnh lạnh lẽo hoang vu trong gia đình. Sự chia rẽ gia đình có thể là gốc rễ của hoàn cảnh đó. Lời khuyên là hãy cố gắng hòa thuận và đoàn kết trong thời gian này. Có thể gia đình và người thân phải vượt qua những thử thách lớn.

Về tình yêu, vợ chồng : Lá bài giống với hoàn cảnh của gia đình và người thân. Sự phiền não và đau đớn, cả nước mắt cũng nằm gọn trong lá này. Sự chia ly có thể không phải là chủ đề chính nên bạn có thể yên tâm. Tốt nhất là cả hai cùng đương đầu với một thử thách vì khi đó với tình yêu, bạn sẽ vượt qua được. Hoàn cảnh tệ nhất là khi cả hai có cái nhìn khác nhau đối với sự việc xảy đến hoặc là sự chia rẽ tư tưởng, cả hai có thể đánh gục bạn.

Về sức khỏe: Lá bài không thể hiện rõ ràng về sức khỏe. Nhưng nó có cảnh báo sự xuống cấp của sức khỏe. Nếu bạn đang trong quá trình điều trị và cảm thấy khỏe hơn, lá bài nói rằng điều tích cực đó có thể không kéo dài lâu. Tình trạng sức khỏe của bạn có thể tệ hơn nữa, gây đau đớn hơn, giống như lá bài mô tả. Dù vậy, thật khó đánh giá mức độ nghiêm trọng của lá bài này. Lời khuyên là đừng quá lo lắng vấn đề sức khỏe, chăm sóc nó đều đặn là được. Hãy tập trung vào các vấn đề khác, đặc biệt là gia đình và công việc.

Về nhiệm vụ, thượng cấp : Về nhiệm vụ, không may là bạn có thể bị tước hết quyền lực, hoặc vị trí trưởng trong nhiệm vụ được giao. Thượng cấp ủng hộ bạn cũng có thể có kết quả tương tự. Lá bài chỉ ra sự kém bền của quyền lực trong giai đoạn này. Lá bài cũng chỉ ra rằng, những lợi thế cạnh tranh mà bạn có trong nhiệm vụ lần này cũng sẽ sớm mất đi. Bạn nên chuẩn bị tinh thần cho điều đó.

Về mất mát, tai nạn : Lá bài rõ ràng ám chỉ đến sự mất mát lớn. Quyền lực, quyền hạn, lợi ích hay tiền tài sẽ sớm mất đi hay giảm bớt một cách đột ngột. Phiền não và buồn bã sẽ làm bạn bận rộn, mệt mỏi. Sự mất mát này, nếu bạn đã biết trước nhờ ý nghia lá bài, sẽ khiến bạn ít đau buồn hơn. Hãy nhớ là bánh xe số phận vẫn quay, và sự mất đi hay được thêm chỉ là một quãng đường ngắn. Hãy tập trung về phía trước.

Từ khóa: Lụi tàn, phá hủy, tiêu tan, nước mắt. Sự khổ đau, cô độc, lá bài không thiên hướng về việc thể hiện cái chết khốc liệt.Ngược, ưu thế; thành công; sức mạnh; quyền lực nhất thời. Mang theo sự trói buộc nếu đi cùng lá Ace hoặc King.

74- Page Of Swords

"Nếu muốn thông minh bạn hãy hỏi cách hỏi hợp lý, cách nghe chăm chú, cách trả lời thông minh và ngừng nói khi không còn gì nữa. " - Glaphate

Lá bài thường được miêu tả một người đàn ông trẻ đang đứng trên một mỏm đất, đang cầm thanh gươm đưa về phía bên phải. Đây là lá bài tương ứng với tính chất nguyên tố khí, vì vậy những hoạt cảnh đều tập trung diễn tả về tính chất của nguyên tố khí như những đám mây đang trôi, hay đàn chim mười con đang bay, cho đến mái tóc của người này đều đang có sự dịch chuyển theo hướng thổi

của gió. Nhưng mặt khác, mặt đất bên dưới chân người này thể hiện một mặt khác bên trong nội tâm của người này.

Mang theo hai yếu tố là đất và khí thì lá bài Page Of Swords thường sẽ diễn tả về những con người có tính cách khá mâu thuẫn, đôi khi họ còn thể hiện ra bên ngoài các mặt tính cách khác nhau vô cùng. Ở họ, điểm nổi bật chính là tư duy hướng nội, bằng cách sử dụng các giác quan bản thân để thu nhận các sự kiện đang xảy ra, họ xử lý các sự việc bằng lý trí, cũng như theo quan điểm mà họ cho là hợp lý. Bình thường, những con người được lá bài này đại diện thể hiện ra bên ngoài một sự chậm chạp, hướng nội, song khi tìm được những điều khiến họ thích thú, thì họ lập tức chuyển sang trạng thái động và nguồn năng lượng tích lũy bên trong họ bắt đầu bùng phát.

Page luôn thể hiện về những con người mang khá nhiều cố chấp bên trong lòng, nhưng với Page Of Swords thì phần cố chấp này giảm đi khá nhiều, nhưng trong nhiều trường hợp thì họ ít thích thay đổi trong cuộc sống riêng tư của bản thân, và có khá nhiều nguyên tắc. Điều này dẫn đến họ sẽ nổi cơn thiên tai nếu có ai đó ảnh hưởng, hay phá vỡ nguyên tắc của họ. Mặt khác, vì đây là những con người không giỏi trong việc thể hiện cảm xúc, nên nếu bạn phải đối mặt với cơn giận của họ thì hãy coi chừng những lời lẽ cay độc hệt như vết chích của bọ cạp.

Họ là những người thích phiêu lưu, tìm tòi những thứ mới lạ. Song lại cực kỳ kiên định với niềm tin của bản thân. Họ thích thu thập kiến thức từ mọi người để rồi từ từ chiêm nghiệm ý nghĩa của mọi thứ, đều này dẫn đến họ thường thích dành thời gian cho bản thân nhiều hơn là cho các mối quan hệ. Đây là những con người thông minh, nên họ phù hợp với rất nhiều ngành nghề trong xã hội. Mặt khác, những áp lực khó khăn trong công việc cũng như cuộc sống chỉ là ngọn lửa thử thách để tôi luyện con người họ. Tài năng của họ bộc lộ tốt nhất trong những hoàn cảnh ngặt nghèo, tưởng như là bước đường cùng.

Những con người này, là các cá thể độc lập, thích tự do, ưa phiêu du khắp nơi. Việc ràng buộc họ là khá khó khăn. Họ luôn năng động trong công việc. Tuy nhiên, họ thường thiếu kiên định trong những thử thách đòi hỏi thời gian chờ đợi quá dài.

Trong các mối quan hệ, đây là những con người thuộc về chủ nghĩa hiện sinh nên họ ít thích đề cập đến những hứa hẹn, cam kết lâu dài đầy mơ mộng. Là người nguyên tắc đến mức cố chấp. Không giỏi thể hiện cảm xúc của bản thân dành cho người khác. Thường khá vô tâm, nên họ thường làm tổn thương người khác một cách vô ý. Họ có xu hướng thu mình lại và sống một cách kín đáo. Họ thích cô độc nhưng ghét cô đơn, nên thường sẽ có những hành động khác người để thu hút sự chú ý của người khác, song chúng lại thường không được như ý.

Về công việc, lá bài báo hiệu về những thay đổi theo chiều hướng tích cực. Trong trường hợp công việc của bạn đang bị trì hoãn thì bạn cần giữ sức và chuẩn bị nắm lấy cơ hội thay đổi sắp đến trong thời gian tới. Mặt khác, nếu bạn cần tìm một hướng đi mới, sáng tạo, thu hút hơn trong những dự án hay kế hoạch của mình. Đồng thời, bạn cần phải thu thập tin về các đối thủ cạnh tranh của mình, để có những đối sách kịp thời trước các chiến lược cạnh tranh mới.

Về tiền bạc, lá bài báo về những sự kiện cần phải chi tiêu xảy ra trong thời gian tới, nó sẽ khiến bạn phải xoay sở nguồn tiền một cách khá chật vật. Với những vấn đề tranh cãi liên quan đến tiền bạc trong thời gian này, bạn nên cẩn ngôn vì sự việc có thể diễn biến ngoài ý muốn của bạn. Trong trường hợp bạn muốn đầu tư hay chi tiêu mua sắm lớn, thì bạn nên hỏi ý kiến những người có hiểu biết cũng như cần tính toán một cách kỹ lưỡng. Bạn không nên vay mượn quá nhiều trong thời điểm này.

Về bạn bè, bạn không nên cố chấp cho rằng bản thân luôn đúng trong mọi chuyện. Và dung mọi lý lẽ có thể nghĩ ra để chiến thắng. Điều này sẽ khiến các mối quan hệ bạn bè của bạn trở nên xấu đi nhiều. Đây là thời gian bạn nên hạn chế tranh cãi, điều này sẽ giúp bạn tránh được những thị phi không đáng có. Với đồng nghiệp, bạn cần trở nên khiêm tốn, cũng như giao tiếp một cách tinh tế hơn. Những điều này sẽ giúp bạn tạo được thiện cảm trong môi trường làm việc.

Về gia đình, người thân, lá bài thể hiện các mặt tích cực trong mối quan hệ anh chị em trong gia đình. Tuy nhiên, với cha mẹ thì lá bài phản ánh những mâu thuẫn khó hòa giải giữa cha mẹ cùng con. Mà nguyên nhân là do sự bất đồng quan điểm cũng như sự áp đặt từ phía cha mẹ. Lá bài cũng cảnh báo về những cuộc cãi nhau lời qua tiếng lại với họ hàng trong thời gian sắp tới. Mặt khác, lá bài cho thấy sự ảnh hưởng từ phía người thân lên cuộc sống riêng tư của bạn quá nhiều. Song, bạn chỉ cần im lặng trong đoạn thời gian sắp tới thì những ảnh hưởng này sẽ giảm nhẹ đi khá nhiều.

Về tình yêu, lá bài báo hiệu về những tranh cãi với tính chất dai dẳng trong mối quan hệ. Nguyên nhân gốc rễ là do sự cố chấp của cả hai luôn muốn dành phần thắng về bản thân. Ở khía cạnh khác, lá bài là lời nhắc nhớ bạn phải đối mặt với những sự thật đau lòng trong chuyện tình cảm để vượt qua nó. Về vấn đề vợ chồng, sự im lặng cũng như cố kiềm nén cảm xúc sẽ làm cho bạn và bạn đời của mình càng lúc càng mệt mỏi. Cách duy nhất để phá băng là bạn hãy là người chủ động gợi mở các vấn đề của cả hai, đồng thời tránh sự tranh cãi dựa trên cảm tính mà cần tìm hiểu gốc rễ vấn đề để giải quyết.

Về vấn đề sức khỏe, việc kiềm chế các cảm xúc tiêu cực bên trong bản thân một thời gian dài sẽ khiến cơ thể bạn gặp rắc rối. Những sự cáu giận vô cớ, dễ kích thích, thiếu tập trung. Thêm vào đó là những áp lực nặng nề của cuộc sống sẽ khiến bạn gục ngã. Bạn cần điều tiết lại nguồn năng lượng cảm xúc của mình. Hãy chia sẻ nó, hoặc đơn giản viết các vấn đề bạn đang gặp phải ra một tờ giấy. Khi chúng hiện hữu, bạn sẽ cảm thấy nhẹ nhàng hơn là để chúng trong đầu. Bên cạnh đó, lá bài báo hiệu những chuyển biến tích cực của sức khỏe, nếu bạn đang hay vừa trải qua một đợt điều trị.

Về vấn đề nhiệm vụ, trong thời gian bạn sẽ đối mặt với những nhiệm vụ mới mẻ, mang tính thử thách cao, đòi hỏi khả năng ứng biến linh hoạt. Vì vậy, bạn cần có sự chuẩn bị tâm lý trước. Ở vị trí thượng cấp, bạn nên là người tiên phong đi đầu trong công việc, tránh trường hợp chỉ đạo không đụng tay vào công việc. Việc đứng phía sau sai khiến sẽ tạo ra khá nhiều bất mãn bên trong nội bộ của công ty, doanh nghiệp của bạn. Về lâu dài sẽ dẫn đến nhiều rắc rối làm bạn phải mệt mỏi tinh thần.

Về tai nạn, mất mát, lá bài diễn tả về những trục trặc xảy ra bất ngờ khiến bạn phản ứng một cách lung túng. Trong công việc là những sai lầm lớn do bạn cố chấp thực hiện một phương án sai lầm. Hoặc bạn bị đối thủ cạnh tranh vượt mặt về doanh thu. Mặt khác, lá bài cho thấy những cuộc tranh cãi, điều tiếng thị phi diễn ra trong gia đình bạn. Theo một vài quan điểm, bạn nên lưu ý đến sức khỏe của bản thân vì có những trục trặc đang tiềm tang bên trong cơ thể bạn một thời gian dài.

Từ khóa: Thông minh, quyền lực, nhìn xa trông rộng. Gián điệp, do thám, sự trợ giúp bí mật. Khôn khéo và mưu mẹo. Ngược, tình trạng mơ hồ khó đoán, sự tiêu cực của những điều nêu trên, xảo quyệt và phù phiếm.

75- Knight Of Swords

"Cuộc sống phủ đầy gai, và tôi không biết phương thuốc nào hơn ngoài đi thật nhanh qua chúng. Ta càng quanh quẩn trong sự bất hạnh của chính mình càng lâu thì sức mạnh hãm hại của nó càng lớn. " - Glaphate

Lá bài thường được một tả với hình ảnh một vị kỵ sĩ, cưỡi ngựa trắng, thân mặc áo choàng đỏ. Chàng đang giương cao thanh gươm, để lao vào một trận chiến phía trước để hủy diệt quân thù. Trên thân ngựa, các vật dụng đi kèm có kết hợp với hình ảnh của các loài chim cũng như bướm, thường đại diện cho nguyên tố khí, đồng thời thể hiện ý tưởng khao khát tự do. Màu trắng của ngựa, màu

đỏ của áo choàng thể hiện ra hai mặt tính cách đối lập của chàng kỵ sĩ, nhiệt tình thông minh nhưng lại thiếu kiên định. Trong hoạt cảnh, chàng kỵ sĩ đang lao ngược với cơn gió đang thổi để tiến thẳng về phía trước.

Với hai yếu tố khí và lửa kết hợp với nhau, thì tính cách của người được lá bài Knight Of Swords đề cập tới là người thiên về lý trí. Họ suy luận, xử lý các vấn đề trong cuộc sống, một cách logic, khôn ngoan. Bên cạnh đó, họ là những người có trực giác nhạy bén. Vì vậy, họ hiếm khi bị lừa dối. Mặt khác, họ yêu thích trật tự do bản thân đặt ra, và thường có xu hướng ép buộc người khác theo trật tự đó. Ngược lại, họ thích sự thay đổi mới lạ, liên tục trong cuộc sống. Họ là mẫu người đam mê phiêu lưu, nhiều lúc là hung hang, hiếu chiến theo hướng tiêu cực.

Sẽ là một cực hình đau khổ nhất, nếu bắt họ ở yên một mình trong bốn bức tường. Khi cơ thể không được vận động, thay đổi môi trường thì trí óc họ bắt đầu vẽ ra vô số viễn cảnh đầy kịch tính. Song, nếu họ cũng ở trong bốn bức tường này, mà có những người thân yêu bên cạnh họ, thì họ sẽ cảm thấy rất hạnh phúc, họ sẽ kể cho mọi người nghe vô vàn câu chuyện thú vị.

Hãy nhìn vào hình ảnh chàng ky sĩ trong lá bài, bạn sẽ thấy rõ họ là những người trực tính, nói chuyện luôn đi thẳng vào vấn đề, không vòng vèo đưa đẩy. Nhưng đây cũng là một khuyết điểm của cá nhân họ, nếu không có sự điều chỉnh thích hợp, họ dễ khiến người khác bị tổn thương bởi lời nói vô tâm của mình. Họ là những người có nhiều mối quan hệ rộng rãi, cũng như có khả năng che giấu cảm xúc của mình tốt. Sự nóng giận, thường chỉ có những người thân thuộc mới có thể thấy ở họ. Người bên ngoài chỉ có thể thấy sự nhiệt tình, lạnh lùng của họ, dẫu là trong tình huống họ bị người khác khiêu khích.

Trong công việc, họ luôn có xu hướng tiên phong, dẫn đầu. Trong những tình huống khó khăn, họ luôn có một sức bộc phá kinh người. Song, họ là những người thiếu sự kiên trì trong những tình huống khó khăn kéo dài từ năm này qua năm khác. Trong một cuộc đàm phán, thương thuyết kéo dài năm qua năm, thì họ thường là người bỏ cuộc đầu tiên. Mặt khác, họ là người có khả năng tổ chức tốt, tuy nhiên, lại cực kì nghiêm khắc khó tính. Khi họ chưa hoàn toàn trưởng thành, họ có xu hướng không muốn đối diện sự thật, hoặc thường vô trách nhiệm trong những việc sai lầm mà họ gây ra.

Trong các mối quan hệ, họ thường có ham muốn kiểm soát người khác phải làm theo ý mình. Điều này dễ dẫn đến các mâu thuẫn thường xuyên. Mặt khác, họ có xu hướng cứng đầu luôn cho rằng mình đúng. Khó đồng cảm với cảm xúc của người khác. Thường vô tâm, thiếu tinh tế, nên họ dễ làm tổn thương người khác với những câu nói thiếu tinh tế. Là người luôn theo truyền thống và khá bảo thủ. Song, họ là người có khả năng đứng dậy sau những mối quan hệ đổ vỡ để bước tiếp về phía trước.

Điều mà họ cần tránh chính là quá thực dụng, toan tính, trong cuộc sống lẫn trong tình cảm. Điều này cho họ cảm giác an toàn, nhưng sẽ đẩy họ ra xa khỏi những người họ yêu thương.

Về công việc, lá bài diễn tả bạn sắp phải trải qua thời kỳ khó khăn trong công việc. Cũng như sự cộng tác làm ăn sẽ gặp khó khăn từ phía đồng nghiệp cũng như đối tác. Nếu bạn muốn đầu tư, kinh doanh mới, hay mở rộng phát triển công việc thì bạn cần phải tính toán kỹ lưỡng, cũng như thực hiện đo lường rủi ro. Mặt khác, bạn cần phải quyết đoán dứt bỏ những công việc không mang lại lợi ích thực tiễn mà chỉ khiến bạn sa lầy, cũng như tiêu hao thời gian, tiền bạc của bạn. Bên cạnh đó, lá bài cho thấy bạn sẽ gặp phải sự cạnh tranh khốc liệt trong môi trường làm việc, hoặc các đối thủ cạnh tranh.

Về tiền bạc, những khó khăn tài chính của bạn có thể được giải quyết nhờ vào khả năng thương thuyết. Việc đàm phàn để thu hút nguồn vốn cần có sự công bằng, sòng phẳng, rõ ràng về mặt lợi ích. Trường hợp, nguồn tài chính của bạn ổn định, thì bạn cần có một kế hoạch chi tiêu, đầu tư hợp lý. Tránh việc chi tiêu không mục đích, lãng phí nguồn tiền. Vì lá bài báo hiệu về những việc bất ngờ có thể xảy đến trong thời gian sắp tới cần chi tiền. Nếu thiếu sự chuẩn bị, thì bạn sẽ phải xoay sở vất vả. Lá bài, ở khía cạnh khác, đưa ra lời khuyên trong các thời điểm khó khăn về tài chính, bạn nên tìm đến người có tính cách như Knight Of Swords để xin những lời hướng dẫn khôn ngoan giúp bạn giải quyết vấn đề của bản thân.

Về bạn bè, lá bài có các dấu hiệu cảnh báo về những cuộc tranh cãi hơn thua trong các mối quan hệ. Mà nguyên nhân chính yếu việc kiềm chế cảm xúc cũng như sự tích lũy vấn đề mâu thuẫn trong thời gian dài. Về vấn đề đồng nghiệp, lá bài khuyên bạn nên cẩn trọng với các thông tin cá nhân của bản thân. Cẩn thận với sự cạnh tranh không lành mạnh bằng chiêu trò của đồng nghiệp. Trong thời gian này, bạn cần giữ bình tĩnh và tranh cãi tay đôi với đồng nghiệp khi công việc chung gặp khó khăn, trì hoãn. Vấn đề không phải ai đúng ai sai, mà là hướng giải quyết, tháo gỡ khó khăn.

Về gia đình, người thân, lá bài báo hiệu về sự mâu thuẫn, rạn nứt tình cảm giữa anh chị em, lẫn họ hàng người thân do sự tranh chấp tài sản, bất đồng tư tưởng trong cuộc sống. Bên cạnh đó, việc áp đặt nhân sinh quan của thế hệ trước lên thế hệ đi sau sẽ càng khiến các mối quan hệ trở nên xa cách. Điều này cũng sẽ làm thế hệ trẻ trong gia đình khó làm chủ cuộc sống bản thân, phải lệ thuộc gia đình. Thiếu khả năng cân bằng cuộc sống, hòa nhập xã hội. Theo một số quan điểm, lá bài báo hiệu về những tin tức không vui từ người thân ở phương xa đưa đến.

Về tình yêu, những cảm xúc mãnh liệt nhất thời có thể khiến bạn bị hỗn loạn, không nhận rõ đâu là tình yêu của bản thân. Trong những lúc bị cơn lũ cảm xúc nhấn chìm, thì việc bạn có thể làm là nằm yên và đợi nó đi qua. Vội vàng bắt đầu một mối quan hệ trong thời gian này, sẽ khiến bạn nuối tiếc về sau. Trong vấn đề vợ chồng, tính gia trưởng độc đoán của nam giới sẽ ảnh hưởng tiêu cực lên tâm lý của vợ con trong gia đình. Những lời lẽ khắc nghiệt, thiếu tình thương là một hình thức bạo lực về tinh thần, mà mức độ ảnh hưởng rất lớn. Vợ chồng bạn nên tránh việc cãi vã to tiếng trước mặt con trẻ. Vì điều này chỉ khiến cả hai hả giận nhất thời song lại để lại hậu quả to lớn.

Về sức khỏe, lá bài báo hiệu bạn hoặc người thân của bạn sẽ gặp phải những rắc rối về vấn đề này trong thời gian sắp tới. Vấn đề này xảy đến một cách đột ngột là do sự tích lũy trong thời gian dài, nó sẽ thuyên giảm nhanh nhưng có nguy cơ trở thành mãn tính. Bên cạnh đó, áp lực cuộc sống, công việc sẽ khiến bản thân bạn trở nên quá tải. Bạn có nguy cơ trầm cảm, dễ cáu gắt, kích thích. Mất phương hướng trong cuộc sống. Lời khuyên của lá bài đưa ra là bạn nên tạm gác lại công việc để thư giãn, chia sẻ tâm sự với bạn bè và người thân. Giải tỏa các cảm xúc tiêu cực sẽ làm tinh thần bạn nhẹ nhàng hơn.

Về nhiệm vụ, trong thời gian tới bạn sẽ phải đối mặt với nhiều nhiệm vụ gian nan, khó khăn mà bạn không thể lùi bước. Điều bạn có thể làm là chuẩn bị thật tốt từ bây giờ, để ứng phó với những trục trặc rủi ro có thể xảy ra. Về thượng cấp, lá bài cho thấy bạn cần giữ vững tinh thần của người đứng đầu, người tiên phong. Nhưng bạn cần phải bớt khắt khe, cầu toàn và nên có sự tin tưởng những nhân viên cấp dưới của mình. Sự đa nghi quá mức sẽ khiến bạn cảm thấy mệt mỏi.

Về tai nạn, mất mát, lá bài cảnh báo về những dấu hiệu bạo lực trong gia đình do những cơn tức giận lẫn thù hận. Cùng với đó, là sự hiểm độc, thủ đoạn vô lương từ những đối thủ cạnh tranh trong công việc của bạn. Thời gian này, bạn cần chú ý kỹ về mặt giấy tờ pháp lý, tất cả nên được thực hiện đúng nguyên tắc, tránh những giao ước bằng miệng hời hợt do sự tin tưởng thiếu khôn ngoan, vì bạn có khả năng bị lừa đảo rất lớn. Theo một vài quan điểm, bạn cần phải cẩn thận với những chuyến du lịch, dịch chuyển đi xa trong thời gian sắp tới.

Từ Khóa: Năng động, thông minh, khôn khéo, dũng cảm, người đàn ông làm việc liên quan đến cơ khí; kỹ thuật; quân sự. Sự phòng vệ, sự thù địch, cuồng nộ, hủy diệt, đối lập và đàn áp. Lá bài khi liên kết với những lá khác ám chỉ cái chết sẽ có tính biểu trưng cho cái chết. Ngược, khờ khạo nhưng kiêu ngạo, khinh suất, thiếu khả năng, hoang phí. Xảo quyệt, dối trá, tàn bạo.

76- Queen Of Swords

"Căn bệnh nặng nhất của tâm hồn là sự lãnh đạm. " - D.Tokenvin

Hình ảnh tiêu biểu của lá bài thường là một nữ hoàng ngồi nhìn về phía tay phải. Tay cầm một thanh kiếm dựng thẳng lên trời. Vẻ mặt nghiêm nghị, khắc khổ, và thoáng buồn. Nỗi buồn này không phải là nỗi buồn tức thời mà là sự rèn dũa từ rất nhiều nỗi buồn theo thời gian. Nỗi buồn này không còn sự xót thương hay đau đớn mà trở nên trầm tư hà khắc. Tư tưởng chính của lá bài là sự thiếu thốn

tình cảm, chia ly hay cô đơn. Nó còn thể hiện sự chai sạn trong cảm xúc, sự khép mình hay cố chấp, hoặc tệ hơn là sự gian xảo hiểm độc trong các giải quyết.

Như lá bài miêu tả, đây là những con người của nguyên tắc, tư duy và lý trí. Họ thể hiện ra bên ngoài theo thời gian là sự trầm tư, hà khắc trong công việc, sự lãnh đạm xa cách trong các mối quan hệ. Họ giấu những cảm xúc thật đằng sau lớp vỏ ngụy trang của bản thân. Đằng sau lưng của họ, là những vết thương hư vô.

Họ là người thông minh, khôn khéo nhưng lại rất ngay thẳng nên việc nhiều nhà huyền học gán cho lá bài này sự gian xảo hiểm độc dường như khá chủ quan. Chỉ đơn giản là họ dễ có cái nhìn bi quan và luôn phòng thủ với các mối quan hệ xung quanh và cuộc đời. Nên dễ thường, họ cô độc. Họ có tài năng, và ý thức trách nhiệm. Có tư chất lãnh đạo nhưng thường đứng phía sau để hỗ trợ.

Họ thông minh, giỏi suy luận nhưng đi kèm theo đó là những phiền muộn ưu tư trong lòng khó chia sẻ. Việc này nhiều lúc có thể khiến họ trở nên căng thẳng, gay gắt và hung dữ. Họ cố chấp với sự thật, luôn làm việc có kế hoạch, thích chi phối và kiểm soát. Khi phải đương đầu với những cuộc chiến, thì họ luôn sẵn sàng. Có thể đưa ra những quyết định quan trọng, nghiêm khắc mà không để cảm xúc chi phối.

Ở khía cạnh đời thường khác, họ đôi lúc hơi bén nhọn và sẵn sàng làm tổn thương người khác khi bị chỉ trích, hay trái ý họ bằng lời nói. Nhưng thường họ dễ rơi vào các cuộc tranh luận thắng – thua do tính cách tự cho mình đúng. Nên nếu không thể thấu hiểu bản thân mà ôm khối bản ngã quá lớn. Họ dễ cô độc.

Sự tôn trọng nguyên tắc, và sự thật là cần thiết nhưng đôi khi họ thường dễ cực đoan với vấn đề này, nên hành xử dứt khoát và lạnh lùng. Mặt khác, do không giỏi chia sẻ cảm xúc nên họ cũng khó cảm thông với cảm xúc của người khác. Nên dễ phát sinh mâu thuẫn khó cứu vãn.

Họ thích cuộc sống bình lặng, an nhiên nhưng luôn bị ép phải lựa chọn đối đầu với cuộc sống trong tư thế chiến binh. Đôi lúc, cuộc sống là chiến trường nhưng nhìn nó như chiến trận thì chúng ta không bao giờ an lạc được cả. Họ cần niềm tin, và tín ngưỡng vào tôn giáo, hay tư tưởng nào đó để có thể mở lòng và bao dung hơn. Làm được điều này, cuộc sống họ sẽ nở hoa.

Về công việc: Kiện tụng, lừa dối là chủ điểm của lá bài. Công việc của bạn trong giai đoạn này có thể gặp nhiều sự lừa dối hơn trước. Bạn phải đối diện với nhiều đối tác xảo quyệt và cố chấp. Những kế hoạch của bạn có thể gặp sự phản đối ngay chính trong cộng sự của mình. Vấn đề đặc biệt được nâng lên nếu đối tác nữ, và góa bụa hay vừa ly dị. Kiện tụng cũng là một vấn đề lớn với công việc của bạn. Nên coi lại các vấn đề pháp luật công ty, và tìm hiểu các kiến thức luật, nó sẽ hữu ích cho bạn trong giai đoạn này.

Về tiền bạc: Vấn đề thiếu thốn tiền bạc có thể diễn ra trong thời gian này, nhưng đó không phải là một vấn đề lớn. Những món tiền có thể sẽ mất nếu bạn gặp những cộng sự gian xảo. Những chiêu lừa lọc trong giai đoạn này đặc biệt hiệu quả lên người bạn. Hãy cẩn thận với những hành động lừa lọc và những lời dụ ngọt. Nếu bạn đang vay của người khác thì đây là một lá bài kém may mắn. Nó cho thấy chủ nợ là một người sắt đá và chai sạn, nếu bạn có cố van xin đi nữa thì có lẽ cũng chẳng có kết quả tốt hơn.

Về bè bạn, đồng nghiệp: Lá bài thể hiện rõ sự thiếu hụt các cộng sự thân cận, và thậm chí các người bạn thân. Họ có thể ra đi tạm thời hay mãi mãi, nhưng sẽ để lại nhiều khó khăn về cả trong công việc lẫn các mối quan hệ tình cảm. Lá bài cũng cảnh báo, dù không hoàn toàn nghiêm trọng, nhưng sẽ có một số người bạn trở mặt, giăng bẫy và tạo nhiều áp lực cho cuộc sống của chính bạn.

Về gia đình, người thân : Lá bài thông báo sự vắng mặt của một vài người thân của bạn. Họ có thể sẽ ít gặp bạn trong một thời gian dài. Sự nghiêm trọng của lá bài sẽ gia tăng thêm nếu có các lá bài phụ trợ khác làm xấu đi tình hình. Sự chia ly (hay mất người thân) cũng có thể xảy ra trong giai đoạn này. Nói chung những điểm xấu đó không cố định, mà biến đổi tùy theo mức độ của các lá bài lân cận. Lời khuyên là bạn nên chuẩn bị tinh thần cho những sự kiện buồn liên quan gia đình nếu có, và hãy dành nhiều thời gian ở bên họ.

Về tình yêu, vợ chồng : Lá bài là một cảnh báo rất xấu, rất rất xấu cho vấn đề tình yêu và vợ chồng. Hoàn cảnh có thể đơn giản là phải chia xa một thời gian như đi công tác, hay các hoàn cảnh đột xuất khác. Nhưng lá bài cũng không giới hạn mức độ nghiêm trọng của vấn đề. Lá bài bao gồm không chỉ sự chia tay trong tình yêu, và ly dị đối với tình vợ chồng. Thậm chí tình hình còn có thể tệ hơn là góa bụa hay tang tóc. Những cú sốc tâm lý vợ chồng cũng có thể là một hoàn cảnh trong lá bài, dù hoàn cảnh này có mực độ nghiêm trọng nhẹ. Dù sao cũng phải cẩn thận với lá bài này.

Về sức khỏe: Các vấn đề sức khỏe llên quan đến sự vắng mặt của người thân là chủ đạo của lá bài. Đặc biệt nếu người hỏi là phụ nữ, vấn đề có thể sẽ trầm trọng hơn. Sự cô đơn hay chia tay có thể ảnh hưởng đến sức khỏe tinh thần nếu người đó đã mang bệnh. Kiện tụng, lừa gạt cũng có thể mang lại những khó khăn cho vấn đề sức khỏe.

Về nhiệm vụ, thượng cấp : Lá bài cho biết bạn đang có một thượng cấp không tốt chút nào. Đó có thể là một người chai sạn tình cảm, cố chấp và thậm chí gian xảo. Giống với công việc, nhiệm vụ của bạn cũng sẽ gặp nhiều ảnh hưởng bởi các đối tác xấu. Vấn đề đặc biệt nghiêm trọng hơn nếu có yếu tố phụ nữ. Bạn nên tích chuẩn bị các mối liên hệ giúp đỡ vì bạn sẽ rất ít nhận được sự cảm thông từ cấp trên.

Về mất mát, tai nạn : Lá bài tập trung cảnh báo về sự mất mát liên quan đến người thân. Các vấn đề khác như tai nạn do kiện tụng hay lừa dối cũng được chú ý. Sự hiểm độc hay gian xảo làm trầm trọng hơn các vấn đề khác nhất là trong các kế hoạch hãm hại. Sự mất mát tiền bạc hay danh vọng có thể được nhắc đến như một phần của lá bài. Lời khuyên là bạn cần xác định rõ ai là bạn, ai có thể tin cậy để thực hiện những yêu cầu cốt lõi trong đời sống của bạn.

Từ khóa: Góa bụa, nữ buồn bã, bối rối, sự văng mặt, vô sinh, đám tang, thiếu thốn, chia ly. Hiểm độc, sự cố chấp, kỳ xảo, sự giữ gìn, kiện tụng , sự lừa dối.

77- King Of Swords

"Lý tưởng là suối nguồn của lịch sử, cái nôi của trí tuệ, cờ chiến của xung phong, kiếm sắc để chặt gai. " - Mallinsky

Lá bài thường được miêu tả với hình ảnh một người đàn ông quyết đoán đang ngồi trên chiếc ngai báu được chạm trổ những biểu tượng liên quan đến trí tuệ, công lý.Thanh gươm đưa lên cao thể hiện sự nghiêm khắc, quả quyết của ông. Nhưng chiếc vương miện lại có hình ảnh một thiên thần nhỏ thể hiện sự ái từ sâu thẳm bên trong của ông. Khác với khung cảnh trong lá Knight Of Swords, thì lá bài này thể hiện sự yên bình tĩnh lặng tượng trưng cho lý trí đi cùng sự minh mẫn, khôn ngoan.

Với yếu tố bên ngoài là nguyên tố khí, yếu tố nội hàm cũng là khí. Vì vậy, việc lá King Of Swords tương ứng với cung hoàng đạo Bảo Bình không phải là một điều đáng ngạc nhiên. Con người được lá bài đại diện, phần tính cách bên

ngoài hướng ngoại, dễ hòa động, nhưng bên trong lại khá suy tư, thường sống thiên về lý trí.

Trong đám đông, họ là những con người dễ hòa nhập nhưng khi cần thiết họ thường có cách khiến mình trở nên nổi bật. Họ thẳng thắn, thân thiện. Nhưng khi bạn phải đối đầu với họ, thì họ là những đối thủ đáng gờm. Ánh mắt sắc bén lạnh lùng của họ như tia X quét ngang người bạn, dò xét những điểm yếu và kiên nhẫn chờ đợi tung ra đòn hiểm. Họ có khả năng đặc biệt trong việc nắm rõ suy nghĩ, động cơ của người khác. Trong cuộc sống, họ luôn cần dịch chuyển, làm việc, vui chơi. Luôn vận động. Dừng ở trạng thái nghỉ quá lâu sẽ khiến năng lượng tinh thần của họ trở nên đầy tiêu cực, chán nản, bi quan. Điều này dẫn đến việc họ sẽ có thái độ thiếu thân thiện với các lý thuyết, hay các môn học quá trừu tượng. Bên cạnh đó, các công việc tự do sẽ giúp họ phát triển khả năng một cách tốt nhất.

Trong công việc, họ là những người có khả năng thích nghi với áp lực cao. Thích phiêu lưu, khám phá những điều mới. Luôn tìm tòi, ứng dụng các phương pháp giải quyết mới trong vấn đề họ gặp phải. Tuy nhiên, họ lại là những người ít thích làm việc theo kế hoạch, đôi khi là thiếu kiên định để theo đuổi mọi thứ đến cùng.

Trong các mối quan hệ, họ là những người hài hước, vui vẻ. Đôi lúc giống một đứa trẻ nít to xác, vui buồn ra mặt với những người họ thương. Họ thích phá bỏ các luật lệ, định kiến song cũng thường hay đặt ra những nguyên tắc của riêng mình để bắt người khác tuân theo. Bên cạnh những người họ yêu thương, họ mộc mạc, thuần khiết, trong lành hệt một cơn gió nhẹ. Nhưng đối mặt với kẻ thù địch, thì họ lại là một cuồng phong đáng sợ đánh nát những trở ngại trước mặt.

Song, người lá bài King Of Swords đại diện thì thường không giỏi biểu hiện cảm xúc yêu thương của mình. Sống quá thiên về lý trí nên thường dễ hơn thua trong mọi thứ. Thường cố chấp trong việc được mất. Thường có thể nắm bắt rõ vấn đề khó khăn trong mối quan hệ nhưng lại cố tình lờ đi, không muốn đối diện để giải quyết vấn đề. Họ thường dễ chán nản trong các mối quan hệ nếu sự lặp lại xảy ra thường xuyên. Vì vậy, họ thường có xu hướng rời bỏ các mối quan hệ mà họ nhận định không thể phát triển lâu dài, hoặc khó giải quyết các vấn đề mâu thuẫn hiện tại. Điều họ cần có là việc chấp nhận sự thật, tránh cố chấp hơn thua.

Về công việc, lá bài báo hiệu về những tin tức mới, quan trọng sẽ đưa đến trong thời gian tới. Mặt khác, những khó khăn có thể xảy ra một cách đột ngột, khó đo lường trước.

Tuy nhiên, bạn có thể bình tĩnh để ứng phó và vượt qua chuyện này. Trong thời gian tới thì bạn nên chú trọng đến vấn đề giấy tờ pháp lý trong công việc. Thêm vào đó, bạn cần cẩn trọng đối thủ cạnh tranh thăm dò tin tức của bạn để sử dụng chúng chống lại các dự án mà bạn đang tiến hành hoặc mới tiến hành đấu thầu với chủ đầu tư.

Về tiền bạc, lá bài khuyên bạn nên sử lý trí để quyết định trong những vấn đề nhạy cảm liên quan giữa tiền bạc và tình cảm. Mặt khác, nếu bạn đang trong tình trạng tài chính khó khăn thì lá bài báo hiệu những tín hiệu tốt đưa đến trong thời gian tới. Bên cạnh đó, bạn cần rõ ràng trong các khoản vay mượn, tránh việc cả nể tình cảm sẽ dẫn đến những rắc rối về sau. Nếu bạn muốn xuất một lượng tiền lớn để mở rộng kinh doanh, hay đầu tư vào những lĩnh vực như bất động sản thì bạn không nên vội vàng quyết định trong thời gian này, bạn cần thêm lời khuyên cũng như tính toán kỹ lưỡng hơn. Việc vội vã sẽ làm bạn chịu thiệt thòi.

Về bạn bè, lá bài diễn tả việc bạn không giỏi trong việc bộc lộ cảm xúc trong các mối quan hệ. Tuy nhiên, bạn bè thân thiết luôn sẵn sàng giúp đỡ bạn vượt qua các khó khăn trong đời sống. Bạn cần phải bày tỏ, để bạn bè thông hiểu nhau hơn. Mặt khác, những rắc rối trong công việc của bạn cũng sẽ được sự giúp đỡ một cách bất ngờ từ đồng nghiệp hay bạn bè. Về đồng nghiệp, lá bài cho thấy có sự cạnh tranh cao trong môi trường làm việc, bạn cần dè chừng để tránh sự soi mói, điều tiếng. Bạn cần cẩn trọng những chiêu trò đến từ những người đồng nghiệp xấu tính.

Về gia đình, người thân, lá bài báo hiệu sự bất hòa trong gia đình do các mâu thuẫn cá nhân diễn ra từ rất lâu. Mặt khác, bạn cần cẩn trọng những rắc rối về mặt pháp luật liên quan đến họ hàng, người thân xa. Bên cạnh đó, thời gian sắp tới là thời điểm nhạy cảm, có thể xảy ra những hiểu lầm sâu sắc do có sự can thiệp của những nhân tố bên ngoài vào nội bộ bên trong gia đình.

Về tình yêu, sự cao ngạo cố chấp sẽ khiến mối quan hệ tình cảm đi đến bước đường cùng. Lá bài thể hiện mối quan hệ tình cảm ở đây chịu sự chi phối của lý trí một cách sâu đậm, như là cách cả hai tự bảo vệ bản thân. Thiếu đi sự tin tưởng, thì mối quan hệ khó dài lâu. Mặt khác, trường hợp tồi tệ nhất, là sự lợi dụng trong mối quan hệ được nhắc đến. Về tình cảm vợ chồng, sự hà khắc, gia trưởng phần nhiều đến từ người đàn ông có thể khiến không khí gia đình nặng nề. Trong gia đình, nên tránh sự đối đầu mà cần sự đối thoại để giải quyết mâu thuẫn.

Về sức khỏe, việc chịu đựng quá nhiều trách nhiệm dễ dẫn

đến sự kiềm nén cảm xúc khiến người phải gồng gánh mọi thứ có xu hướng trở nên hà khắc, tàn bạo. Điều này khiến sức khỏe của người này có xu hướng trở nên tệ đi. Nếu bạn đang trong thời gian điều trị, thì bạn cần tránh việc suy nghĩ, lo toan quá nhiều. Mặt khác, lá bài cảnh báo bạn có thể phải đối mặt với những căn bệnh mà bạn phải chung sống suốt đời.

Về nhiệm vụ và thượng cấp, bạn cần cẩn trọng trong công việc nếu có những sự điều chỉnh về mặt nhân sự, thượng cấp. Tính chất hà khắc, thiếu cảm thông với những khó khăn bên trong mà bạn gặp, sẽ làm bạn mệt mỏi với một người thượng cấp chỉ xét đến kết quả cuối cùng mà không quan tâm quá trình. Trường hợp xấu, bạn có thể gặp một vị thượng cấp khá cực đoan, với những sự ưu ái hay ghẻ lạnh quá mức, dễ bị ảnh hưởng từ những người mà vị này ưu ái.

Về tai nạn, mất mát, lá bài tập trung vào các sự kiện liên quan đến kiện tụng, lừa dối. Những hành động ác ý của người bạn đã từng tin tưởng. Sự áp bức, ác ý từ những người ở vị trí cao cũng được đề cập đến trong lá bài. Mặt khác, lá bài đề cập đến việc bạo hành tinh thần trong gia đình. Sự cạnh tranh không lành mạnh, bất chấp thủ đoạn của đối thủ hay đồng nghiệp.

Từ khóa: Thông tuệ, quyền lực, khôn ngoan, tham vọng. Tràn đầy ý tưởng, tình báo quân sự, luật pháp, địa vị, đa nghi. Khéo léo, vững vàng trong tình bạn và thù hận. Ngược, độc ác, xấu xa, tàn bạo ích kỷ, phản trắc, ác ý.

CHƯƠNG 7 : PHƯƠNG PHÁP TRẢI BÀI

PHƯƠNG PHÁP TRẢI BÀI THẬP TỰ CELTIC

Đây là phương pháp căn bản nhất trong nhóm phương pháp phân rã vấn đề để giải quyết, được A.E.Waite đề xuất năm 1909. Đây cũng là phương pháp trải bài được sử dụng nhiều nhất trong tarot hiện đại. Phần hướng dẫn bên dưới đây được rút trích lại trực tiếp từ chính tác phẩm của A.E.Waite.

Đây là phương thức bói toán là phù hợp nhất dành cho các câu hỏi xác định rõ ràng. Người bói đầu tiên chọn một lá bài đại diện cho người hoặc vấn đề đang hỏi. Lá bài này được gọi là Thẻ Significator. Nếu một người hỏi muốn biết điều gì đó liên quan đến bản thân thì nên lấy một lá bài đại diện mô tả tương ứng cá nhân người hỏi. Lá Knight đại diện cho một người đàn ông bốn mươi tuổi trở lên; lá King cho bất kỳ người đàn ông nhỏ tuổi đó, lá Queen cho một người phụ nữ hơn bốn mươi tuổi, và lá Page cho phụ nữ trong độ tuổi ít hơn.

Bạn có thể lựa chon dựa vào tính khí nếu đó là một người mà bạn đã biết, ví dụ như một người thâm hiểm nhưng năng động nên đại diện bằng một lá Sword tốt hơn là lá Pentacle. Mặt khác, một người lười biếng và thờ ơ nên đại diện là một lá Cup chứ không phải là lá Wands.

Sẽ rất thuận lợi nếu lấy lá Significator tương ứng cho vấn đề đang được hỏi, lá Trump hoặc lá Mặt nên được lựa chọn để đại diện cho một ý nghĩa tương ứng nào đó với vấn đề. Hãy giả định câu hỏi là: Tôi có nên khởi kiện? Thì trong trường hợp này, lấy lá Trump số 11 (The Justice) làm Significator là rất thích hợp. Vì lá này có tham chiếu đến các vấn đề pháp lý. Nhưng nếu câu hỏi là: Tôi có được thành công trong vụ kiện hay không? Thì một trong những lá Mặt nên được lựa chọn làm Significator [vì nó liên quan đến bản thân người kiện]. Sau đó, các quy trình bói toán được tiếp tục để xác định các tiến trình và kết quả của các bên liên quan.

Sau khi lựa chọn các Significator, đặt ngửa nó lên trên mặt bàn,. Sau đó, xáo bài và tráo phần còn lại của bộ bài ba lần, giữ các lá bài úp xuống.

Nếu Significator là một lá Trump hoặc bất kỳ lá nào đó mà không xác định được chủ thể quay mặt ở phía nào, người bói phải quyết định vị trí đối mặt.

Lật lá bài đầu tiên của bộ bài, phủ lên lá Signification, và nói rằng: Lá này phủ lên trên nó. Thẻ này cho phép báo hiệu tầm ảnh hưởng mà nó tác động đến người hoặc vấn đề được hỏi nói chung, và bầu không khí của nó đang bao trùm tất cả những vấn đề khác liên quan.

Lật lá thứ hai và đặt chéo nó lên trên lá đầu tiên, nói rằng: Lá này cản trở nó. Nó cho thấy bản chất của những trở ngại trong vấn đề này. Nếu nó là một lá thuận lợi, các lực lượng đối lập sẽ không nghiêm trọng, hoặc nó có thể chỉ ra rằng điều tốt nào đó trong chính nó sẽ không được tạo ra kết quả tốt trong các mối liên hệ mà nó có.

Lật lá thứ ba; đặt phía trên của Significator, và nói: Lá này đặt lên đỉnh nó. Nó đại diện cho hoặc là mục đích của người hỏi hay lý tưởng của vấn đề này; hoặc là điều tốt nhất có thể đạt được trong các trường hợp, nhưng sẽ không xảy ra trên thực tế.

Lật lá thứ tư, đặt nó phía dưới Significator, và nói: Lá này bên dưới nó. Nó chỉ ra nền tảng cơ sở của vấn đề, điều đang là thực tế và là cái mà Significator dựa vào để thực hiện.

Lật lá thứ năm; đặt nó ngược hướng mà lá Signification nhìn, và nói: Lá này phía sau nó. Nó chỉ ra các ảnh hưởng đã qua, hay nó sẽ đi qua ngay bây giờ.

Lật lá thứ sáu và đặt nó ở bên mà lá Signification đang nhìn, và nói: Lá này phía trước nó. Nó chỉ cho thấy các ảnh hưởng sẽ tác động đến hành động và sẽ xảy ra trong tương lai gần.

Các lá bài được sắp xếp theo hình của một cây thánh giá, Significator – được che bởi lá bài đầu tiên và trở thành trung tâm.

Bốn lá tiếp theo được lật lên liên tiếp và đặt trên cùng một dòng, ở phía bên tay phải của thập tự giá.

Lá đầu tiên trong số này, hoặc lá thứ bảy, biểu thị chính bản thân người hỏi, tức là lá Significator - cho dù lá này đang đại diện cho người hay vật. Nó chỉ ra vị trí hay thái độ của lá này trong các mối quan hệ.

Lá thứ tám biểu thị ngôi nhà của nó, tức là ám chỉ về môi trường xung quanh và các xu hướng chung mà nó tác động đến điều được hỏi. Ví dụ như, vị trí của vấn đề được hỏi trong cuộc sống, những ảnh hưởng của bạn bè thân cận, và vv.

Lá thứ chín ám chỉ những hy vọng hay lo ngại trong vấn đề được hỏi.

Lá thứ mười là những gì sẽ đến, kết quả cuối cùng, đỉnh cao tạo ra bởi các ảnh hưởng đã được chỉ ra bởi các lá khác đã được lật trước nó.

Ở lá bài cuối cùng này, người bói nên đặc biệt tập trung các khả năng trực giác và trí nhớ của mình cùng sự tôn kính và tuân thủ các ý nghĩa thiêng liêng chính thức đi kèm theo từng lá bài. Lá bài này sẽ thể hiện tất cả những điều gì mà bạn đã tiên đoán từ những lá bài trước trên bàn, bao gồm cả chính lá Significator và những lá liên quan, không ngoại trừ những chỉ dẫn sáng suốt ở tầng nghĩa ý nghĩa cao hơn, những ý tưởng như thể rơi xuống như tia lửa từ thiên đường nếu lá bài phục vụ cho lời tiên tri từ bề trên, và thường là lá ẩn chính Major.

Quy trình đã được hoàn thành, nhưng nếu lá cuối cùng có tính chất không rõ ràng, không có quyết định cuối cùng được suy ra, hoặc lá bài cuối xuất hiện không đủ để đưa ra kết luận cuối cùng của vụ việc, thì tốt nhất nên làm lại từ đầu, trong trường hợp này lá thứ mười được coi như Significator, thay vì lá trước đây. Bộ bài phải được xào và tráo ba lần và 10 thẻ đầu tiên được đặt ra như trước. Bằng cách này, có thể được thu được sự giải thích chi tiết hơn về "Điều gì sẽ đến" .

Nếu trong bói toán, nếu lá bài thứ mười là một lá Mặt, nó chỉ ra rằng chủ thể của bói toán cuối cùng rơi vào tay của một người được đại diện bằng thẻ đó, và kết thúc của nó phụ thuộc chủ yếu vào anh ta. Trong trường hợp này, cũng rất hữu ích nếu dùng lá Mặt này thay thế lá Significator cũ và thực hiện lại nghi thức, ta sẽ khám phá ra bản chất của các ảnh hưởng của nó trong vấn đề được hỏi này là gì và những vấn đề nó sẽ mang lại điều gì.

Phương pháp này có thể thu lại kết quả tốt trong một thời gian tương đối ngắn. Phương pháp này như một món quà cho nhà bói bài, vì nó cung cấp những cái nhìn sâu sắc có thể tiềm ẩn hay phát triển thêm và điều thuận lợi nhất của trải bài này là cách bói đơn giản cho dù câu hỏi vô cùng phức tạp.

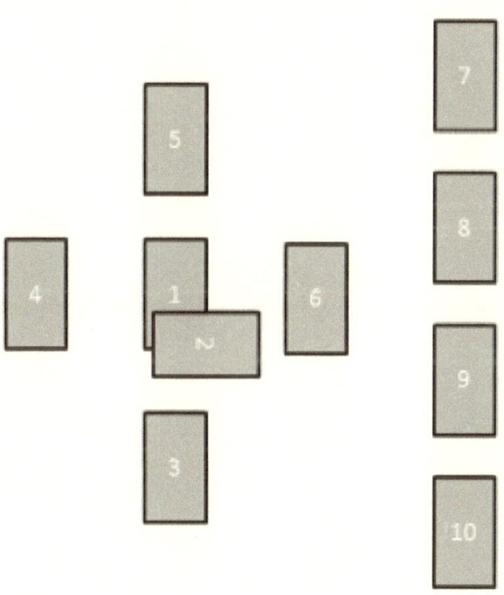

PHƯƠNG PHÁP TRẢI BÀI MÓNG NGỰA

Phương pháp này được được tìm thấy trong cuốn The Tarot của S. L. MacGregor Mathers xuất bản năm 1888. Mathers là người đồng sang lập ra hội Bình Minh Ánh Kim, một nhà huyền học nổi tiếng. Phương pháp này được ông coi là căn bản nhất trong nhóm các phương pháp cấu trúc. Phần hướng dẫn dưới đây được lấy lại chính xác từ cuốn sách nổi tiếng của ông.

Ngay sau đây tôi sẽ giới thiệu đến các bạn một vài phương pháp bói bài. Người bói có thể áp dụng bất cứ cách nào mà mình thích, hoặc có thể kết hợp các phương pháp lại với nhau.

Dù trong bất kì trải bài nào, thì điều quan trọng nhất chính là người bói cần phải xào bài thật cẩn thận. Có 2 vấn đề cần lưu ý: Thứ nhất: lật ngược một số lá bài trước khi xào và kênh (cắt) bài. Thứ hai, xào kĩ để thay đổi vị trí và thứ tự của các lá bài. Sau đó thì kênh bài. Khi xào và kênh bài, người hỏi nên suy nghĩ thật nghiêm túc về những vấn đề khiến bản thân lo lắng và mong muốn được giải đáp; nếu không những lá bài sẽ không thực sự linh nghiệm. Công đoạn xào và kênh bài nên được thực hiện ba lần liên tục. Người xào bài nên để úp các lá bài xuống.

Trước hết, hãy xào và kênh bài thật kĩ, như đã hướng dẫn ở trên. Đặt lá đầu tiên lên bàn, ta đặt bên cho vị trí này là B, chia lá thứ hai ở bên cạnh, ta gọi là A (ta đã có 2 "cửa" bài A và B, dựa vào 2 cửa này, ta sẽ chia hết toàn bộ bộ bài.) Sau đó chia lá thứ 3 và 4 ở B, lá thứ 5 ở A; lá thứ 6 và 7 ở B, lá thứ 8 ở A; lá thứ 9 và 10 ở B, lá thứ 11 ở A. Cứ tiếp tục chia hai lá ở B và 1 lá ở A cho đến khi hết bộ bài. Ta sẽ có tụ A gồm 26 lá và tụ B gồm 52 lá.

Bây giờ hãy lấy 52 lá của tụ B lên. Chia lá trên cùng xuống một chỗ trống, ta gọi vị trí đó là cửa D, chia lá tiếp theo ở một vị trí khác gọi là C. (Ta có 2 cửa C và D). Tiếp tục chia lá thứ 3 và 4 ở D, lá thứ 5 ở C; lá thứ 6 và 7 ở D, lá thứ 8 ở C; cứ thế ta chia hết 52 lá. Lúc này ta có 3 tụ bài: Tụ A có 26 lá, tụ C có 17 lá và tụ D có 35 lá.

Ta lại lấy tụ D gồm 35 lá lên, chia lá đầu trên cùng xuống một chỗ trống khác gọi là F, lá tiếp theo ở E (để tạo nên 2 "cửa" E và F.) Ta tiếp tục chia lá thứ 3 và 4 ở F, lá thứ 5 ở E, cứ thế chia hết 35 lá.

Lúc này ta sẽ có tất cả 4 tụ: A có 26 lá, C có 17 lá, E có 11 lá và F có 24 lá. Đặt tụ F sang một bên, những lá bài này sẽ không dung để bói, các lá này được xem như không liên quan tới vấn đề được hỏi. Bây giờ chỉ còn A, C và E.

Trải 26 lá bài ở tụ A úp xuống theo chiều trải từ phải sang trái (lưu ý rằng không được thay đổi trật tự của các lá) để chúng trông giống như hình móng ngựa, lá trên cùng lúc này nằm thấp nhất phía tay phải, và lá thứ 26 nằm thấp nhất phía tay trái. Đọc ý nghĩa của các lá bài từ phải sang trái trước khi giải thích. Khi hoàn thành, ta sẽ có câu trả lời bằng cách liên kết các lá bài lại với nhau như sau: Lấy lá đầu tiên và lá thứ 26, kết hợp ý nghĩa của chúng lại, tiếp theo lấy lá thứ 2 và lá thứ 25, tiếp tục cho đến cặp cuối cùng là lá thứ 13 và 14. Giải nghĩa xong thì đặt A sang một bên, làm tương tự với tụ C và tụ E.

Đây là một phương pháp bói bài cổ xưa được tin rằng rất linh nghiệm.

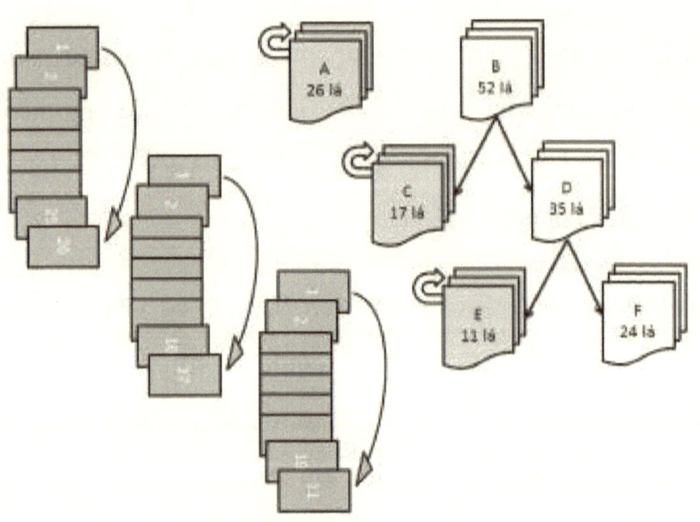

« …Life is a journey that must be traveled no matter how bad the roads and accommodations.»
- Oliver Goldsmith

VỀ TÁC GIẢ

Phùng Lâm, nhà văn tại Sài Gòn, tác giả cuốn truyện ngắn tâm linh Tears of Wind, và tác giả của nhiều đầu sách tarot như Tarot Dẫn Nhập Ngắn, Tarot Cẩm Thư ...

Ts. Ngô Hồ Anh Khôi (bút danh: Philippe Ngo), sinh năm 1988, hiện là Giám đốc Bảo Tàng Tarot Việt Nam, Phó giám đốc Ban Văn Hóa – Xã Hội của Trung Tâm UNESCO Khoa Học Xã Hội và Nhân Văn, Trưởng ban Hợp Tác Quốc Tế của Viện Triết Học Phát Triển và Trưởng bộ môn Hệ Thống Thông Tin của Trường Đại Học Nam Cần Thơ. Ở lĩnh vực hàn lâm ngành khoa học, ông tốt nghiệp thạc sĩ về Dữ Liệu Số ở Đại Học La Rochelle và tiến sĩ về Khoa Học Máy Tính ở Đại Học Francois Rabelais Tours, tại Pháp. Ở lĩnh vực hàn lâm ngành nhân văn, ông đồng thời có bằng cử nhân Triết Học và cử nhân Luật Học tại Việt Nam. Ở các lĩnh vực hàn lâm này, ông có nhiều xuất bản liên ngành về khoa học, triết học, văn hóa học và khảo cổ học đã được công bố ở Việt Nam và trên thế giới. Về nghệ thuật, ông là dịch giả của nhiều đầu sách về văn chương lẫn biên khảo; là tác giả của nhiều tập thơ và bình luận nghệ thuật cũng như đại diện của thơ Việt Nam trong sự kiện Mùa Xuân Thi Ca tại Pháp trong nhiều năm. Ông cũng là một thư pháp gia có nhiều triển lãm cá nhân tại các sự kiện ở Pháp. Riêng về mảng Tarot học, ông đã xuất bản hơn 20 đầu sách và có những cuốn trở thành best seller của Tiki hay Fahasa.